வீரபாண்டியன் தலை கொண்ட
கோப்பரகேசரி

ஆதித்த கரிகாலன்

இன்ப பிரபஞ்சன்.ஜெ

ஏலே பதிப்பகம்

aelay
publish

இன்ப பிரபஞ்சன்.ஜெ

வீரபாண்டியன் தலை கொண்ட கோப்பரகேசரி
ஆதித்த கரிகாலன் – நாவல்

© இன்ப பிரபஞ்சன்.ஜெ 2021

எழுத்தாளர்: இன்ப பிரபஞ்சன்.ஜெ

முதல் பதிப்பு: செப்டம்பர் 2021
இரண்டாம் பதிப்பு : மே 2022

வெளியீடு:
ஏலே பதிப்பகம்
5/175, பாத்திமா நகர்,
கூத்தென்குழி,
திருநெல்வேலி – 627104
தொடர்புக்கு: 9944992571

Veerapandiyan thalai konda kopparakesari aathidhya karikalan - N*ovel*

All CopyRights Reserved By © Inba Prabhanjan 2021

Author: Inba Prabhanjan
First Edition: Septemper 2021
Second Edition: May 2022

Design And Executed by
aelay publish
ISBN : 978-93-5533-105-2
Page : 264
Price: Rs.290/-

வீரபாண்டியன் தலை கொண்ட கோப்பரகேசரி ஆதித்த கரிகாலன்

இன்ப பிரபஞ்சன்.ஜெ

நாவலோ நாவல்!!!

பொன்னியின் செல்வன் வாசகர்களுக்கு வணக்கம். அமரர் கல்கி அவர்களின் பொன்னியின் செல்வனைப் படித்து, அந்தக் கதாப்பாத்திரங்களோடு வாழ்ந்து வரும் பல்லாயிரம் ரசிகர்களில் நானும் ஒருவன்.

ஒரு கதை படித்து முடித்த பிறகு அதன் தாக்கம் ஒருவர் மீது ஒரு நாள் அல்லது இரண்டு நாள் இருக்கும். ஆனால் பொன்னியின் செல்வன் என்ற வார்த்தையைக் கேட்கும் பொழுதே என் கண்முன்னே அந்தக் கதை படமாக ஓடத் தொடங்கும். எப்பொழுது பார்த்தாலும் என் நண்பர்களோடு இந்தப் புத்தகத்தைப் படியுங்கள் படியுங்கள் என்று வற்புறுத்திக் கொண்டே இருப்பேன்.

ஒரு முறை இந்தக் கதைக்கும் முன்னால் என்ன நடந்திருக்கும் என்று என் நண்பனோடு விவாதம் நடத்திக் கொண்டிருக்கும் பொழுது நான் கூறிய கருத்துக்கள் அவனுக்கு மிகவும் பிடித்து விட்டன. இதை ஏன் நீ எழுதக்கூடாது என்று அவன் கேட்க, பொன்னியின் செல்வனின் ரசிகர்களை ஒரு கதை கூறி சமாதானப்படுத்துவது என்பது முடியாத ஒன்று. பலபேர் இதற்காக முயற்சித்து அந்த முயற்சியில் தோற்றுத்தான் போனார்கள் என்று நான் கூற, முதலில் முயற்சி செய் என்று பதிலுக்கு அவன் கூறினான்.

ஒருமனதாக எனது படவரி (இன்ஸ்டாகிராம்) பக்கத்தில் இந்தக் கதையை எழுதத் தொடங்கினேன். நல்ல வரவேற்பு கிடைத்தது. பின்பு பிரதிலிபியிலும் எழுதினேன்.

கதை நன்றாக இருக்கிறது என்று அனைவரும் கூறினர். சரி ஒரு முயற்சி செய்து பார்த்துவிடலாம் என்று இந்தக் கதையை முழுவீச்சாக ஒரு சிறிய புத்தகமாக எழுதியுள்ளேன்.

வீரபாண்டியன் தலை கொண்ட கோப்பரகேசரி ஆதித்த கரிகாலன்

இந்தக் கதை முற்றிலுமாக பொன்னியின் செல்வன் நாவல் நடப்பதற்கு முன்பாக என்ன நடந்திருக்கும் என்பதைச் சில வரலாற்று உண்மைகளுடன் எனது கற்பனையையும் சேர்த்து எழுதியுள்ளேன்.

பொன்னியின் செல்வன் கதை படிக்கும் பொழுது ஆதித்த கரிகாலரின் கதாப்பாத்திரம் என்னை வெகுவாகக் கவர்ந்துவிட்டது, நண்பர்களோடு விவாதிக்கும் பொழுது இவரின் பெயரைக் கேட்கும்போது எனக்கு மெய்சிலிர்க்கும்! அதனால் என் கதை இவர் வழியாக பொன்னியின் செல்வனை அடைவதாக இருக்கப்போகிறது.

பொன்னியின் செல்வனில் வரும் எந்த ஒரு கதை திருப்பத்தையும் நான் என் கதையில் உடைக்கவில்லை. ஓரிரு இடங்களில் மட்டும் கல்கி எழுதியுள்ள சில காட்சிகளைக் கதையின் சுவாரசியத்திற்காகப் பயன்படுத்திக்கொண்டேன்.

சில கற்பனை கதாப்பாத்திரங்களையும் நான் இந்தக் கதையில் சேர்த்துள்ளேன். முக்கியமாக கல்கி எழுதாமல் விட்ட உத்தமசீலி எனும் மறக்கப்பட்ட சோழ இளவரசனை எனது கதையின் முக்கிய கதாப்பாத்திரமாகச் சேர்த்துள்ளேன்.

இந்தக் கதை பொன்னியின் செல்வன் ரசிகர்களைத் திருப்திப்படுத்துமா என்று கேட்டால் இதற்குப் பதில் புத்தகத்தைப் படித்துவிட்டு நீங்கள் தான் கூற வேண்டும்.

அன்புடன்,
இன்ப பிரபஞ்சன். ஜெ

இன்ப பிரபஞ்சன்.ஜெ

சமர்ப்பணம் கருவூராருக்கு!
சோழ குலதெய்வம் நிசும்பசூதனிக்கு!
என்றும் மக்களின் அரசன்
இராச இராச சோழனுக்கு!!!
அமரர் கல்கிக்கு!

வீரபாண்டியன் தலை கொண்ட கோப்பரகேசரி ஆதித்த கரிகாலன்

கடைசியாக,
இந்த புத்தகத்தில் இருந்த எழுத்துப் பிழைகள் எல்லாம் திருத்திக் கொடுத்து ஆதித்த கரிகாலனுக்கு ஒரு அழகிய பாடல் எழுதித்தந்த **லாவண்யா** அக்காவிற்கு நெஞ்சார்ந்த நன்றிகள்.!!!
என் நண்பர்களுக்கு & குடும்பத்தார்க்கு நன்றி!!!

அத்தியாயம் 1

ஆதி அந்தமில்லாத கால வெள்ளத்தில் கற்பனை ஓடத்தில் ஏறிச் சிறிது நேரம் என்னுடன் பயணம் செய்ய உங்களை அழைக்கிறேன்.

குளங்களில் இருந்த தாமரை மொட்டுக்கள் விரியத் தொடங்கின, இருளின் அடர்த்தி குறையத் தொடங்கியது. பறவைகள் சிறகடித்துப் பறக்கத் தொடங்கின. அந்தக் குளங்களுக்கு அருகே ஒரு பெரிய நிலப்பரப்பு இருந்தது. அந்த நிலப்பரப்பு முழுவதும் பிணந்தின்னிக் கழுகுகள் எதையோ கொத்தித் தின்று கொண்டிருந்தன. நன்றாக உற்று நோக்கினால் அது மனிதர்களின் சடலங்கள் என்பது புலப்படும். இந்தக் காட்சிகளை வைத்து அது ஒரு யுத்தக் களம் என்பதை நாம் யூகிக்கலாம். சூரியன் நன்றாக வானில் சிவக்கத் தொடங்க அந்த விடியலை ஆவலோடு எதிர்பார்த்து ஒரு கூட்டம் காத்திருந்தது.

அந்தப் பெருங் கூட்டத்தில் நடுவே ஒரு பெரிய கூடாரம் இருந்தது, அதன் மேல் புலிக்கொடி காற்றில் அசைந்தாட அதன் உள்ளே ஒரு வீராதி வீரன் அவரது கவசங்களை அணிந்து கொண்டே தனது வாளை உறையிலிருந்து எடுத்துக் கையில் பிடித்து ஒளிரும் அந்த வாளை நோக்கி, "இந்த வாள் எத்தனை பாக்கியம் செய்திருக்க வேண்டும் பாண்டிய வம்சத்தை வேரோடு சாய்த்து அவர்களின் இரத்தத்தில் குளிக்கப் போகிற பெரும்பாக்கியம் பெற்றிருக்கிறது" என்று கூற,

அருகில் இருந்த மனிதன், "உத்தமா நான் இன்று இந்தப் போரில் எந்த வியூகத்தையும் அமைக்கப் போவதில்லை. வீரபாண்டியன் பக்கம் ஆட்கள் மிகவும் குறைந்துவிட்டனர், சோழ நாட்டிற்குச் சில அடிமைகள் வேண்டும் அல்லவா?

அதனால் அவர்களை உயிருடன் சோழதேசம் அழைத்துச் செல்ல விரும்புகிறேன்" என்றார்.

"அவர்களை அடிமைகள் என்று கூறாதீர்கள் செங்கதிரவரே! அவர்கள் நமது எதிரிகள் தான் ஆனாலும் அவர்கள் வீரர்கள்!" என்றவர், "இன்றைய போரில் வீரபாண்டியனை வென்று வாகை சூடி சோழ தேசத்திற்குச் செல்ல வேண்டும். அண்ணா மிகவும் சந்தோஷப்படுவார்" எனக் கூறிக்கொண்டே கூடாரத்தை விட்டு வெளியே சென்றார் உத்தமன்.

"ஆம்! மிகவும் சந்தோஷப்படுவார் அதுவும் உன் தந்தை உன் மீது அளவில்லாத கர்வம் கொள்வார்" எனக் கூறிக்கொண்டு அவரைப் பின் தொடர்ந்தார் செங்கதிரவன்.

தனது கழுகு பார்வையால் அந்தக் களத்தை ஆய்வு செய்து கொண்டிருந்தார் செங்கதிரவன். இளவரசர் உத்தமசீலிக்கு ஓலை ஒன்று வந்திருக்கிறது என்று ஒரு வீரன் ஓடி வந்து அவரது கையில் ஓலையைக் கொடுக்க, 'முதல் மந்திரி எழுதிய ஓலை இது' என்று கூறிக்கொண்டே அந்த ஓலையைப் பிரித்தார் உத்தமசீலி.

"வாழ்க வாழ்க சோழ இளவரசர் உத்தமசீலி! நடந்துவரும் போரில் உமது வீரத்தைப் பற்றிக்கேட்டு அரசர் மிகவும் ஆனந்தமாக உள்ளார். நீங்கள் வீரபாண்டியன் படைகளை அழித்து வாகைசூட என் வாழ்த்துக்கள். மேலும் உமது மணவிழாவிற்காக அரசர், கொடும்பாளூர் இளவரசியையும் அவரது குடும்பத்தையும் நமது அரண்மனைக்கு அழைத்திருக்கிறார்" என ஓலையில் எழுதியிருந்தது. இதைப் படித்த நொடி அந்த வீரனின் முகத்தில் ஒரு புன்னகை அரும்பியது.

வீரர்கள் புழுதியைக் கிளப்பிக்கொண்டு போர்க்களம் நோக்கிச் சென்றுகொண்டிருக்கும் வேளையில் கூடாரத்தில் ஒரு வீரன் அமர்ந்திருந்தான் அவனது முகம் மிகவும் வாடியிருந்தது. ஏதோ பிடிக்காத ஒன்று நிகழப் போகிறது என்று அவன் தனக்குத்தானே பேசிக்கொண்டிருந்தான். அவனைக் கண்ட உத்தமசீலி அவனை அருகில் அழைத்து, "வா வீரனே போர்க்களம் செல்லலாம். இன்று நாம் வீரபாண்டியனைக் கொன்று போரில் வெற்றிபெற்றால் உங்கள் அனைவருக்கும் இந்த யுத்தக்களத்திலிருந்து விமோசனம் கிடைக்கும். அனைவரும் அவரவர் உறவினர்கள் மனைவி மக்களோடு சந்தோஷமாக இருக்கலாம். இப்படிச் சோர்ந்து இருப்பது வீரனுக்கு அழகல்ல" என்று கூறி அவனது முதுகில் தட்டிக் கொடுத்தார்.

இருவரும் அமைதியாக போர்க்களம் நோக்கிச் சென்றனர். செங்கதிரவன் ஒரு யானை மேல் ஏறி அமர்ந்திருந்தார். செங்கதிரவனைப் போன்ற ராஜதந்திரி இதுவரை சோழதேசத்திற்கு

கிடைத்ததில்லை. அவரின் மதி கொண்டே பல யுத்தங்கள் சோழர்கள் வசமானது. இந்தப் போரில் கூட அவர் அமைத்த வியூகங்களைக் கொண்டு பாண்டியனின் சேனையை எளிதில் அழித்துவிட்டார் உத்தமசீலி. செங்கதிரவரைச் சுற்றி புலிக்கொடி பிடித்த வீரர்கள் நின்றுகொண்டிருக்க, உத்தமர் சேனையின் முதல் வீரனாக ஒரு ரதம் மேல் ஏறி அமர்ந்திருந்தார். இந்தப் போரில் அவரது வாளும் வில்லும் எண்ணற்ற சோழ வீரர்களுக்குக் கேடயமாக இருந்திருக்கிறது. அவர் சரியான சமயத்தில் போர்க்களம் வரவில்லையென்றால் இந்நேரம் சோழப் படைகள் தோல்வியைத் தழுவி பாண்டியர்களுக்கு அடிமையாக இருந்திருக்கக்கூடும்!

இந்தக் கதை இங்கே தொடங்கவில்லை இந்த யுத்தத்தின் பிறகு இது முடியப்போவதில்லை. அன்று பாண்டிய மன்னன் இராசசிம்மனை, பராந்தகச் சோழன் மதுரையை விட்டு விரட்டி அடித்தார். பின் அவன் மறைவிற்குப் பிறகு இன்று இந்த வீரபாண்டியன் இலங்கை மன்னன் உதவியோடு அவனது பகைபோக்க படையெடுத்து வந்துள்ளான்.

சங்கு நாதம் கேட்ட நொடியில் சேனை வீரர்கள் வேகமாக முன்னேறிச் சென்று கொண்டிருந்தனர். உத்தமசீலி அவரது ரதத்தை வேகமாக முன்னோக்கிச் செலுத்துமாறு மலையனிடம் கூறிக்கொண்டிருந்தார். அவருக்கு அரணாக நான்கு வீரர்கள் அவரைப் பின் தொடர்ந்து கொண்டிருந்தனர் அதில் அவர் காலையில் ஆறுதல் கூறிய வீரனும் இருந்தான். குதிரையின் கால்களும் உத்தமரின் கண்களும் வீரபாண்டியனைத் தேடிக்கொண்டிருந்தன.

11

போர் தொடங்கி ஒரு நாழிகை முடிந்துவிட்டது. வீரபாண்டியன் இன்னும் யாருடைய கண்ணிலும் படவில்லை. உத்தமசீலி பாண்டிய வீரர்களை வெட்டி வீசிக் கொண்டிருந்தார்.

பாண்டிய சேனைகள் தங்கியிருக்கும் கூடாரத்திற்கு மேல் பெரு மலை முகடு இருந்தது. அங்கே யாரோ நின்று கொண்டிருப்பது உத்தமசீலியின் கண்களில் பட்டது. அது வேறுயாருமில்லை வீரபாண்டியன் தான் என்று உறுதிசெய்தார் உத்தமசீலி.

“வீரபாண்டியன் அங்கே இருக்கிறான் என்றால் இன்றைய போரின் வியூகங்களை வகுத்துப் போரை வழி நடத்துவது யார்?” என்ற கேள்விகள் அவரின் மனத்தில் எழுந்த பொழுது ஒரு ரதம் அவரின் முன் வந்து நின்றது.

“யாரைத் தேடுகிறாய் என்னையா? நீ என்னைத் தேடுவதைக் கண்டு உன் முன் நானே வந்துவிட்டேன்” என்று ஒரு கம்பீரக்குரல் கேட்டது. அந்தக் குரலின் சொந்தக்காரரர் பார்ப்பதற்கு ஆறடி உயரத்தில் வலிமையான உடல் அமைப்போடு கூர்மையான கண்களோடு, முறுக்கேறிய புஜங்களோடு எதிரே நிற்க, அவரைப் பார்த்து,

"உன் மரணத்தை நீயே தேடிக்கொண்டாய் வீரபாண்டியா!" எனக் கூறித் தனது வாளை உருவி குதிரையை விட்டுக் கீழே குதித்தார் உத்தமசீலி.

வீரபாண்டியன் ஒரு வாளும் கேடயமும் ஏந்தி உத்தமசீலியை நோக்கி ஓடிவர, உத்தம சீலி மிகவும் அமைதியாக அதே இடத்தில் நின்றார். வீரபாண்டியனுடைய வாளால் உத்தமசீலியை நெருங்கக்கூட முடியவில்லை. வீரர்கள் இருவரும் சரிசமமாகச் சண்டையிட்டுக் கொண்டிருந்தனர். வாளுடன் வாள் உரசி தீப்பொறி பறந்துகொண்டிருந்தது.

வீரபாண்டியன் மிகவும் வேகமாகத் தாக்கத் தொடங்கினான் அதற்குச் சற்றும் வேகம் குறையாமல் பதில் தாக்குதல் வந்துகொண்டிருந்தது. இருவரும் சமபலம் கொண்ட காரணத்தால் யார் வெற்றி பெறுவார் என்று யூகிக்க முடியாத சூழ்நிலை வந்துவிட்டது.

மறுபுறம் செங்கதிரவன் தலைமையில் படைகள் மிகவும் நேர்த்தியாக பாண்டியர்களைச் சிறைப்பிடித்துக் கொண்டிருக்க, இங்கே போர் மிகவும் உக்கிரமாக நடந்துகொண்டிருந்தது.

இருதுருவம் ஒன்றோடு ஒன்று முட்டி மோதிக் கொண்டிருந்ததைப்போல அந்தக் காட்சி இருந்தது. வீரபாண்டியனை ஓங்கி ஒரு உதை உதைத்தார் உத்தமசீலி. வீரபாண்டியன் நான்கடிக்கு அப்பால் சென்று கீழே விழுந்தான்.

"என்ன வீரபாண்டியா அதற்குள் களைத்து விட்டாயா. இன்று முழுவதும் உன்னுடன் மட்டும் போர் புரிய வேண்டும் என்று நினைத்தேன். உச்சிப்பொழுதைத் தாண்ட மாட்டாய் போலிருக்கிறதே?" என்று கேலியாக

உத்தமர் பேச, மிகவும் கோபத்துடன் தனது வாளைச் சுழற்றிக்கொண்டு அவரை நோக்கி ஓடிவந்தான் வீரபாண்டியன்.

இம்முறை அடி உத்தமரின் நெஞ்சில் விழ, அவர் ஒரு அடிகூட நகரவில்லை. "அவ்வளவு தானா உன் பலம்? உன் தந்தை இந்த மதுரையை விட்டு ஓடியது போல் இங்கிருந்து ஓடிவிடலாம் என்று மட்டும் கனவிலும் நினைக்காதே! என் தந்தை பராந்தகரைப் போல் தாராள மனப்பான்மை எனக்கு இல்லை, உன்னைக் கொன்று மண்ணில் புதைக்காமல் நான் இந்த இடத்தை விட்டுச் செல்ல மாட்டேன்" என்றார் உத்தமர்.

மீண்டும் கோபமடைந்த வீரபாண்டியன் உத்தமசீலியை நோக்கி ஓடிவந்து கொண்டிருந்தான். அவன் தாக்குதலைத் தடுத்து அவனின் கையில் ஓங்கி ஒரு அடி அடித்தார் உத்தமசீலி. வீரபாண்டியனின் ஆயுதம் தரையில் வீழ்ந்தது. முன்பே உத்தமசீலி ஏற்படுத்திய காயங்களில் இருந்து குருதி பெருக்கெடுக்க ஆரம்பித்தது. வீரபாண்டியன் இரத்தம் சொட்டச்சொட்ட நின்று கொண்டிருக்க, வீரபாண்டியனை அடித்துக் கீழே தள்ளினார் உத்தமசீலி.

மீண்டும் சிங்கம் போல எழுந்து நின்ற வீரபாண்டியன், அவனது வாளை மீண்டும் எடுத்துத் தனது இடது கையில் பிடித்துத் தன் வலது கையில் கேடயம் ஏந்தி நின்றான்.

உத்தமசீலி மனதில் வீரபாண்டியன் மேல் கொண்டிருந்த மதிப்பு பெருகியது. விழுந்தாலும் வீரன் வீரன் தானே என்று எண்ணிக்கொண்டார்.

வீரபாண்டியன் மீண்டுமொருமுறை இடது கையில் தனது வாளைச் சுழற்றிக்கொண்டு உத்தமசீலியை நோக்கி ஓடி வந்தான். இம்முறை கூரிய வாள் உத்தமசீலியின் தோளைப் பிளக்க, அங்கே இருந்து இரத்தம் சொட்ட ஆரம்பித்தது. சற்று பின்னே சென்று மீண்டும் ஒரு முறை உத்தமசீலியைத் தாக்க ஓடி வந்தான் வீரபாண்டியன்.

உத்தமசீலி மிகவும் லாபகரமாக அவனைத் தடுத்து நிலத்தில் வீழ்த்தினார்.

"மலையா!" என்று ஒரு குரல் கொடுத்தார் உத்தமசீலி. மலையனுடன் காலையில் அவர் பேசிய வீரனும் ஓடி வந்தான்.

"இவனைச் சிறை பிடித்துச்செல்!" என்று உத்தமர் கூறிய நொடி, மலையனுக்கு முன்னால் அந்த வீரன் ஓடிச்சென்றான்.

"வேகம்... அவனைச் சிறை பிடி" என்று அவர் கூறிக் கொண்டிருக்கையில் யாரோ மலையனைப் பின்னிருந்து தாக்கி நிலத்தில் இட, "மலையா!" என்று அலறினார் உத்தமர்.

ஓடிச் சென்ற வீரன், வீரபாண்டியனைத் தொட்டுத் தூக்கினான். "என்ன காரியம் செய்கிறாய்" என்று உத்தமசீலி சத்தம் கொடுக்க, அவர் பேசியது ஒன்றும்

காதில் விழாதது போல வீரபாண்டியனைத் தூக்கி, வீரபாண்டியனின் காலில் விழுந்தான் இந்த வீரன்.

"என்ன ரவிதாசா! நான் கூறியதைச் சரியாக முடித்து விட்டாயா? இவனைக் காப்பாற்றுவதற்கு இங்கே யாரும் வர மாட்டார்கள் அல்லவா?" எனக் கேட்டார் வீரபாண்டியன்.

"நீங்கள் கூறியவற்றைச் சிறப்பாகச் செய்து முடித்துவிட்டேன். சோழப்படைகளைத் திசை திருப்பி விட்டேன். இவனைக் காப்பாற்ற யாரும் வரமாட்டார்கள்" என்று கூறிய ரவிதாசனை நோக்கி, "துரோகம் செய்கிறாய் வீரனே! தாய் மண்ணிற்குப் பெரிய துரோகம் செய்கிறாய்" என்றார் உத்தமர்.

"என் தாய் மண்ணிற்கு விசுவாசம் காட்டுகிறேன்" என்றான் ரவிதாசன். நேரம் தாழ்த்த வேண்டாம் என்று வீரபாண்டியனை நோக்கிக் கூறினான் ரவிதாசன்.

தனது வாளைச் சுழற்றிக்கொண்டு வேகமாக உத்தமசீலியை நோக்கி ஓடினான் வீரபாண்டியன். உத்தமசீலி அவனைத் தாக்க முற்படும் போது அவரது தாக்குதலைத் தடுத்த வீரபாண்டியனின் வாள் உத்தமசீலியின் தலையைக் கொய்தது!!!

உத்தமரின் தலை தனியாக, உடல் தனியாக கிடக்கையில் அந்தத் தலையை எடுத்து வீரபாண்டியன் கையில் பிடித்துக் கொண்டு, "என் தந்தை ஓடியது உண்மைதான், உன் தலையைக் கண்டு உன் தந்தை என்னை நோக்கி ஓடி வருவான்" எனக்கூறிச் சிரிக்கத் தொடங்கினான்.

இதன் பிறகு சோழப் படைகள் எவ்வளவு தேடியும் வீரபாண்டியனைக் கண்டுபிடிக்க முடியவில்லை. பின்பு வீரபாண்டியன் தனது பெயருடன் சோழன் தலைகொண்ட என்று அடைமொழியைச் சேர்த்து, "சோழன் தலைகொண்ட வீரபாண்டியன்" என வைத்துக் கொண்டான்.

இந்தச் செயல் சோழ மக்கள் மத்தியில் பெரிய கோபத்தை ஏற்படுத்தியிருந்தது. இந்நிகழ்வுகளின் பின் சோழ அரியணை ஏறிய அரசர்கள் யாவரும் குறுகிய காலத்திலேயே இயற்கை எய்திவிட, வீரபாண்டியன் தலை கொள்ளப்போகும் அரசன் யார் என்ற எதிர்பார்ப்பு ஒவ்வொரு முறை அரசர் பதவியேறும் பொழுதும் இருந்தது. இந்த நிகழ்வு நடந்து சில வருடங்களுக்குப் பிறகு இன்று சோழ தேசம் சுந்தர சோழர் கைக்கு வந்தது. சுந்தர சோழர் மதுரை மீது படையெடுத்துப் பாண்டியனைக் காட்டிற்குத் துரத்தி "பாண்டியனைச் சுரம் இறக்கின பெருமாள்" என்ற பட்டம் மட்டும் கொண்டார்...

சுந்தர சோழரின் மனைவி பட்டத்து அரசிக்கு இன்று ஒரு ஆண் குழந்தை பிறந்தது என்ற செய்தி நாடு எங்கும் பரவ, அந்நிகழ்வு மிகவும் மகிழ்ச்சியுடன் கொண்டாடப்பட்டு வருகிறது.

நாட்டு மக்கள் அனைவரும் இன்று பழையாறை மாளிகைக்கு வந்துள்ளனர். இன்று அந்த ஆண் குழந்தைக்குப் பெயர் சூட்டும் விழா.

பழையாறை நகர் எங்கும் விழாக்கோலம் கொண்டிருந்தது, மக்கள் ஆரவாரத்துடன் குழந்தையைக் காண்பதற்காக அரண்மனை முன்னே குவிந்திருந்தனர்.

ஒரு பெரிய மேடை அமைக்கப்பட்டு இருந்தது. அதில் அரசர் சுந்தர சோழன், திருக்கோவிலூர் மலையமான், முதல்-மந்திரி அன்பில் அநிருத்த பிரம்மராயர், பெரிய பழுவேட்டரையர் மற்றும் சின்ன பழுவேட்டரையர் ஆகியோர் இருந்தனர்.

வேத மந்திரங்கள் முழங்க அக்னி ஜுவாலை வானை முட்டிக்கொண்டிருந்தது, அங்கே எரிந்து கொண்டிருக்கும் அக்னி அந்தக் குழந்தையின் பிறப்புத் தன்மையை மக்களுக்கு எடுத்துரைப்பது போல இருந்தது.

மக்கள் அனைவரும் இந்தக் குழந்தைக்கு என்ன பெயர் வைக்கப் போகிறார்கள் என்று ஆவலுடன் காத்துக் கொண்டிருக்க, பெயர் சூட்டும் தருணமும் வந்தது.

திருக்கோவிலூர் மலையமான் அந்தக் குழந்தையைக் கையில் எடுத்துக் கொண்டு அங்கு தீ ஜுவாலை முன் நின்று மக்கள் காணும் வகையில் அந்தக் குழந்தையைத் தூக்கிப் பிடித்தார். "இராஜாதித்தரின் வீரமும் கரிகாலனின் விவேகமும் உன்னுடன் பிறந்திருக்கிறது உன் பெயர் ஆதித்த கரிகாலன்!!" என்று அவர் கூறிய நொடியில் மக்களின் ஓசை அந்த வானையும் கடந்துதான் விட்டது.

வீரபாண்டியன் தலை கொண்ட கோப்பரகேசரி ஆதித்த கரிகாலன்

அந்தக் குழந்தையை யார் காணச்சென்றாலும் வீரபாண்டியனை வெல்லப்போகும் வீரன் இவனே என்று கூறுவதுண்டு. இது அந்த வீரச்செல்வனின் மனதில் ஆழமாகப் பதிந்து விட்டது.

அத்தியாயம் 2

சில வருடங்களுக்குப் பிறகு......

இருள் சூழ்ந்த ஒரு காட்டில் இரு வாலிபர்கள் குதிரை மேல் பிரயாணம் செய்து கொண்டிருந்தனர். குதிரை மிகவும் சோர்ந்து காணப்பட்டது வெகுதூரம் பிரயாணம் செய்த காரணத்தினால் அந்தக் குதிரை சோர்ந்து விட்டது.

தூரத்தில் ஒரு சிறிய குட்டை அதில் நீரும் அதன் கரையில் புல்லும் காணப்பட்டது. அதனருகே ஒரு குகையும் இருந்தது. "இதோ நம்முடைய இடம் வந்துவிட்டது" என்றான் குதிரைமீது இருந்த வாலிபன்.

"சரி குதிரையை இங்கேயே கட்டிவிட்டு வா! உண்ண உணவு கிடைக்கிறதா என்று பார்க்கலாம்" என்றான் மற்றொருவன்.

இருவரும் வேலும் வில்லும் ஏந்தி காட்டிற்குள் சென்றனர். சற்று தொலைவு வரை கண்ணில் எதுவும் படவில்லை. இன்னும் கொஞ்ச தூரம் போய்ப் பார்ப்போம் என்று அவர்கள் எண்ணிச் சற்று முன்னே நகர்ந்த நொடி எங்கிருந்தோ ஒரு மான் கூட்டம் அவர்களை நோக்கி ஓடி வந்தது.

வில்லை ஏந்தி மானைத் தாக்க தயாராக நின்றான் ஒருவன். மற்றொருவன் அவனைத் தடுத்து, "நில் இவை எதையோ கண்டு பயந்து ஓடி வருகின்றன. இவை இங்கே பயந்து ஓடி வந்ததின் காரணத்தைக்

கண்டுபிடிப்போம். அருகில் ஏதேனும் ஒரு ஆபத்தான விலங்கு இருக்கக்கூடும்" எனக் கூறினான்.

இவர்கள் இங்கே பேசிக்கொண்டிருந்த சமயத்தில் மனிதர்கள் நடந்து வரும் காலடிச் சத்தம் கேட்டது. முதலில் அது ஒருவனின் காலடிச் சத்தம் என்று தான் இருவரும் எண்ணினர். ஆனால் அருகில் வர வர, வருவது ஒருவர் அல்ல அது ஒரு கூட்டம் என்பதை உணர்ந்த இருவரும் அங்கிருந்த மரத்தில் ஏறினர்.

ஒரு கூட்டம் இருளில் தீச்சுடர் ஏந்தி அவர்கள் அமர்ந்திருந்த மரத்தைக் கடந்து செல்ல, மரத்தின் மீது இருந்து சத்தமில்லாமல் கீழே இறங்கி காற்றோடு புகை கலப்பது போல அந்தக் கூட்டத்தோடு கலந்து அவர்களைப் பின் தொடர்ந்தான் இருவரில் ஒருவன்.

மரத்தின் மீது அமர்ந்திருந்த இன்னொருவன் அவர்கள் சென்ற திசையில் சற்று இடைவெளிவிட்டுப் பின் தொடர்ந்து கொண்டிருந்தான்.

அந்தக் கூட்டம் ஒரு குகைக்குள் நுழைய அந்தக் கூட்டத்திலிருந்து ஒருவன் அங்கேயிருந்த கல் மேடை மீது அமர்ந்தான் மீதி இருந்த அனைவரும் கீழே அமர்ந்தனர்.

மேடை மீது அமர்ந்தவன் பேசத் தொடங்கினான். "சோழ தேசம் அசுர வளர்ச்சி அடைந்துவிட்டது, ராஷ்டிரகூடர்களைக் கொஞ்சம் கொஞ்சமாக அழித்துக் காஞ்சியைத் தனக்குச் சொந்தமாக்கி விட்டது. பாண்டிய தேசமும் இப்பொழுது இல்லை இலங்கையிலும் சில இடங்களில் புலிக்கொடி

21

இன்ப பிரபஞ்சன்.ஜெ

பறப்பதாக அறிகிறேன், இதற்கெல்லாம் முக்கிய காரணம் சோழ இளவரசன் ஆதித்த கரிகாலன் தான். அவனை வெல்லும் வீரன் நமது கூட்டத்திலும் இல்லை வேறு தேசத்திலும் இல்லை ஏன் இந்த உலகத்திலே இல்லை. அதனால் அவனிடம் போர் புரிந்து அவனை வெல்லுவது கனவிலும் சாத்தியமில்லை, நமது வீரர்கள் சிலரை அவனுக்கு நெருக்கமாகப் பழக விட்டு அவனைக் கொலை செய்வதைத் தவிர வேறு ஒரு வழியும் இல்லை. ஆனால் அதிலும் ஒரு சிக்கல் இருக்கிறது அவனுடன் எப்பொழுதும் அந்த வாணர்குல வீரனும் பல்லவ இளவரசன் பார்த்திபேந்திரனும் இருக்கிறார்கள். அதிலும் அந்த வாணர் குல வீரன் மிகவும் சாமர்த்தியசாலி" என அவன் பேசிக் கொண்டிருக்கும் பொழுது கூட்டத்தில் ஒருவன் பேசத் தொடங்கினான்.

"வாணர் குல வீரனா! அந்த வம்சம் இன்னும் இருக்கிறதா? அதில் வீரர்கள் எல்லாம் இன்னும் இருக்கிறார்களா? அவன் பெயர் என்ன? அவனை நான் பார்க்க வேண்டும்" என்று கூற, கூட்டத்தில் இன்னொருவன் எழுந்து நின்றான்.

"ஏன் எழுந்து நிற்கிறாய்? ஆம் நீ யார் புதியதாக இருக்கிறாய்?" என்று அந்தக் கல் மேடை மீது அமர்ந்திருந்தவன் கேட்க, "ஐயா நான் உங்களிடம் ஒரு தகவல் கூற வேண்டும். நீங்கள் கூறிய அந்த வீரன் பெயர் வல்லவரையன் வந்தியத்தேவன். அவன் வெகு நேரமாக வெளியே காத்திருக்கிறான்" என்று கூற, "நீ யார்" என்ற சத்தம் குகை எங்கும் எதிரொலித்தது.

தீப் பந்தம் மொத்தம் அங்கே நின்றவன் முகத்தைப் பார்க்க அவன் பக்கம் திருப்பப்பட்டது. இருளில் ஒளிவீசும் முகம்! அந்த முகத்தைப் பார்த்த நொடி, கல்மேடை மேல் அமர்ந்திருந்தவன் எழுந்து நின்றான். கூட்டத்தில் இருந்த வேறொருவன் "நீ யார்?" என்று மீண்டும் கேட்க, பதில் அந்தக் கூட்டத்தின் தலைவரிடமிருந்து வந்தது. "இது... ...இது... "ஆதித்த கரிகாலன்".... இது அவன் தான் கொல்லுங்கள் அவனை...!" என்று ஆணையிட, வாளும் வேலும் அவர் கழுத்தைச் சுற்றி மொய்க்கத் தொடங்கின.

அவர் முகத்தில் ஒரு மாற்றமும் இல்லை. தன் கைகள் இரண்டையும் ஓசைவரும்படி தட்டினார். அவ்வளவுதான் காற்றைக் கிழித்துக்கொண்டு வந்த அம்புகள் அந்த வாளும் வேலும் ஏந்திய கூட்டத்தில் உள்ளவர்களைத் தாக்கியது. ஒரு வினாடி இடைவேளையில் அம்புகள் மழையென பொழிய வில்லும் அம்பும் ஏந்தி குகைக்குள் பிரவேசித்தவனைப் பார்த்து, "உன் வேகம் நன்றாகக் கூடிவிட்டது வந்தியத்தேவா" என்றார் ஆதித்த கரிகாலர்.

பின் அந்தக் கூட்டத்தில் இருந்தவர்களைச் சிறைப்பிடித்துக்கொண்டு காஞ்சி நோக்கிச் செல்லும் சாலையில் இருவரும் முன்னே செல்ல, புலிக்கொடி ஏந்திய வீரர்கள் அந்தக் கைதிகளுடன் பின்னே சென்றனர்.

சற்று நேர பிரயாணத்திற்குப் பிறகு அனைவரும் காஞ்சி நகரத்தை அடைந்தனர்.

23

அந்த நகரின் மத்தியில் ஒரு உயரமான கோட்டை இருந்தது. அந்தக் கோட்டையைச் சுற்றி மிகப்பெரிய அகழிகள் இருந்தன. வானை முட்டும் அந்தக் கோட்டையைச் சுற்றி வீரர்கள் காவல் செய்தனர்.

ஆதித்த கரிகாலன் எதுவும் பேசாமல் கோட்டைக்குள் நுழைந்தார். அந்த எதிரி கூட்டத்தைப் பற்றி ஒரு வார்த்தை கூட பேசவில்லை. நேராகக் கோட்டையின் மேல் மாடத்தை அடைந்தார். அவரின் மனது மொத்தம் நேற்று அவருக்குக் கிடைத்த செய்தி மீதே இருந்தது. வீரபாண்டியன் மீண்டும் ஒரு போர் எடுக்கப்போகிறான் என்பதே அந்தச் செய்தி.

கோட்டையின் மேல்மாடத்தில் நின்று இயற்கை அழகை எல்லாம் ரசிக்காமல் கனத்த மனதோடு நிலவை உற்று நோக்கிக்கொண்டிருந்தார் அந்த மனிதர். உத்தமசீலியின் நினைவு அவரைத் தாக்கிக்கொண்டே இருந்தது.

ஆறடி உயரம், அகண்ட மார்பு, வலுவான கரங்கள், கூர்மையான பார்வை, தெளிவான முகத்தில் ஒரு தவிப்பு, தீப்பந்தங்களின் வெளிச்சத்தில் அவரை நாம் உற்று நோக்கினால் அது நமக்குப் புரியும். அந்தத் தவிப்பிற்குக் காரணம் சோழ தேசத்தில் இனி நடக்கப்போகும் நிகழ்வுகளைப் பற்றிய சிந்தனை என்றே நாம் வைத்துக்கொள்ளலாம்.

இன்று சோழ தேசம் மிகவும் பெரிய சாம்ராஜ்யம், இதை மீட்டெடுத்தவர் விஜயாலய சோழர். அவரின் காலத்தில் தான் சோழதேசம் மீண்டும் புத்துயிர் பெற்றது. தக்கோலத்தில் நடந்த போரில்

பல்லவர்களுக்குச் சோழர்கள் உதவினர் என்பது அகிலம் அறிந்த உண்மை. இதன் பிறகு பராந்தக சோழரின் ஆட்சி. இதில் பாண்டியர்களுக்கும் சோழர்களுக்கும் பெரும் போர் நடந்தது. அதில் வீராதி வீரர் உத்தமசீலி பங்குபெற்றார்.

பராந்தக சோழரின் மகன் உத்தமசீலியின் வீர மரணத்திற்குப் பின் வீரபாண்டியன் மதுரையின் சில பகுதிகளை மீட்டார், இப்பொழுது மீண்டும் சோழ தேசத்தின் மீது போர் என்று புறப்படப் போகிறான் என்ற செய்தி ஒற்றர்கள் வழி சோழதேசம் மொத்தம் பரவிவிட்டது. இதைப் பற்றித்தான் கரிகாலர் சிந்தித்துக் கொண்டிருக்கிறார்.

நிலவை நோக்கி நின்று கொண்டிருந்தவரின் காதில், "கரிகாலரே.. இளவரசே!... கரிகாலரே..." என்ற வார்த்தைகள் விழ, தன் கவனத்தை ஒலிவந்த திசை நோக்கித் திருப்பினார் ஆதித்த கரிகாலர்.

அவரை அழைத்தவன் நாம் முன்னே கண்ட தமிழகத்து வீரச் சரித்திரத்தில் புகழ்பெற்ற வாணர் குலத்தைச் சேர்ந்தவன். வல்லவரையன் வந்தியத்தேவன்.

"என்ன வந்தியத்தேவா? ஏன் என்னை அழைத்தாய்?" என்று ஆதித்த கரிகாலர் கேட்க,

"இளவரசே! நாளை நான் ஒரு முக்கிய வேலையாக கடம்பூர் சம்புவரையரைக் காணச் செல்கிறேன். அங்கே என்னுடைய நண்பன் கந்தமாறன் இருப்பது உங்களுக்குத் தெரியுமல்லவா? அவனுடன்

நான்கைந்து நாட்கள் தங்கி விட்டு வரலாம் என்று நினைக்கிறேன். இதையெல்லாம் உங்களிடம் கூறி அனுமதியும் ஆசியும் பெற்றுச் செல்ல வந்தேன்." என்று வந்தியத்தேவன் கூற,

"சரி சென்று வா! ஆனால் நீ விரைவில் வருவது மிகவும் அவசியம். பாண்டியன் இலங்கையில் இருந்து படைகளைத் திரட்டிக் கொண்டு இருப்பதாக நான் அறிந்தேன். நானும் நாளை தஞ்சை செல்லலாம் என்று இருக்கிறேன் அங்கே ராஜாங்கத்தின் பெரிய வீரர்கள், சிற்றரசர்கள், ராஜவிசுவாசிகள் அனைவரும் வருகின்றனர். நான் அங்கிருந்து உத்தரவிட்டதும் நீ நம் படைகளுடன் உறையூர் வந்து விட வேண்டும். அங்கிருந்து நாம் பாண்டியன் மீது போர் எடுத்துச் சென்று புலிக்கொடியை மீண்டும் பாண்டியதேசத்தில் பறக்கவிடவேண்டும்" என்று ஆதித்த கரிகாலர் கூறி முடிக்கும் முன்,

"உத்தரவு இளவரசே! வீரபாண்டியனின் தலை மண்ணில் உருளும் நாள் வெகு தூரத்தில் இல்லை!" என்று கூறி, "ஆதித்த கரிகாலன் வாழ்க! சோழ தேசம் வாழ்க!" என்று வீர முழக்கமிட்டான் வந்தியத்தேவன்.

வந்தியத்தேவன் சென்றதும் ஆதித்த கரிகாலர் மனம் எங்கேயோ போய்க் கொண்டிருந்தது. மதுரை என்ற பெயர் கேட்டதும் அவர் மறக்க நினைக்கும் பல விஷயங்கள் அவர் நினைவில் வர, அந்த நினைவலைகள் பெரும்பாலும் அவரின் மனதில் உள்ள பல காயங்களை ஆற விடாமல் தடுத்துக்கொண்டிருந்தன.

சூரியன் கிழக்கில் எட்டிப் பார்ப்பதற்கு முன் விண்ணகரத்தின் வீரநாராயணபெருமாள் கோவிலுக்கு வந்திருந்தான் வந்தியத்தேவன். சூரிய ஒளி இல்லாத காரணத்தினால் அவனால் வரும் வழியில் இருந்த வீரநாராயண ஏரியின் அழகை ரசிக்க முடியவில்லை. அதுமட்டுமில்லாது அவன் மனம் முழுவதும் மலையமான் அனுப்பிய செய்தியைச் சம்புவரையரிடம் சேர்ப்பதில் தான் இருந்தது.

இது விண்ணகரக் கோவில் இங்கே இருப்பவர் வீரநாராயணப் பெருமாள். அதிகாலையில் பயணத்தைத் தொடங்கியதால் வந்தியத்தேவனுக்கு இப்பொழுது களைப்பும், பசியும் தொற்றிக்கொண்டன. அவன் ஹரியும் சிவனும் ஒன்று எனும் கொள்கை கொண்டவன். அதிகாலை பூஜை முடிந்தவுடன் கோவிலில் பிரசாதம் கொடுப்பார்கள் என்பது வந்தியத்தேவனுக்கு நன்கு தெரியும். அதுவும் பெருமாள் கோவிலின் புளிச்சோறுக்கு அவன் அடிமை.

சூரிய ஒளி மெதுவாகக் கோவிலிலுள்ள கருவறையில் விழுந்தது. அப்படிச் சூரியன் விஷ்ணுவை தரிசித்த பிறகு, அங்கிருந்த அனைவரும் ஆழ்வார் பாசுரங்களைப் பாடினர். பின்பு தெய்வத்திற்கு நெய்வேத்தியம் செய்த பிரசாதங்களை அர்ச்சகர் அனைவருக்கும் கொடுத்துக் கொண்டிருந்தார். கூட்டத்தின் மத்தியில் நின்று கொண்டிருந்தான் வந்தியத்தேவன்.

"தம்பி... தம்பி..." என்று யாரோ யாரையோ அழைப்பது போல குரல் கேட்டும், கேட்காதது போல நின்று கொண்டிருந்தான் வந்தியத்தேவன். திடீரென்று அவன் முதுகில் ஒரு தடி வைத்து யாரோ அவனை அடிக்க, "யாரது என்னை அடித்தது! வாணர்குல வீரனை அடிக்கும் துணிவு இங்கு யாருக்கு உள்ளது. ஒன்றுக்கொன்று மோதி பார்ப்போம் தைரியமிருந்தால் வெளியே வாருங்கள்!" என்று கத்திய வந்தியத்தேவனின் காதில், "மேலே பார்க்காதே கீழே பார்" என்று ஒரு குரல் கேட்டது.

"பெரியவரே! எதற்கு என் முதுகில் அடித்தீர், வேண்டுமென்றால் மார்பில் அடியுங்கள். முதுகு காட்டும் பழக்கம் எங்கள் பரம்பரைக்கே கிடையாது!" என்றான் வந்தியத்தேவன்.

"அதெல்லாம் சரிதான் தம்பி! எனக்கும் சேர்த்துப் புளியோதரை வாங்கு, ஏனென்றால் என்னால் நடக்க முடியவில்லை உடைந்த இந்தக் கால் மிகவும் வலிக்கிறது, இங்குள்ள யாரையும் பார்த்தால் வீரனைப் போலத் தோன்றவில்லை. ஆனால் உன்னைக் காணும் பொழுது நீ ஒரு மாவீரன் என்பதை உணர்ந்தேன். இருவரும் உணவு உண்ட பிறகு நீ என்னை உன் முதுகில் சுமந்து என் வீட்டில் விட வேண்டும்" என்று பெரியவர் மெல்லிய குரலில் கூற, அவன் காதில் அவர் தன்னை வீரன் என்று கூறியது மட்டுமே கேட்டது.

"சரி போகலாம் போகலாம்...!" என்று கூறியவன் இருவருக்குமான புளியோதரையை வாங்கினான். இருவரும் சீரக மணம் கமழும் அந்தப்

புளியோதரையை ருசித்து உண்டனர். பின் வந்தியத்தேவன் அப்பெரியவரைத் தன் முதுகில் ஏற்றிக்கொண்டு அவரின் வீடு நோக்கி நடந்தான். அந்த முதிர்ந்த கிழவருக்குத்தான் என்ன **பாரம்**, முறுக்கேறிய உடல், நிச்சயம் இவர் ஒரு போர்வீரனாகத்தான் இருக்கவேண்டும். என்று மனதில் நினைத்துக் கொண்டே அவரைக் கொண்டுபோய் அவரின் வீட்டில் விட்டான். திரும்பி வரும் வழியில் விசித்திரமாக இருக்கும் ஒரு கூட்டத்தைக் கண்டான்.

"இந்த இடத்திற்கும் அவர்கள் அணிந்திருக்கும் உடைக்கும் சம்பந்தமே இல்லையே? பார்ப்பதற்கு இவர்கள் சோழ தேசத்துப் பிரஜைகள் போலவும் இல்லை." நேற்று இரவு நடந்த நினைவுகள் அவன் கண்முன்னே வந்து போக, "கையில் வில், வாள் எல்லாம் வைத்திருக்கிறார்கள். இவர்கள் யார் என்று அறிந்து கொண்டே தீரவேண்டும்" என்று தனக்குத்தானே பேசிக் கொண்டு, அவர்களைப் பின்தொடர்ந்து அவர்கள் அமர்ந்திருந்த இடத்திற்கு அருகில் இருந்த மரத்தில் ஏறினான் வந்தியத்தேவன்.

"ஆதித்த கரிகாலனைக் கொன்றே தீரவேண்டும்! சென்ற முறை போரில் அதிர்ஷ்டம் அவன் பக்கம் போய் விட்டது! இராஷ்டிரகூடர்களின் ஆட்சியை முடிவுக்குக் கொண்டுவர வேண்டும் என்ற முடிவுடன் இருக்கிறான் கரிகாலன்" என்று ஒருவன் கூற,

"அவனிடம் இருப்பவர்கள் எல்லாருமே வீரனாக இருக்கிறார்கள். விவேகம் உள்ளவர்களாகவும் இருக்கிறார்கள். அதிலும் அந்த வாணர் குலத்தைச்

சேர்ந்தவன் அவன் பெயர் என்ன?" என்று இவர்கள் பேசிக் கொண்டிருக்கும் பொழுது,

மரத்திலிருந்து தொப்பென்று கீழே குதித்து, "அவன் பெயர் வந்தியத்தேவன்" என்றான் வந்தியத்தேவன்.

"நான் கூறிக் கொண்டிருந்தது இவனைப் பற்றித் தான். இவன் நம் திட்டங்களை எல்லாம் கேட்டுக் கொண்டு இருந்திருக்க வேண்டும். இவனை இங்கேயே கொன்றுவிடலாம்" என்று கூறி வாளை உருவி ஏழு பேர் வந்தியத்தேவனை நோக்கி ஓடிவர, "நேற்றும் இவர்களைப் போன்ற ஒரு கூட்டத்தை அல்லவா நாம் சிறைபிடித்தோம் எத்தனை பேர் இப்படிச் சுற்றிக்கொண்டிருக்கிறார்களோ?" என்று நினைத்தபடி வாளைச் சுழற்றிக்கொண்டு ஒரு அடி கூட எடுத்து வைக்காமல் நின்று கொண்டிருந்தான் வந்தியத்தேவன்.

அவன் அவர்கள் ஏழு பேர் என்று நினைத்துக் கொண்டிருக்க, புதிதாக எட்டாவதாக ஒருவன் வந்தியத்தேவன் பின்னால் இருந்தது அவன் கண்ணில் படவில்லை. பின்னாலிருந்து காய்ந்த மரக்கட்டையினால் வந்தியத்தேவனை அவன் தாக்க, அங்கேயே மூர்ச்சை அடைந்தான் நம் வாணர்குல வீரன்.

அவன் கண் திறந்து பார்க்கும் பொழுது ஒரு புளிய மரத்தில் தான் கட்டி வைக்கப்பட்டிருந்தது தெரிந்தது. "இவர்கள் ஏன் என்னைக் கொலை செய்யவில்லை?" என்று தனக்குத் தானே கேட்டுக் கொண்டிருந்த வந்தியத்தேவனை நோக்கிய ஒருவன்,

"உன்னை எல்லாம் நாங்கள் எதற்குக் கொல்ல வேண்டும்? எங்கள் கையால் மாண்டு வீரன் என்ற பெயரை அடையப் பார்த்தாயா? இங்கே சுற்றித்திரியும் நரிகளே போதும் உன் கதையை முடிக்க" என்று கூறும்பொழுது மேற்கே சூரியன் மறையத் தொடங்கினான்.

இரவின் இருள் பரவத்தொடங்கியது. எதிரே நின்றவர்கள் அனைவரும் செல்வது தெரிந்தது. தூரத்தில் நரி ஊளையிடும் சத்தமும் கேட்டது.

அத்தியாயம் 3

வந்தியத்தேவன் கடம்பூர்ச் சம்புவரையர் மாளிகையை நோக்கிச் சென்று கொண்டிருந்த சமகாலத்தில், காஞ்சியிலிருந்து ஆதித்த கரிகாலர் தஞ்சை நோக்கிப் புறப்பட்டார்.

ஒரு பெரிய சேனை ஆதித்த கரிகாலருடன் செல்வதற்கு ஆயத்தமாக இருந்தது. யானை மேல் ஏறி அமர்ந்த ஆதித்த கரிகாலர் பார்த்திபேந்திர பல்லவனை நோக்கி,

"பல்லவரே நான் தஞ்சை நோக்கிச் செல்கிறேன். நான் சென்ற பிறகு இராஷ்டிரகூடர்கள் மீண்டும் சில சில தொல்லைகள் நமக்குத் தரக்கூடும். நீங்கள்தான் முன்னிருந்து ஆக வேண்டிய காரியங்களை நோக்கவேண்டும். வந்தியத்தேவனையும் உங்களையும் தான் நான் நம்புகிறேன். வீரர்களுக்குப் பயிற்சி மிகவும் அவசியமானது. முக்கியமான வேலையாக நான் தஞ்சை செல்வதால் நீங்கள் முன்னிருந்து நமது வீரர்களுக்குப் பயிற்சி அளியுங்கள்" என ஆதித்த கரிகாலர் கூற,

"அப்படியே ஆகட்டும் இளவரசே! நீங்கள் பத்திரமாகச் சென்று வாருங்கள் நான் ஆக வேண்டிய காரியங்களை நோக்குகிறேன்" என்றான் பார்த்திபேந்திரன்.

பரிவாரங்கள் தஞ்சை நோக்கிச் செல்லத் தொடங்கின. யானைமேல் புலி போல

அமர்ந்திருந்தார் ஆதித்த கரிகாலர்! ஆனால் அவர் மனம் முழுவதும் வேறு எங்கோ சென்று கொண்டிருந்தது.

'தஞ்சைக் காவல் பழுவேட்டரையர்கள் கையில் உள்ளவரை தஞ்சைக் கோட்டையை நெருங்குவது என்பது வீரபாண்டியனுக்குச் சிம்ம சொப்பனமே! இலங்கையிலிருந்து வீரர்கள் வந்தாலும்கூட தஞ்சையை ஒன்றும் செய்து விட முடியாது. எனது கவலை தஞ்சை பற்றியது அல்ல. ஒருவேளை நான் இல்லாத சமயம் ராஷ்டிரகூடர்கள் காஞ்சியைத் தாக்கினால்?' என்று அவருக்கு அவரே பேசிக்கொண்டிருக்கும் பொழுது,

மக்கள் இருபுறமும் கடலென திரண்டு "ஆதித்த கரிகாலர் வாழ்க! சோழ தேசம் வாழ்க!" என்று கோஷமிட்டுக் கொண்டிருந்தனர்.

மக்கள் வெள்ளத்தில் இருந்து திடீரென்று ஒரு ஆள் ஆதித்த கரிகாலர் அமர்ந்திருந்த யானையை நோக்கி ஓடிவந்தான். அவன் உடம்பெல்லாம் ஊர்த்வபுண்டரமாகச் சந்தனம் அணிந்து, தலையில் முன் குடுமி வைத்திருந்த வைஷ்ணவ பக்த சிகாமணி. அவன் கையில் ஒரு குறுந்தடி இருந்தது. கட்டையான குட்டையான உடல் அமைப்பு, வைரம் பாய்ந்த திருமேனியுடன் கூட்டத்தைப் பிளந்துகொண்டு கரிகாலரை நோக்கி வந்துகொண்டிருந்தான்.

33

"இளவரசே இளவரசே..." என்று கூச்சலிட்டுக் கொண்டு வந்தவனை வீரர்கள் தடுத்து நிறுத்த, யானை மேலிருந்த ஆதித்த கரிகாலன், "யார் நீ?" என்று கேட்டார்.

"என்னை உங்களுக்கு ஞாபகம் இல்லையா இளவரசே? நான்தான் ஆழ்வார்க்கடியான் நம்பி, திருமலை!" என்று கூறினான் அவன்.

"சரி நீ எதற்காகக் கூட்டத்தைப் பிளந்து கொண்டு ஓடி வந்தாய்?" என்று மீண்டும் ஆதித்த கரிகாலர் வினா வைக்க,

"உங்களுக்குச் சேர வேண்டிய ஒரு ஓலை என்னிடம் உள்ளது, அதை உங்களிடம் சேர்ப்பதற்காகவே நான் வந்தேன்" என்றான் ஆழ்வார்க்கடியான்.

"எனக்கு ஓலையா? யார் கொடுத்தது?"

"அவனை எனக்கும் தெரியாது இளவரசே! முதல் மந்திரி பிரம்மராயர் உங்களை விரைந்து அழைத்து வருமாறு என்னை அனுப்பினார். நான் உங்களுக்காகக் காத்திருக்கும் அந்த வேளையில் ஒருவன் என்னிடம் வந்து இந்த ஓலையைக் கையில் கொடுத்துவிட்டு இதை ஆதித்த கரிகாலரிடம் கொடுத்து விடு என்று கூறி ஓடிவிட்டான். பிடிக்க முற்படும் முன் காற்றோடு காற்றாகக் கலந்துவிட்டான்"

"அப்படியா! பிரம்மராயரின் ஆளா நீ? சரி அந்த ஓலையை என்னிடம் கொடு" என்றார் ஆதித்த கரிகாலர்.

தன் இடுப்பில் சொருகி வைத்திருந்த ஓலையை எடுத்து ஆதித்த கரிகாலரிடம் நீட்டினான் ஆழ்வார்க்கடியான்.

ஓலையை வாங்கி படிக்கத் தொடங்கினார் ஆதித்த கரிகாலர்.

"பாண்டியனின் சதியை முறியடிக்க அவனது மணிமுடியும் இந்திரா ஆரமும் சோழர்கள் வசம் வரவேண்டும். அது இருக்கும் இடம் எனக்குத் தெரியும். அதை உங்களுக்குச் சொல்ல வேண்டுமென்றால், வருகிற அமாவாசையன்று காவிரி ஆற்றங்கரையில் தனியாக எனக்காகக் காத்திருங்கள் இப்படிக்குச் சோழப் புலி"

இதைப் படித்ததும் யானை மேலிருந்து கீழே குதித்தார் ஆதித்தர், "இந்த ஓலையை நீங்கள் படித்தீர்களா?" என்று கேட்க,

"ராஜாங்க விஷயத்தில் நான் இடை படுவதே இல்லை இந்த ஓலையை நான் படிக்கவே இல்லை" என்றான் ஆழ்வார்க்கடியான்.

சிரித்துக்கொண்டே ஓலையை நீட்டினார் ஆதித்த கரிகாலர். ஓலையை வாங்கிப் பார்த்தவுடன், "என்ன இது சோழ கொடிகளில் உள்ள புலிகள் மேல் நோக்கிப்

பாய்பவை இதிலுள்ள குறியோ கீழ்நோக்கி இருக்கிறது" என்று முணுமுணுத்தான் ஆழ்வார்க்கடியான்.

"அநிருத்தரின் ஆள் என்பதை நிரூபித்து விட்டீர்கள்! அதைத்தான் நானும் கூற வந்தேன், இது எதோ எனக்கு எதிரே நடக்கும் சதி! நான் பார்த்துக் கொள்கிறேன்" என்று கூறிச் சிரித்துக் கொண்டே யானை மேல் ஏறினார் ஆதித்த கரிகாலர்.

"சரி இளவரசே! நான் விடைபெற்றுக் கொள்கிறேன். உங்களை வேகமாக தஞ்சை போகச் சொல்வதே, நான் கொண்டிருந்த பணி. இப்பொழுது நான் திருவேங்கடம் செல்ல வேண்டும் அங்குள்ள வைஷ்ணவ கோவில்களுக்குச் சென்று ஆழ்வார் பாசுரங்களைப் பாட வேண்டும்". என்று கூறி முடிக்கும் முன், ஆதித்த கரிகாலர், "சரி உங்களின் விருப்பம் நான் எதுவும் சொல்ல முடியாது. நான் வேகமாக தஞ்சை நோக்கிச் செல்கிறேன்" என்று கூறிப் புறப்படத் தயாரானார்.

அத்தியாயம் 4

சோழ வரலாற்றில் மிகவும் முக்கியமான ஒரு நகரம் பழையாறை. விஜயாலய சோழன் இங்கே தான் வாழ்ந்துவந்தார், பல்லவர்கள் அவருக்குத் தஞ்சையை வழங்கிய பிறகு சோழர்கள் கவனம் தஞ்சை மேலே விழுந்தது.

தஞ்சையில் பரந்துவிரிந்த காவேரி நதி பழையாறை வரும்போது சுருங்கிவிடுகிறது, அங்கே காவேரியாற்றங்கரையில் மக்கள் பெரிய பெரிய பானைகளில் நீர் எடுத்துச் சென்று கொண்டிருந்தனர்.

பழையாறை வீதிகள் மொத்தமும் விழாக்கோலம் கொண்டிருந்தது. காரணம் சோழர்களின் தலைநகரம் தஞ்சையாக இருந்தாலும் குந்தவை தன் தோழிகளுடன் இருக்குமிடம் பழையாறை தான்.

பழையாறை தஞ்சையை விட மிகவும் அழகான நகரம், சுந்தர சோழரும் ஒரு காலத்தில் இங்கே தான் இருந்தார், வீரபாண்டியனின் ஆபத்துதவிகள் ஒரு முறை அவரைக் கொலை செய்ய முயற்சித்தபொழுது அவரைப் பெரிய பழுவேட்டரையர் காப்பாற்றினார். பின் பாதுகாப்புக் கருதி சோழர்களின் தலைநகராகத் தஞ்சை மாற்றப்பட்டது.

இளவரசி குந்தவையைப் பற்றி சொல்ல வேண்டுமானால், அழகும் அறிவும் ராஜதந்திரமும் ஒரு பெண்ணிடம் இருப்பதைக் கண்டு சோழதேசத்தின் ராஜவிசுவாசிகள் கூட பொறாமை படுவதுண்டு. செந்தாமரை நிறம், கைதேர்ந்த

இன்ப பிரபஞ்சன்.ஜெ

சிற்பிகள் செதுக்கிய சிலை வடிவைப் போன்ற சிறிது நீளவட்ட முகம், நீலோத்பலத்தின் இதழைப் போன்ற கண்கள், பூவின் மொட்டைப்போல மூக்கு, அழகியின் அரசி என்பதற்கு அடையாளமாகச் சூட்டிய மணிமகுடம் போன்ற சிகை அலங்காரம்.

குந்தவையும் அவளது தோழி வானதியும் யானைமேல் ஏறி தஞ்சை நோக்கிச் சென்று கொண்டிருந்தனர். உறவினர்கள் அனைவரும் இணைந்து வெகு நாட்கள் ஆகிவிட்டது.

ஆதித்த கரிகாலர் காஞ்சியிலேயே தங்கிவிட்டார். குந்தவை பழையாறையில், அருள்மொழி தஞ்சாவூரில் எனக் குடும்பங்கள் ஒன்றாக இருந்து வெகு நாட்கள் ஆகிவிட்டது. குந்தவை மனம் முழுதும் வெகு நாட்களுக்குப் பிறகு ஆதித்த கரிகாலரைக் காணப்போகிறோம் என்பதில் மிகவும் பூரிப்படைந்து இருந்தது.

"யானைப்பாகா! யானைப்பாகா!" என்று வீதி முழுவதும் வானதியின் கூச்சல் மட்டும்தான் கேட்டது.

"என்னக்கா! இந்த யானைப்பாகனின் செவிகளில் நான் பேசும் வார்த்தைகள் கேட்கவில்லை போல! யானைப்பாகா ஏன் இப்படி யானை மெதுவாகச் செல்கிறது?" என்று கூச்சலிட்டுக் கொண்டே வந்தாள் அந்தப் பெண்.

"சும்மா இருடி! யானை வேகமாகச் சென்றால் நீ பயத்தில் மூர்ச்சை ஆகிவிடுவாய்" என்று கூறி குந்தவை சிரித்ததும் யானைப் பாகனும் சிரித்தான்.

"இது மட்டும் இந்த யானைப்பாகன் காதில் விழுகிறதே? உனக்குக் காது கேட்குமா யானைப் பாகா?" என்று வானதி கூற,

யானைப்பாகன் சற்று திரும்பி வானதியை நோக்கிவிட்டு “யானை வேகமாகச் சென்றால் நீ பயந்துவிடுவாய் பெண்ணே” என சிரித்துக்கொண்டே யானையின் காதில் ஏதோ முணுமுணுத்தார்.

யானை மதம் பிடித்தது போல வீதிகளில் ஓடத்தொடங்கியது! "ஐயோ அம்மா! ஐயோ அம்மா!" என்று வானதி அலரி மூர்ச்சை அடைந்து விட்டாள்.

"தம்பி போதும்! நிறுத்து உன் விளையாட்டை அவள் மூர்ச்சையாகி விட்டாள், உங்கள் இருவருக்கும் இதே வேலையாகி விட்டது!"

"நான் என்ன செய்தேன் அக்கா. அவள்தான் கேட்டாள் யானை வேகமாகச் செல்ல வேண்டும் என்று" என்றார் அந்த யானைப்பாகன்.

"அருள்மொழி! நீ அவளிடம் இப்படி நடந்து கொள்ளாதே!" என்று குந்தவை கூற, 'சரி' என்பது போலத் தலையசைத்தார் அருள்மொழிவர்மர்.

தனது அக்காவைத் தஞ்சை அழைத்துச் செல்லவே இந்த யானைப்பாகனின் வேடத்தில் வந்தார் இளையவர் இளங்கோ அருள்மொழி வர்மர்.

வானதி கொடும்பாளூர் இளவரசி. வானதியின் தந்தை கொடும்பாளூர் சிறியவர் சோழப்படைகளுடன் இலங்கை சென்றிருக்கிறார்.

விண்ணகரக்கோவில் .....

சூரியன் அஸ்தமித்துவிட்டது. இருள் மெதுவாகப் பரவத்தொடங்கியது. கைகள் கட்டப்பட்ட நிலையில் வந்தியத்தேவன் இருந்தான், அவன் எத்தனை கத்தியும் கூச்சலிட்டும் அவனைக் காப்பாற்ற யாரும் வரவில்லை.
நரிகளின் ஊளை நொடிக்கு நொடி அருகாமையில் கேட்டுக் கொண்டிருந்தது!

"என்ன இப்படி வந்து சிக்கி விட்டோமே! இங்கிருந்து எப்படியாவது தப்பிக்க வேண்டும்! மேலிருந்து ராஷ்டிரகூடர்கள் தொல்லை! மத்தியில் பாண்டியனின் தொல்லை. இப்பொழுது புதிதாகச் சிங்களர்களும் கீழே இருந்து தொல்லை கொடுக்கிறார்கள். சோழ தேசத்தை இம்முறை சூழ்ந்திருக்கும் அபாயத்திற்குப் பாரபட்சமில்லை. நாம் தான் இந்தச் சோழதேசத்தைப் பாதுகாக்க வேண்டும்" என்று தனக்குத்தானே பேசிக்கொண்டு இருக்கும்பொழுது, முழுமையாக இருட்டி விட்டது ஆனால் எங்கிருந்தோ,

"வந்தியத்தேவா! வந்தியதேவா!" என்று குரல் வந்து கொண்டிருக்க. தன்னை நெருங்கி வரும் ஒளிவீசும் பல கண்களைக் கண்டு நின்றான் வந்தியத்தேவன்.

அத்தியாயம் 5

வந்தியத்தேவன் அவை அனைத்தும் நரிகளின் கண்கள் என்று நினைத்துக் கொண்டிருந்த வேளையில் பல குதிரைகள் நடந்து வரும் சத்தம் அவன் காதில் விழுந்தது. அத்துடன் நில்லாது அவன் உயிர் நண்பன் கந்தமாறன் குரலும் கேட்டது.

கந்தமாறன் குரல் கேட்ட மறு நொடியே, "நண்பா.... கந்தமாறா வந்துவிட்டாயா என்னைக் காப்பாற்ற வந்துவிட்டாயா?" என்று மகிழ்ச்சியில் துள்ளிக் குதித்தான் வந்தியதேவன்.

கந்தமாறனும் அவனது வீரர்களும் வந்தியத்தேவன் கட்டி வைக்கப்பட்டிருந்த மரத்தின் அருகே வந்தனர். கந்தமாறன் அவன் உறையில் இருந்து வாளை உருவி வந்தியத்தேவன் கையில் கட்டப்பட்டிருந்த கயிற்றை அறுத்து எறிந்தான்.

வந்தியத்தேவன் அடுத்த நொடியே அவன் நண்பனை ஆரத்தழுவி, "நண்பா எப்படி வந்தாய்? நான் இங்கு இருப்பது உனக்கு எப்படித் தெரியும்?" என்று கேள்வி மேல் கேள்வியாக கேட்க,

கந்தமாறன் மௌனமாக ஒரு இடத்தைச் சுட்டிக் காட்டினான். அவன் சுட்டிக்காட்டிய இடத்தில் வந்தியத்தேவனின் குதிரை ஆழி நின்றது.

வந்தியத்தேவனுக்கு ஒரு நொடி ஒன்றும் புரியவில்லை. "என்ன ஆழி என்னைக்

41

காப்பாற்றியதா? எனக்கு ஒன்றும் புரியவில்லை கொஞ்சம் தெளிவாகக் கூறு நண்பா" எனக் கூறினான் வந்தியத்தேவன்.

"மாலை நேரம் மணிமேகலை மேல் மாடத்தில் நின்று கொண்டிருந்தாள். அவள் அங்கிருந்து காணும் பொழுது வீரர்கள் பலர் ஒரு குதிரையைத் தொல்லை செய்து கொண்டிருப்பது தெரிந்தது, இதை அனைத்தும் அவள் என்னிடம் கூற, நான் சென்று கீழே பார்த்தேன். குதிரையைப் பார்த்தவுடன் எனக்குச் சற்று சந்தேகமாக இருந்தது ஒருவேளை இது ஆழியாக இருக்குமோ என்று. குதிரையின் சேனம் அடியில் பார்த்தேன் அதில் உனது கத்தி இருந்தது. பத்து வீரர்களைப் பின் தொடரச் சொல்லி ஆழி மேல் ஏறி அமர்ந்தேன். அது என்னை இங்குக் கொண்டு வந்துவிட்டது" எனக் கந்தமாறன் கூறிக்கொண்டிருக்க, ஆழி அருகே சென்று அதன் நெற்றியில் முத்தமிட்டான் வந்தியத்தேவன்.

"கூறு நண்பா யார் உன்னைக் கட்டிப்போட்டது? நீ ஏன் அவர்களை ஒன்றும் செய்யவில்லை" என்று பல கேள்விகளை கந்தமாறன் கேட்டுக்கொண்டிருக்க,

வந்தியத்தேவன் பதிலை ஆதித்த கரிகாலரிடம் இருந்து தொடங்கினான், "நேற்று முன்னிரவில் நானும் இளவரசர் ஆதித்த கரிகாலரும் தனியாக மேல்மட்டத்தில் பேசிக் கொண்டிருந்தோம். அவர் ஒரு வீரனின் கதையைக் கூறினார்."

"வீரனின் கதையா? யாருடைய கதை?" எனக் கந்தமாறன் ஆர்வமாகக் கேட்க, "உத்தமசீலியின் வீரக்கதை அது!" எனக் கூறினான் வந்தியத்தேவன்.

"கரிகாலர் இன்னும் அவற்றை மறக்கவில்லையா?" என்றான் கந்தமாறன்.

"எப்படி கந்தமாறா மறப்பது, அன்று வீரபாண்டியனுடன் நடந்த யுத்தத்தில் பாண்டிய படை நான்கு புறமும் தெறித்து ஓடியது. போரின் முடிவில் சோழர்களின் கடைக்குட்டி புலியானது வீரமரணம் அடைந்தது. அந்தப் புலியின் பெயர் உத்தமசீலி என்பதை நீ நன்கு அறிவாய். உத்தமசீலியரின் தலையை வெட்டிய காரணத்தினால் சோழர் தலைகொண்ட வீரபாண்டியன் என்ற பட்டத்தைப் பாண்டியன் தனதாக்கினான். இன்று மீண்டும் சோழர்களின் மீது போர்த் தொடுப்பது என முடிவெடுத்து, படைபலம் சேர்ப்பதற்காக இலங்கை அரசன் மகிந்தனின் உதவியை நாடி அவனது படைகளையும் பெற்று நம்மை எதிர்ப்பதற்குத் தயாராகிக் கொண்டிருக்கிறான். இம்முறை அவனுக்கு வெற்றி கிட்டக் கூடாது! அவனை எதிர்க்க அவசர கூட்டம் தஞ்சையில் நடக்கிறது. சோழர்களுக்குக் கீழிருக்கும் எல்லா சிற்றரசர்களும் அங்கு வருகிறார்கள், உன் தந்தை சம்புவரையர் அங்கே வர வேண்டும் என்பது திருக்கோவிலூர் மலையமான் அவர்களின் உத்தரவு. இந்தச் செய்தியைச் சம்புவரையரிடம் தெரிவிக்கவே வந்தேன், ஆனால் வந்த இடத்தில் வேறு ஒரு விஷயமும் தெரிந்தது அதை இங்கே சொல்ல முடியாது நீ இந்தச் செய்தியை உன் தந்தையிடம் கூறி

விட்டு நேராகக் காஞ்சிபுரம் வந்துவிடு நான் காஞ்சியில் இருப்பேன் அங்கே எனக்குச் சில வேலைகள் இருக்கிறது" என்று கூறி ஆழி மேல் ஏறி அமர்ந்தான் வந்தியத்தேவன்.

"என்னைக் காப்பாற்றியதற்கு மிகவும் நன்றி நண்பா இப்பொழுது பேசுவதற்கு நேரமில்லை செயலில் இறங்க வேண்டிய நேரம் இது. நான் வருகிறேன்" என்று கூறி குதிரையைக் காஞ்சி நோக்கிச் செலுத்தினான் வந்தியத்தேவன்.

குடந்தை ...

பண்டைய தமிழகத்தில் குடந்தை சோழர்களின் கருவூலமாக இருந்திருக்கிறது என்று அகநானூறு கூறுகிறது. காவேரியின் கரையோரமாக அமைந்த ஒரு நகரம் குடந்தை. அந்நகரில் பாயும் காவேரியின் அழகை எத்தனை வரிகளில் வர்ணித்தாலும் அவை மிகையாகாது. குடந்தை ஒரு அற்புத நகரம் மிகவும் அழகான நகரம்!

அருள்மொழி, குந்தவை, வானதி மூவரும் குடந்தை நகரை மாலையில் அடைந்துவிட்டனர். குடந்தை ஜோதிடர் வீடு அந்த நகரின் காளிக்கோவிலுக்கு அருகே இருந்தது. அந்த வீட்டிற்கு வரவேண்டும் என்றால் ஊருக்குள் புகுந்தும் வரலாம் இல்லையென்றால் ஊரைச்சுற்றிக் கொண்டும் வரலாம். குடந்தை ஜோதிடர் வீட்டின் முன்னால் யானை வந்து நின்றது. குந்தவையும் வானதியும் கீழே இறங்கி உள்ளே சென்றனர்.

வாயிற்காவலன் அருள்மொழிவர்மரை யானைப்பாகன் என்று எண்ணி உள்ளே செல்ல அனுமதி கொடு கவில்லை. இரண்டொரு நிமிடம் கழித்து உள் ிருந்து கட்டையாக குட்டையாக நீண்ட தாடி வைத்த ஒருவர் ஓடிவந்து, "இளவரசே! என்னை மன்னித்து விடுங்கள்" என்று அருள்மொழி காலில் விழ அவரைத் தடுத்த அருள்மொழி,

"இல்லை இல்லை ஒன்றும் ஆகிவிடவில்லை அவன் அவன் பணியைச் செம்மையாக செய்கிறான்" என்று கூறினார். பின் அந்தக் காவலனும் அவர் காலைப் பற்றி மன்னிப்பு கேட்டான்.

வாயிற் கதவு திறந்தது. குடந்தை ஜோதிடருடன் அருள்மொழி அந்த வீட்டிற்குள் பிரவேசித்தார். உள்ளே சென்றவுடன் அங்கு இருந்த பலகை மேல் பெண்கள் இருவரும் அமர்ந்திருந்தனர்.

குடந்தை ஜோதிடர் அவர்களுக்கு எதிரே அமர்ந்தவர், "தேவி யாரின் ஜாதகத்தை முதலில் பார்ப்பது?" என்று கேட்க, பதில் அருள்மொழியிடம் இருந்து வந்தது.

"எல்லோருக்கும் மூத்தவருடைய ஜாதகத்தைப் பாருங்கள். எனக்கு இதில் எல்லாம் நம்பிக்கை இல்லை இருந்தாலும் என் அக்கா இதை எல்லாம் நம்புகிறார் " என்றார் அருள்மொழிவர்மர்.

"ஆதித்த கரிகாலரின் ஜாதகம் இங்கே உள்ளது இதோ பார்க்கிறேன்" என்று ஒரு ஓலைச் சுவடியை எடுத்துச் சில நொடிகள் உற்றுப் பார்த்து ஒவ்வொரு விரலாக

விட்டு எண்ணிக்கொண்டிருந்த குடந்தை ஜோதிடரை ஆச்சரியமாகப் பார்த்தார் அருள்மொழிவர்மர்.

குடந்தை ஜோதிடர் தொடங்கினார், "இராஜாதித்தர் மற்றும் கரிகால சோழர் இவர்கள் இருவரின் பெயரும் சேர்த்து இவருக்கு ஆதித்த கரிகாலர் என்று பெயர் சூட்டியது உங்கள் நினைவில் இருக்கும். இவரைப் போன்ற ஒரு மாவீரரைச் சோழ தேசம் இதுவரை கண்டதும் இல்லை இனிக் காணப் போவதும் இல்லை. இவரின் வீரத்திற்கு நிகர் இந்த உலகில் இவர் ஒருவரே! போர்க்களம் புகுந்தால் வெற்றி எனும் தேவதையைச் சிறைபிடித்துத் தன்னுடன் அழைத்து வருவதில் இவர் பெயர் போனவர். கரிகாலரின் குணத்தையும் அவரையும் புரிந்துகொள்பவர்கள் வெகுசிலரே! கோபம் இருக்கிற இடத்தில் தானே குணமும் இருக்கும். இவரின் கோபத்தை மட்டுமே இவரைச் சுற்றி உள்ளவர்கள் அறிவார்கள். இவரின் குணத்தை யாரும் அறிய மாட்டார்கள்" என்று கூறியவர் தயங்கியவாரே, "ஆனால் இவருக்கு..." என்று அவர் நிறுத்தினார். அவரின் முகத்தில் வியர்க்கத் தொடங்கிவிட்டது.

"ஆனால்... என்ன... ஆனால்? கூறுங்கள்" என குந்தவை கேட்க,

"இவர் இன்னும் நீண்ட நாட்கள் வாழப் போவதில்லை, இவரின் மரணம்தான் புதிய சோழ தேசத்தை உருவாக்கப் போகிறது, இவருக்கு அரசாளும் அதிர்ஷ்டம் இல்லை" என்று தயக்கத்தோடும், பயத்தோடும் கூறிக் கொண்டிருக்கும் பொழுதே, அருள்மொழி அங்கிருந்த சுவற்றை ஓங்கிக் குத்தி,

"நிறுத்துங்கள் உங்களின் பிதற்றலை" என்று கர்ஜித்து விட்டு வெளியேறினார்.

அவரைப் பின் தொடர்ந்து குந்தவையும் வானதியும் வந்தனர். வெளியே வந்த குந்தவை, "உன்னிடம் பலமுறை கூறியிருக்கிறேன் எதிரே உள்ளவர் கூறுவதை முதலில் கேள்! உன் அண்ணனுக்கும் உனக்கும் இருக்கும் ஒரே வித்தியாசம் உன்னுடைய பொறுமை. அதையும் நீ இப்பொழுது இழந்து கொண்டிருக்கிறாய்" என்று கூறிக் கொண்டிருக்கும் போதே,

"அக்கா எனக்கு இதிலெல்லாம் சுத்தமாக நம்பிக்கை இல்லை. இங்கிருந்து உன் நேரத்தை வீணடிக்காமல் வேகமாக யானையில் ஏறு தஞ்சை போகலாம். அண்ணன் நாளை அங்கே வந்து விடுவார்" என்று கூறி யானைமேல் ஏறி அமர்ந்தார் அருள்மொழி.

குடந்தை சோதிடரை நோக்கி, "நான் மிக விரைவில் வருகிறேன்" என்று கூறி யானைமேல் ஏறி அமர்ந்தார் குந்தவை தேவி. யானை தஞ்சை நோக்கிச் சென்றது...

வெகு நேரமாகச் சோழதேசத்திலே சுற்றிவிட்டோம் இப்பொழுது சற்று பாண்டியதேசம் வரை போய் வருவோம்...

மதுரை .....

சங்கம் வைத்துத் தமிழ் வளர்த்த பாண்டியனின் வழி வந்தவன் வீரபாண்டியன். இவன் சோழர்களுடன்

போரிட்டு அவன் முன்னோர் இழந்த சில பகுதிகளை மீட்டான்.

வைகை சிவபெருமான் அருளால் பிறந்த நதி, மதுரை நகரை இந்த நதி மிகவும் செழுமையா**க்**கியது. மதுரையெங்கும் பெரிய பெரிய வீதிகள். வீதிகள் எங்கும் மக்கள் கூட்டம். இரவு கூட மக்கள் அலை**ந்**து திரிந்து உழைத்துக் கொண்டிருந்தார்கள்.

மீனாட்சி அம்மன் கோவில் மதுரை நகரை மேலும் புனிதமாக்கியது. வெகு நாட்களாக இந்தப் பாண்டிய தேசம் சோழதேசத்திற்கு அடிமையாக இருக்கிறது. வீரபாண்டியன் இதை மீட்டு மீண்டும் அங்கே பாண்டியதேசம் அவன் வசம் வரவேண்டும் என்று மிகவும் போராடிக் கொண்டிருக்கிறான்.

உத்தமசீலியுடன் நடந்த போருக்குப் பிறகு மீண்டும் ஒருமுறை அவன் சுந்தரசோழன் மீது படையெடுத்துச் சென்றான். அப்போரில் சோழப் படைகள் மிகவும் சிறப்பாகச் செயல்பட்டது. அன்று அந்தப் போரில் பாண்டியர்கள் சிதறி ஓடினர். இதற்குக் காரணம் சோழப் படைகளை வழி நடத்திய செங்கதிரவன் எனும் மாவீரன்.

அன்றைய போரில் வீரபாண்டியனை எதிர்த்துச் செங்கதிரவன் அமைத்த வியூகங்களை அவனால் உடைக்க முடியவில்லை. ஒரு கட்டத்தில் அவனின் படைகள் சிதறி ஓட வீரபாண்டியன் தன் உயிரைக் காக்க காட்டில் ஓடி மறைந்தான்.

அன்று முதல் அவனின் கனவு சுந்தரசோழனைப் போரில் வெல்வதாகவே இருந்தது. அவனின் பலத்தைப் பெருக்க இலங்கையின் அரசன் மகிந்தனை நாட, அவனும் உதவி செய்வதாகச் சம்மதித்தான்.

மதுரை முழுதாகப் பாண்டியனிடம் இல்லை அது சோழர்களிடம் இருந்தது. மதுரையில் வைகை ஆற்றங்கரையில் அமைந்திருந்தது அந்தக் கிராமம்.

அங்கே இருந்த ஒரு வீட்டில்,

"மார்கழித் திங்கள் மதிநிறைந்த நன்னாளால்;
நீராடப் போதுவீர்! போதுமினோ, நேரிழையீர்!
சீர்மல்கும் ஆய்ப்பாடிச் செல்வச் சிறுமீர்காள்!
கூர்வேல் கொடுந்தொழிலன் நந்தகோபன் குமரன்,
ஏரார்ந்த கண்ணி யசோதை இளஞ்சிங்கம்,
கார்மேனிச் செங்கண் கதிர்மதியம் போல்முகத்தான்
நாராயணனே, நமக்கே பறைதருவான்,
பாரோர்ர்ப் புகழப் படிந்தேலோ ரெம்பாவாய்."

எனும் திருப்பாவை பாடல் தேனினும் இனிய கானமாகக் கேட்டது.

இதைப்பாடிய பெண்ணும் பார்ப்பதற்கு அந்த ஆண்டாளைப் போலவேயிருந்தாள். பொன்னிறம், நிலவைப் போன்ற வட்டமுகம், விரிந்ததேன் வண்டுகளைப் போன்ற அகன்ற கண்கள், அவள் கூந்தலைக் கொண்டைபோட்டு அதில் மலர்களை வைத்து அலங்கரித்து இருந்தாள்.

49

அவள் பாடிய பாடல் முடிந்த பிறகு அவளது வீட்டின் பின்புற வாசலில் இருந்து, "நந்தினி நந்தினி" என்ற குரல் ஒலித்துக் கொண்டிருக்க, குரல் வந்த திசையை நோக்கி நடந்தாள்.

ஆம் இவள் பெயர் நந்தினி. இவள் சோழ தேசத்தின் மீது கடும் கோபத்தில் இருக்கிறாள், அதிலும் குந்தவையை இவளுக்கு அறவே பிடிக்காது. வீரபாண்டியனுடன் தன் தாய் நாட்டை மீட்டு, குந்தவைக்கு நல்ல பாடம் கற்பிக்கவேண்டும் என்பது அவளது நீண்ட நாள் கனவு.

அத்தியாயம் 6

குரல் வந்த திசையை நோக்கி நந்தினி நடக்கத் தொடங்கினாள். அந்த வீட்டின் பின்புற வாசலில் அடர்ந்திருந்த ஒரு புதரின் உள்ளேயிருந்து வெளிவந்து கொண்டிருந்தது அந்த ஓசை.

நந்தினி வெளியே வந்து ஆந்தை போல் ஒலி எழுப்பினாள். அந்த ஒலி கேட்டவுடன் புதரில் இருந்து வெளி வந்தான் ஒருவன்.

"என்ன மந்திரவாதி ஏன் பகலில் வந்திருக்கிறாய்? அவ்வளவு அவசரமான செய்தி என்ன கொண்டு வந்திருக்கிறாய்?" என்று நந்தினி கேள்விகள் கேட்க, மந்திரவாதி ஒன்றும் பேசாமல் அந்த வீட்டிற்குள் நுழைந்தான். அவனைப் பின்தொடர்ந்து நந்தினியும் வீட்டிற்குள் நுழைந்தாள்.

"தேவி! இன்று இரவு நடுநிசியில் நாம் எப்பொழுதும் கூடும் அந்த வாய்க்கால் மேட்டில் போருக்கு முன்னால் நடத்தப்படும் சடங்குகள் நடக்க உள்ளன. நீங்கள் உங்கள் கரங்களால் பலிகொடுத்து மன்னர் வீரபாண்டியனுக்கு வெற்றித் திலகம் சூட்ட வேண்டும் என்பது எங்கள் அனைவரின் ஆசை. மன்னருக்கும் அதுதான் ஆசை. இன்று இரவு நீங்கள் சரியாக இரவின் முதல் நாழிகையில் வாய்க்கால் மேட்டிற்கு வந்து சேர வேண்டும்" என்று கூறினான் ரவிதாசன்.

நந்தினி எதுவும் பேசாமல் மௌனமாக இருக்க, "ஏதேனும் தவறு நடந்து விட்டதா தேவி?" என்று ரவிதாசன் கேட்டான்.

"இல்லை தவறு எதுவும் இல்லை இன்னும் எத்தனை நாட்களுக்கு நான் என் அடையாளத்தை மறைத்து, என் அண்ணன் அந்த வீர வைஷ்ணவ சிகாமணியை ஏமாற்றிக்கொண்டு இருப்பேன் என்று எண்ணிப்பார்த்தேன். சரி அதையெல்லாம் விடு சரியாக இரவின் முதல் நாழிகையில் நான் அங்கு இருப்பேன் இதை அவரிடம் கூறி விடு!" என்று நந்தினி கூறி மீண்டும் திருப்பாவைப் பாடல்களைப் பாடத் தொடங்கினாள்.

நள்ளிரவின் முதல் நாழிகை ......

பண்டைய தமிழ் மக்களின் போர்க் கடவுள் கொற்றவை. ஒரு அரசர் போருக்குச் செல்லும் முன்னால் கொற்றவை தேவியை வணங்கி, தேவிக்குப் பூஜைகள் செய்து ஆசி பெற்று வாகை சூடுவது வழக்கம்.

வைகை நதி வாய்க்கால் வழியே ஓடிக்கொண்டிருந்தது. சுற்றிலும் தென்னை மரங்கள் அந்தத் தோப்பின் குறிப்பிட்ட இடத்தில் ஒரு கூட்டம் தீப்பந்தங்களோடு யாருக்காகவோ காத்திருந்தது.

அன்று இரவு வாய்க்கால் மேட்டில் ஒரு நான்கடி கொற்றவையின் சிலை மங்கல அலங்காரங்களுடன் வைக்கப்பட்டிருந்தது. பலி கொடுப்பதற்காக ஒரு எருமைக் கிடா அங்கே ஒரு மூலையில்

கட்டப்பட்டிருந்தது. அன்று முழு நிலவு ஆதலால் நிலவின் ஒளி மிகவும் பிரகாசமாக இருந்தது. சற்று நேரத்திற்கெல்லாம் ஒற்றையடி பாதையில் நான்கைந்து தடியர்கள் சேர்ந்து ஒரு பல்லக்கைத் தூக்கிக் கொண்டு வந்தனர்.

அந்தப் பல்லக்கு நேராக தென்னந்தோப்புக்குள் புகுந்தது. குறிப்பிட்ட தொலைவு சென்றதும் ஓர் இடத்தில் பல்லக்கு நிற்க, நிலவின் ஒளியில் இன்னொரு நிலவாய்ப் பல்லக்கின் திரையை விலக்கி வெளியே இறங்கினாள் நந்தினி.

"வணக்கம் அரசே!" என்று இறங்கிய மறுகணம் அங்கிருந்த ஒரு வீரனை நோக்கிப் பணிவாக வணங்கினாள்.

"வா தேவி! உன்னைத்தான் எதிர்ப்பார்த்துக் கொண்டிருந்தேன்" என்று ஒரு கம்பீரக் குரல் ஒலித்தது. அந்தக் குரலுக்குச் சொந்தக்காரரர் வேறு யாரும் இல்லை உத்தமசீலியின் தலை கொண்ட வீரபாண்டியன்!

வயதானாலும் கம்பீரமான உடல், நீண்டு சுருண்ட முடி, கூர்மையான ஈட்டி போன்ற பார்வை, குறுகிய இடை, வலிமையான தோள்கள், வீரத்தைப் போற்றும் விதம் உடலெங்கும் வீரத்தழும்புகள் இதுவே வீரபாண்டியனின் தோற்றம்.

"சடங்குகள் தொடங்கட்டும்" என்று வீரபாண்டியன் கூற... அங்கே அமர்ந்திருந்த சில பெண்கள் எழுந்து கொற்றவையின் முன்னால் நடனமாடத்

தொடங்கினர். அவர்கள் ஆடிய வேகத்தில் அவர்கள் முடிந்து வைத்திருந்த கூந்தல் அவிழ்ந்து மேலும் கீழுமாக, இடம் வலமாக ஆடியது காண்போருக்கு அச்சத்தை வரவழைத்தது. இதெல்லாம் சாதுவாகப் பார்த்துக்கொண்டிருந்த நந்தினி திடீரென கொற்றவையே தனக்குள் வந்ததுபோல, ஆடிக் கொண்டிருந்த பெண்களின் மத்தியில் சென்று ஓங்கார நடனம் ஆடத் தொடங்கினாள். நிலம் அதிரத் தொடங்கியது. குலவைச் சத்தம் இரவின் அமைதியைக் கிழித்து எதிரொலித்தது. தாரை தப்பட்டை என்று இசைக்கருவிகள் ஒலியெழுப்ப, கொம்புகள் சத்தம் அவள் ஆடிய ஆட்டத்திற்கு உயிர் கொடுத்தது. இதைக் காணும்பொழுது வீரபாண்டியன் நெஞ்சமே படபடத்து விட்டது.

பூசாரி ஒருவர் கொற்றவைக்குத் தீபாராதனைக் காட்ட, எருமைக்கிடா கொற்றவை முன்னால் கொண்டு வந்து நிறுத்தப்பட்டது. இன்னொருவன் ஒரு நீண்ட வாளை எடுத்துக்கொண்டு வந்து நந்தினி முன் நீட்டினான்.

சாதாரணமாக அந்த வாளை ஒரு வீரனால் தூக்கிச் சுழற்றுவது கடினம் ஆனால் நந்தினி இருந்த வேகத்தில் அந்த வாளைச் சுழற்றி எருமையின் கழுத்தில் வெட்டிய வேகத்தில் தலை உருண்டு சென்று கொற்றவை தேவியின் பாதத்தில் விழுந்தது. அந்த இடமே ரத்த வெள்ளமானது. நந்தினியின் ஆட்டம் இன்னும் முடியவில்லை நந்தினி ஏதோ பேசத் தொடங்கினாள்.

"இன்று இந்த எருமையின் தலை எப்படி என் காலடியில் இருக்கிறதோ அதுபோலச் சோழ வம்சத்தில் பிறந்த அனைவரின் தலையும் என் காலடியில் இருக்க வேண்டும். தஞ்சைக் கோட்டையின் மீது மீன் கொடி பறக்க வேண்டும், அந்தக் குந்தவை என் முன்னால் மண்டியிட வேண்டும். என் உத்தரவு கேட்டு நடக்கும் பணிப்பெண்ணாகப் பணிபுரிய வேண்டும்", என்று கூறி மூர்ச்சை அடைந்தாள் நந்தினி.

இதுவரை இது போன்று நடந்துகொண்ட நந்தினியை யாரும் பார்த்ததே இல்லை. வீரபாண்டியனுக்குக் கூட இது புதிதாகத் தெரிந்தது. என்ன நடந்தாலும் பூஜை வெற்றிகரமாக முடிந்துவிட்டது வெற்றி நம் பக்கம் தான் என்று கூறி களிப்புற்றன் வீர பாண்டியன்.

தஞ்சை....

பொன்னி நதி வளைந்து நெளிந்து ஆனந்தமாக ஓட, காணும் இடமெல்லாம் பச்சைப் போர்வை போற்றியது போல இருக்கும் நிலங்கள், மகிழ்ச்சியை மட்டும் வெளிப்படுத்தும் பூக்கள், அன்பிற்கு இலக்கணமாக மக்கள் என்று தஞ்சையை வர்ணித்துக்கொண்டே போகலாம்.

தஞ்சை நகரமே திருவிழாக் கோலம் பூண்டிருந்தது. எங்கு பார்த்தாலும் மகிழ்ச்சியின் வெள்ளம் கரை புரண்டு ஓட, எண்ணற்ற மக்கள் தஞ்சை வீதிகளில் குவிந்திருந்தனர். கோட்டை முழுவதும் மலர்களால் அலங்கரிக்கப்பட்டு இருந்தன. எல்லா வீடுகளின்

வாசலிலும் வாழை மரங்கள் கட்டி மாவிலைத் தோரணம் தொங்கவிடப்பட்டிருந்தது.

ஆதித்த கரிகாலரின் வருகை ஒரு திருவிழாவாகவே மாறிவிட்டது. இன்னும் சற்று நேரத்திற்கெல்லாம் ஆதித்த கரிகாலர் வந்துவிடுவார். அவர் வரவையொட்டி கோட்டையின் வாசல் முன் திரண்டிருந்த கூட்டம் கடலைப் போன்று காணப்பட்டது. நகரின் மத்தியில் கோட்டை மிகவும் பிரமாண்டமாகக் காட்சியளித்தது. நாட்புறமும் வானைத் தொடும் அளவு உயரமான மதில் சுவர்கள், சுவர்களுக்கு வெளியே பெரிய அகழி. அதையொட்டி மரங்கள் இங்குமங்குமாக இருந்தது. அதில் பறவைகள் கரிகாலரின் வருகைக்காக இசைக்கச்சேரி நடத்திக்கொண்டிருக்க, கோட்டைக்குள்ளே சோழப் படைகள் எல்லாம் அணிவகுத்து நிற்க, ராஜ குடும்பத்தினர் அரண்மனை முன் அமைக்கப்பட்டிருந்த மேடை மேல் நின்று அங்கே நடக்கும் ஆட்டங்களை மகிழ்ச்சியுடன் கவனித்துக் கொண்டிருந்தனர்.

அந்த ராஜ குடும்பக் கூட்டத்தில் சுந்தரசோழர், அவரது மனைவி வானவன்மாதேவி, மகள் குந்தவை, அவளது தோழி வானதி, முதல்-மந்திரி பிரம்மராயர், சேனாதிபதி பூதி விக்கிரம கேசரி, தன தான்ய காவலர்களான பழுவேட்டரையர்கள் என அனைவரும் நின்று கொண்டிருந்தனர்.

ஆதித்த கரிகாலர் வந்துகொண்டிருந்த யானை இப்பொழுது தஞ்சை நகரை அடைந்துவிட்டது. ஊரின் எல்லையில் அமைந்திருந்த ஆலமரத்துக்கு அடியில்

அவர்கள் வருகையில், மேலிருந்து யாரோ ஈட்டி ஒன்றை அவர்கள் வழியில் எறிய, மேல் நோக்கிப் பார்த்தார் ஆதித்த கரிகாலர்.

அத்தியாயம் 7

காற்றைக் கிழித்துக் கொண்டு சரமாரியாக ஈட்டிகள் நிலத்தில் குத்தி நிற்க, மேலிருந்து ஈட்டி எரிவது யார் என்று மேலே பார்த்தார் ஆதித்த கரிகாலன்.

அவன் முகம் சரியாகத் தெரியவில்லை, கண்கள் இரண்டைத் தவிர எல்லா இடத்திலும் ஒரு சிவப்பு நிறத்துணி கொண்டு முகத்தை மூடி இருந்தான்.

ஆதித்த கரிகாலர் யானையை நிறுத்தச் சொல்லி, 'வா!' என்பது போல சைகை செய்ய, மேலிருந்து ஒரே பாய்ச்சலில் நிலத்தை வந்தடைந்தான் அந்த முகமூடி அணிந்திருந்த மனிதன்.

ஆதித்த கரிகாலர் அவனை நோக்கிப் புன்முறுவல் செய்துவிட்டு யானை மேலிருந்து வாளுடன் கீழே குதித்தார்.

அவனும் தன் வாளை உருவி ஆதித்த கரிகாலரை எதிர் நோக்கிக் காத்திருக்க, முதல் தாக்குதலை ஆதித்த கரிகாலர் தொடங்கினார்.

வாளுடன் வாள் மோதித் தீப்பொறிகள் பறக்க, இருபெரும் வீரர்கள் ஒருவருடன் ஒருவர் மோதிக் கொண்டிருந்தனர். ஆதித்த கரிகாலனின் படைகள் முன்னோக்கி வர, "வர வேண்டாம்" என்று தடுத்து நிறுத்தினார் கரிகாலர். எதிரே நின்றவன் சாதாரண

ஆள் இல்லை அவனின் வாள் வீச்சு கரிகாலரின் வாளுக்குச் சற்றும் குறைந்ததாகத் தெரியவில்லை.

இந்தத் துவந்த யுத்தத்தின் முடிவு என்ன என்பது யாருக்கும் தெரியவில்லை. கரிகாலருடன் வந்த பரிவாரங்கள், நடக்கும் இந்த யுத்தத்தை ஆர்வமாகப் பார்த்துக் கொண்டிருந்தனர்.

ஒரு முறை அந்த முகமூடி அணிந்தவன் நிலத்தில் விழ, சுற்றி நின்ற மற்றவர்கள் அனைவரும் "ஆதித்த கரிகாலர் வாழ்க!" என்று கோஷமிட்டனர். சற்று நேரத்திற்கெல்லாம் கரிகாலர் நிலத்தில் கிடந்தார். அப்பொழுது வீரர்கள் அனைவரும் 'கட்டளையிடுங்கள் இவனை இங்கே கொன்று விடுகிறோம்' என்று முழக்கமிட்டனர்.

ஒருமுறை முகமூடி அணிந்தவனின் கை ஓங்க, மறு முறை கரிகாலரின் வீரம் வெளிப்பட்டது. இப்படி இருவரும் சரிக்குச் சமமாகப் போட்டியிட்டுக் கொண்டிருக்க வீரர்கள் அனைவரும் யார் வெற்றி பெறுவார் என்று ஆர்வமாகப் பார்த்துக் கொண்டிருந்தனர்.

இரு பெரும் வீரர்கள் ஒருவரை ஒருவர் வெல்ல போராடிக்கொண்டிருந்த பொழுது வாள்கள் இரண்டும் மோதி, பெரும் சத்தம் கேட்டுக் கொண்டிருந்தது.

கரிகாலரின் ஒவ்வொரு தாக்குதலுக்கும் பதில் தாக்குதல் வந்துகொண்டே இருந்தது. இடக்கை வைத்து வாள் சுழற்றுவதிலும் கரிகாலர் வல்லவர்,

அவரின் வாள்வீச்சுக்குச் சற்றும் சளைத்ததாக இல்லை எதிரே நின்றவனின் வாள் வீச்சு.

அந்த இடத்தைச் சுற்றி புழுதிப்படலம் சூழ, வெளியே இருந்து பார்ப்பவர்களுக்கு உள்ளே என்ன நடக்கிறது என்றே தெரியவில்லை.

கொஞ்சம் கொஞ்சமாக வேகத்தை அதிகரிக்கத் தொடங்கினார் கரிகாலர். சற்று நேரத்திற்கெல்லாம் ஆதித்த கரிகாலர் அவரது முழு வேகத்தைக் காட்ட எதிரே நின்றவன் ஒரு நொடிப் பொழுது அயர்ந்த காரணத்தினால் அவனின் வாளை அவனிடம் இருந்து பறிக்க, அவனின் கையைக் குறிவைத்துத் தாக்கினார். ஆனால் அந்தத் தாக்குதல் அவனை ஒன்றும் செய்யவில்லை, மீண்டும் அவன் கரிகாலரைத் தாக்காமல் தன்னுடைய வாளைத் தூக்கி எறிந்தான்.

சோழப் படைகள் அந்த முகமூடியைச் சூழ்ந்தன. கரிகாலர் அவரின் வாளைக் கீழே எறிந்துவிட்டுச் சிரிக்கத் தொடங்கினார்.

சூழ்ந்த வீரர்களைத் தள்ளி நிற்குமாறு ஆதித்த கரிகாலர் கூறினார். வீரர்களுக்கு ஒன்றும் புரியவில்லை.

சிரித்துக் கொண்டே கரிகாலர் கேட்டார், "இவரை இன்னுமா உங்களுக்கு அடையாளம் தெரியவில்லை? என்னுடன் சரிக்குச் சமமாகப் போரிடும் வல்லமை யாருக்கு உண்டு? இவர் வேறு யாருமில்லை!…"

வீரபாண்டியன் தலை கொண்ட கோப்பரகேசரி ஆதித்த கரிகாலன்

"சதய நட்சத்திரத்தில் பிறந்தவன், கையில் சங்கும் சக்கரமும் பெற்றவன், சோழ தேசத்து அன்பு புதல்வன், வீராதி வீரன், பொன்னியின் செல்வன், காவிரியின் மைந்தன்" என்று கூறிக் கொண்டே அந்த மர்ம மனிதனின் முகமூடியை அவிழ்த்தார். சூரியனைப் போன்ற முகம், விஷ்ணுவைப் போன்ற அகன்ற மார்பு, பிரம்மா போன்று வலுவான கால், சிவனின் செஞ்சடை கலந்த ரோமமுடைய தலை. வீரர்கள் எல்லோர் முகத்திலும் அதிர்ச்சி ஒன்றே குடிகொண்டிருந்தது.

"எழுந்து வா தம்பி!" என்று கை நீட்டினார் ஆதித்த கரிகாலர்.

"வந்திருப்பது நீ என்று எனக்கு நன்கு தெரியும்! நீ மரத்தின் மேல் நிற்கும் பொழுதே நான் உன்னைக் கண்டு கொண்டேன். வெகுநாட்களாகத் தஞ்சையைப் பிரிந்து இருக்கும் எனக்கு இதை விடச் சிறப்பாக ஒரு வரவேற்பை யாரும் கொடுக்க முடியாது தம்பி" என்று ஆதித்த கரிகாலர் கூற,

மெல்லிய புன்னகை புரிந்த அருள்மொழி, "ஆசி வழங்குங்கள் அண்ணா" என்றுகூறி கரிகாலரின் பாதம் தொட்டு வணங்கினார்.

அவரைத் தொட்டுத் தூக்கியவர், "என்ன உடை இது? யானைகளுடன் கூடிக்கூடி நீயும் ஒரு யானைப் பாகனாகவே மாறிவிட்டாய்", என்று கேலியாகக் கூறிச் சிரித்தார் ஆதித்த கரிகாலர்.

61

"யாரங்கே? இவனுக்கு மாற்றுவதற்கு வேறு உடைகள் கொடுங்கள்" என்று கரிகாலர் கட்டளையிட, மஞ்சளும் சிவப்பும் கலந்த பட்டுத்துணிகள் எடுத்து வரப்பட்டன. அவைகளை அணிந்து, ஆபரணங்களும் சூடி அருள்மொழி நடந்து வந்த அழகைக் காண கண் கோடி வேண்டும்!

நேராக அருள்மொழி வந்து ஆதித்த கரிகாலரின் காலில் விழுந்து, "அண்ணா! இன்று உங்களின் யானைக்கு நான் பாகனாக வேண்டும் வாருங்கள் செல்லலாம்!" என்றார்.

இரு மாவீரர்களும் யானை அருகே சென்று நிற்க, அருள்மொழி யானைப் பாகனாக ஆதித்த கரிகாலனை அரண்மனைக்கு அழைத்து வருவது நாடு மொத்தம் பரவத் தொடங்கி மக்கள் கடலெனத் திரண்டனர்.

அரண்மனை ....

மேடைமேல் நின்றுகொண்டிருந்த வானதி வெகுநேரமாக யாரையோ தேடிக் கொண்டிருக்கிறாள் என்பதை உணர்ந்த குந்தவை, "அவன் அவனுடைய அண்ணனைக் காணச் சென்றுவிட்டானடி" என்று கூறிச் சிரிக்க, வானதி வெட்கத்தில் தலை குனிந்தாள்.

யானை ஒன்று வருவது மேடை மேல் நின்றவர்கள் கண்ணில் பட, அதில் வருவது வேறு யாருமில்லை சோழ தேசத்துத் தவப் புதல்வர்கள் என்று குந்தவை கூற, ஆட்டம் களைகட்டியது.

மக்கள் அனைவரும் இரு வீரர்களின் வருகையைப் பார்த்து சிலை போல நின்றனர். இரண்டு வீரர்களும் யானை மேலிருந்து கீழே இறங்கி வந்து நிற்க, குந்தவை ஆரத்தி எடுத்தாள். பின் குந்தவை கரிகாலரின் கால் தொட்டு வணங்கி, "அண்ணா! ஆசிர்வாதம் செய்" என்று கூறி எழுந்த நொடி, "சோழ தேசம் மட்டும் அல்ல இந்த அகிலம் போற்றும் உன்னை, உன் செயல்களை!" என்று கரிகாலர் வாழ்த்தினார்.

மூன்று செல்வங்களும் தங்கள் தந்தை தாய் காலில் விழ வரிசையாக நின்றனர். முதலில் கரிகாலரும், இரண்டாவதாக குந்தவையும் சென்று ஆசி பெற்றார்.

பின் அவர்கள் இருவரும், சுந்தர சோழன் மற்றும் அவரின் மனைவி வானவன்மாதேவி அருகில் சென்று நால்வராக நிற்க, அருள்மொழி அவர்கள் காலில் விழ வந்த நொடியில் அருள்மொழி அருகே வானதியும் வந்து இருவரும் சேர்ந்து மூத்தவர்களை வணங்கினர்.

குந்தவைக்குச் சிரிப்பை அடக்க முடியவில்லை, அவள் வாய் விட்டுச் சிரித்த நொடியில் மேடையில் இருந்த அனைவரும் சிரிக்க ஆதித்த கரிகாலரும் சிரித்தார்.

இந்த நிகழ்வுகள் ஒருபுறமிருக்க, மறுபுறம் சோழப்படைகள் வெகு நாட்களுக்கு முன்பே இலங்கைப் படைகளைத் தடுத்து நிறுத்த, கொடும்பாளூர் சிறிய வேளார் தலைமையில் சென்றது. அவர்கள் பற்றிய செய்தி வந்த ஓலையை

வீரன் ஒருவன் அநிருந்தப் பிரம்மராயரிடம் கொடுத்தான்.

அதை வாங்கித் தனது இடுப்பில் சொருகி வைத்துக்கொண்டு கரிகாலரை நோக்கி, "நீங்கள் சற்று நேரத்திற்குப் பிறகு என் மாளிகைக்கு வாருங்கள் இளவரசே!" என்றார்.

அத்தியாயம் 8

வந்தியத்தேவனை நாம் மறந்தே விட்டோம். வந்தியத்தேவன் அன்று காலையில் திருக்கோவிலூர் மலையமான் தங்கியிருந்த அரண்மனையை அடைந்தான்.

அரண்மனை வாசலில் காவலர்களுடன் பேசிக்கொண்டிருந்த பார்த்திபேந்திர பல்லவனுக்கு ஒரே ஆச்சரியம், "நேற்று சென்று இன்று வந்து விட்டான்! ஏதேனும் செய்தி கொண்டு வந்திருக்கிறானா? " என்று தனக்குத்தானே பேசிக்கொண்டிருந்தான்.

வந்தியத்தேவனின் குதிரை மிகவும் களைப்படைந்து சோர்ந்து காணப்பட்டது. குதிரை மெதுவாகப் பார்த்திபேந்திர பல்லவனிடம் வந்து நின்றது.

"என்ன வந்தியத்தேவா? என்ன நேர்ந்தது? உடம்பெல்லாம் ஒரே அழுக்காக இருக்கிறது? ஏதேனும் இடர் வந்துவிட்டதா?" எனக் கேள்வி மேல் கேள்வியாகக் கேட்டுக்கொண்டே இருந்தான் பார்த்திபேந்திர பல்லவன்.

வந்தியதேவன் நடந்தவற்றைக் கூறினான். பார்த்திபேந்திர பல்லவன், "என்ன நீ கூறுவதெல்லாம் உண்மை தானா?" என ஆச்சரியத்துடன் கேட்க, "ஆம் உண்மைதான்" என்றான் வந்தியத்தேவன்.

இன்ப பிரபஞ்சன்.ஜெ

"சரி, மலையமான் தாத்தா கோவிலுக்குச் சென்றிருக்கிறார். நீ சென்று ஓய்வெடு" என்றான் பார்த்திபேந்திர பல்லவன்.

வந்தியதேவன் சற்று நேரத்திற்கெல்லாம் கண்ணயர்ந்து விட்டான். கனவு லோகத்தில் மிதந்து கொண்டிருந்தான் வந்தியத்தேவன்.

அவனைச் சுற்றி பனி படர்ந்திருந்தது, அது பனியல்ல மேகமூட்டம். ஆம், அவன் ஒரு படகில் அமர்ந்திருந்தான், அந்தப் படகு வானில் மேகத்தில் மிதந்து கொண்டிருந்தது. அந்தப் படகைச் செலுத்திக் கொண்டிருந்தவள் ஒரு பெண். அவளுக்கு அருகே வேறொரு பெண்ணும் இருந்தாள். அவள் முகம் சரியாகத் தெரியவில்லை மேகம் மறைத்து விட்டது. ஆனால் அந்தப் பெண் வந்தியத்தேவனின் கையைப்பற்றி "இனியும் தாமதிக்க விரும்பவில்லை, தங்களது கரத்தைப் பற்றிய எனது கரம் இனி வேறொரு ஆணின் கரத்தைப் பற்றாது" எனக் கூறி முடிக்கும் நொடியில் அவளின் முகத்தை மறைத்திருந்த பனிமூட்டம் விலகியது. ஆனால் எதிரே இருப்பது ஒரு பெண்ணாக இருக்க முடியாது? பெண்ணாக இருந்தால் மீசை இருந்திருக்காது, ஐயோ இந்த முகம் இது எங்கோ கண்டு இருக்கிறேன் என்று தனக்குத் தானே பேசிக் கொண்டிருந்தான் வந்தியத்தேவன்.

ஒரு நொடியில் பிடி கிட்டியது அவன் கண்ட முகம் திருக்கோவிலூர் மலையமானின் முகம். அவன் கண்ட கனவு கலைந்ததை உணர்ந்தான் வந்தியத்தேவன்.

வீரபாண்டியன் தலை கொண்ட கோப்பரகேசரி ஆதித்த கரிகாலன்

நிஜமாகவே எதிரே திருக்கோவிலூர் மலையமான் வந்தியத்தேவனை நோக்கிக் கொண்டிருந்தார்.

"ஐயா.. நீங்கள் எப்பொழுது வந்தீர்கள்?" என மெதுவாக கேட்டான் வந்தியத்தேவன்.

"நான் வருவது இருக்கட்டும் நீ எப்பொழுது வந்தாய்? எல்லாம் கேள்விப்பட்டேன்! போயும் போயும் புளிச்சோற்றுக்கு ஆசைப்பட்டு புளிய மரத்தில் கட்டி வைக்கப்பட்டிருகிறாய். உன்னை நான் என்னவென்று சொல்ல?" எனக் கேலிக் கூத்தாகப் பேசிக்கொண்டிருந்தார் திருக்கோவிலூர் மலையமான். பிறகு,

"நடந்தவற்றை எல்லாம் அறிந்தேன் வந்தியத்தேவா! இப்பொழுது நீ உடனடியாக எல்லைக்குச் செல் அங்கே சென்று முதன்மைக் காவல் வீரனிடம் நடக்கவிருப்பதைக் கூறு. பின் நேராக தஞ்சை நோக்கிப் புறப்படு! இல்லை தஞ்சை வேண்டாம். நீ நேராக உறையூரை நோக்கிச் செல்! நமது சிற்றரசர்களின் படைகள் எல்லாம் அங்கே வரும் அவற்றை ஒன்று திரட்டி நீ அங்கேயே இரு" எனத் திருக்கோவிலூர் மலையமான் கூற, அப்படியே ஆகட்டும் என்றான் வந்தியத்தேவன்.

மதுரை ....

வைகை ஆற்றங்கரையில் ஒரு பாறை மேல் அமர்ந்து வீரபாண்டியனுடன் அவனது ஆபத்துதவிகள் பேசிக்கொண்டிருந்தனர். நந்தினி அந்தக் கூட்டத்தில் கலந்து கொள்வதற்காக வந்து கொண்டிருந்தாள்.

67

நந்தினி அந்தப் **பாறைத்** திட்டை அடைந்தவுடன் ஆபத்துதவிகள் எழுந்து நின்றனர்.

"அமருங்கள்" என மெல்லிய குரலில் கட்டளையிட்டாள் நந்தினி.

"என்ன அரசே! ஆழ்ந்த சிந்தனையில் இருக்கிறீர்கள்."

"போருக்கான வியூகத்தைத் தேடிக்கொண்டிருந்தேன், இம்முறை அந்தக் கிழவன் சுந்தர சோழனை உயிருடன் விடக்கூடாது!"

"நீங்கள் கூறுவது முற்றிலும் சரி! சோழ வம்சத்தை அடியோடு அழிக்கப் போகும் இந்தப் போரில் வரலாற்றில் அழிக்க முடியாத ஒரு வீரன் உருவாகப் போகிறான்" என்றாள் நந்தினி.

"தமிழ் மொழியின் சிறப்பை அறிவாயா நந்தினி?" என்ற வீரபாண்டியனின் வினாவை நந்தினி எதிர்பார்க்கவில்லை. நந்தினி மௌனம் சாதித்தாள். "கூறுகிறேன் கேள்!" என்று வீரபாண்டியன் தொடங்கினார்.

"நீ கூறியது இரு பிரிவினருக்கும் பொருந்தும். ஒன்று நமக்கு இன்னொன்று சோழ தேசத்திற்கு. நீ கூறியவை உண்மையே! இந்த உலகறிய ஒரு மாபெரும் வீரன் தோன்றத்தான் போகிறான். அது யார் என்பதைக் காலம் நிச்சயிக்கும்" என வீரபாண்டியன் கூறும்போது நந்தினி மனதில் வந்த ஒரு பெயர் *"ஆதித்த கரிகாலன்!"*. ஒருவேளை அவர் போர்க்களம்

வந்தால்? என எண்ணிப் பார்க்கக்கூட பயந்தாள் நந்தினி.

நந்தினியின் மௌனம் கண்டு வீரபாண்டியன், "பயப்படாதே நந்தினி" என்றான்.

நந்தினி எழுந்து நின்று வீரபாண்டியன் காலில் விழுந்தவள், "உங்களுக்கு ஒன்றும் ஆகக் கூடாது" என்றாள்.

"எனக்கு ஒன்றும் ஆகாது இன்றிலிருந்து பதினெட்டு நாட்கள் கழித்துச் சேவூரில் நடக்கும் அந்த மாபெரும் போரில் வெற்றி நமக்கே!" அறைகூவலை நேற்று சோழ தேசத்திற்கு அனுப்பிவிட்டேன் என்று கூறிச் சிரித்தான் வீரபாண்டியன்.

தஞ்சை...

வெகு நாட்களுக்குப் பிறகு தஞ்சைக்கு வந்தது ஆதித்த கரிகாலரின் மனதுக்கு மிகவும் மகிழ்ச்சியைத் தந்தது.

அவர் குந்தவை தேவியிடம் பேசிக் கொண்டிருந்தார். அருள்மொழி வருவதைக் கண்டு, "அவன் வருகிறான் வேறொரு நாள் இதைப் பற்றி விவாதம் செய்வோம்" என்றார் ஆதித்த கரிகாலர்.

அருள்மொழி வந்தவுடன் அண்ணன் காலில் விழுந்து எழுந்து "அண்ணா நீங்கள் வந்து வெகு நேரம் ஆகிவிட்டது இன்னும் பிரம்மராயரை நாம்

சந்திக்கவில்லை" எனக் கூற, "சரி வா போகலாம்" என்றார் ஆதித்த கரிகாலர்.

"சென்று வருகிறோம் குந்தவை" என்று கூறி ஆதித்த கரிகாலர் முன்னே நடக்க,"வருகிறோம் அக்கா" என்று பின்னே நடக்கத் தொடங்கினார் அருள்மொழிவர்மர்.

பிரம்மராயரின் மாளிகை ....

முன்பு நாம் கண்ட முன்குடுமி நம்பி, அநிருத்தர் முன்பு நின்று கொண்டிருக்க, "நடந்ததைக் கூறு திருமலை" என்று அன்புக் கட்டளையிட்டார் அன்பில் அநிருத்தர்.

ஆழ்வார்க்கடியான் மெல்லிய குரலில், "இவன் பாண்டிய தேசத்து ஒற்றன். நான் உங்களின் சிஷ்யன் என்று அறியாமல் ஆதித்த கரிகாலரைச் சூழ்ச்சி வலையில் சிக்க வைக்கும் முயற்சிக்குத் தீட்டப்பட்ட திட்டத்தைச் செயல்படுத்த இவன் என்னிடம் ஒரு ஓலையைக் கொடுத்தான். பின் தங்களிடம் கொடுக்குமாறு இன்னொரு ஓலையும் கொடுத்தான் இரண்டும் என்னிடம் உள்ளது. அன்று கரிகாலர் அங்கே புறப்பட்டவுடன் இவனைத் தேடி நானும் சென்றேன். இவனை இங்கே காவிரி ஆற்றங்கரையில் கையும் களவுமாகப் பிடித்த பின்பு உங்களிடம் அழைத்து வந்தேன்" எனக் கூறி முடித்தான் முன்குடுமி நம்பி.

"அந்த ஓலையில் அப்படி என்னதான் எழுதி இருக்கிறது? வாசித்துக் காட்டு" என்றார் பிரம்மராயர்.

ஆழ்வார்க்கடியான் அந்த ஓலையில் உள்ளதை உள்ளவாறு படித்தான், "பாண்டியனின் இந்திரா ஆராமும் மணிமுடியும் இலங்கையில் உள்ளது அதை அடைவதற்காக சோழ அரசு பெரும்பாடுபடுகிறது என்பதை நான் அறிவேன். என்னுடன் ஆதித்த கரிகாலன் வந்தால் அதை நான் உங்களுக்கு மீட்டுத் தருவேன்"

"இதெல்லாம் இதில் எழுதி இருக்கிறதா?" எனக் கேட்டார் பிரம்மராயர். 'ஆமாம்' என்பது போலத் தலையசைத்தான் ஆழ்வார்க்கடியான்.

பின் அந்த அறையின் மூலையில், கரங்களில் சங்கிலியால் பிணைக்கப்பட்ட அந்தக் கைதியிடம், "உன் பெயரென்ன?" என்று கேட்டார் அன்பில் அநிருத்த பிரம்மராயர்.
அதற்கு அவன் "என் பெயர் கருத்திருமன்" என்று கூறினான்.

அத்தியாயம் 9

கருத்திருமன் தனது பெயரைக் கூறி முடித்தவுடன், "நீ கோடிக்கரையில் வாழ்பவன் தானே?" என வினா எழுப்பினார் பிரம்மராயர்.

இதற்கு பதில் ஆழ்வார்க்கடியானிடம் இருந்து வந்தது, "இவன் அவனேதான்" எனக் கூறினான் ஆழ்வார்க்கடியான்.

"உன்னைப்பற்றி எனக்கு நிறைய செய்திகள் வந்திருக்கின்றன, வீரபாண்டியனைக் காப்பாற்றியவன் நீ அல்லவா? இப்பொழுது எல்லாம் தெளிவாகிவிட்டது! இதையெல்லாம் காசுக்காக செய்கிறாயா? சொல் உங்களின் திட்டம் என்ன? இல்லையென்றால் உன்னை நான் பாதாளச் சிறையில் அடைத்து விடுவேன்" எனக் கூறினார் அநிருத்தப் பிரம்மராயர்.

மௌனம் சாதித்தான் கருத்திருமன். "இல்லை நீ சொல்லப்போவதில்லை உன்னை நான் பாதாளச் சிறையில் தான் அடைக்கப் போகிறேன்" என பிரம்மராயர் கூறிக் கொண்டிருக்கையில், ஒரு காவலன் உள்ளே வந்து இளவரசர்கள் இருவரும் உங்களைக் காண்பதற்காக வந்து கொண்டிருக்கிறார்கள் எனும் செய்தியைத் தெரிவித்தான்.

"திருமலை அவர்கள் இதைப் பற்றி அறிய வேண்டாம் இவனை உள்ளே இருக்கும் அறைக்கு அழைத்துச்

செல்லும். நீயும் அங்கேயே இரு. அவர்கள் சென்றவுடன் இவனைப் பத்திரமாகப் பாதாளச் சிறையில் அடைத்து விடு. இவனிடம் சில சந்தேகங்களைக் கேட்டறிய வேண்டியிருக்கிறது. நான் இவனை அங்கு வந்து சந்திப்பேன். வேகமாக உள்ளே செல்" என்று பிரம்மராயர் கூற, வேகமாக அவனை அழைத்துக்கொண்டு உள்ளே சென்றான் ஆழ்வார்க்கடியான்.

வீரப் புலிகள் இரண்டும் ஒன்றன்பின் ஒன்றாக பிரம்மராயர் மாளிகைக்குள் வர, மகிழ்ந்த முகத்துடன் வரவேற்றார் அநிருத்தப் பிரம்மராயர்.

"வாருங்கள்! இருவரையும் ஒருசேரக் காண்பது எனக்கு மிகவும் மகிழ்ச்சி" என பிரம்மராயர் கூற,

"முதல்-மந்திரி நாங்கள் வந்த விஷயம் உங்களுக்கு இந்நேரம் தெரிந்திருக்கும். இலங்கை சென்ற படைகள் பற்றிய செய்தி அல்லவா உங்களுக்குச் சற்று முன் கிடைத்த ஓலையில் இருக்கிறது" என வினவினார் கரிகாலர்.

"இலங்கைக்குச் சென்ற படைகளுக்கு என்ன நடந்தது? கொடும்பாளூர் சிறியவர் என்ன ஆனார்?" என ஆதித்த கரிகாலர் கேட்கும் பொழுது அவர் கண்ணில் கோபத் தீ கொழுந்துவிட்டு எரிந்தது.

"ஆம் அந்த ஓலையில் அதைப் பற்றித்தான் இருக்கிறது. எனக்கு இன்றுதான் செய்தி வந்தது, இலங்கையின் தளபதி ராணாவைப் பற்றி நான்

இன்ப பிரபஞ்சன்.ஜெ

கேள்விப்பட்டிருக்கிறேன். சூழ்ச்சி செய்வதில் அவன் வல்லவன் இலங்கை சென்ற நமது படைகள் அவனின் பொறியில் அடைபட்ட எலி போலச் சிக்கிக் கொண்டனர். அங்கே இலங்கையில் ரோஹான என்று ஒரு மலைத்தொடர் உள்ளது. அது ஒரு மாய மலைத்தொடர். எல்லா பக்கமும் ஒன்று போல் இருக்கும், இலங்கையின் தளபதி நமது படைகளை முதலில் முன்னேறிச் செல்ல விட்டான். நமது படைகள் வீரத்துடன் முன்னேறிச் செல்ல, அவர்கள் அனைவரும் ரோஹான மலைப் பகுதிக்குள் சென்று மறைந்து கொண்டனர். இவர்களைப் பின் தொடர்ந்து சென்ற நமது படையும் எதிர்பாராத விதமாக உள்ளே சென்று அகப்பட்டுவிட்டது. சரியான நேரம் பார்த்து ராணா நமது சிறியவரைத் தாக்க, அவர் அங்கேயே இறந்துவிட்டார். தலைவன் அற்ற படை வீரர்கள் இங்கும் அங்குமாக ஓட அவர்களைச் சிறை பிடித்தது இலங்கை அரசு" எனக் கண்ணில் கண்ணீர் வழியக் கூறினார்.

சற்று நேரம் மவுனம் அந்த அறையை ஆட்கொண்டது. ஆதித்த கரிகாலன் மீண்டும் பேசத் தொடங்கினார். "நான் இங்கே வருவதற்கு முன் எனக்கு ஒரு ஓலை கிடைத்தது. அதில் பாண்டிய மணி முடி இருக்கும் இடம் எனக்குத் தெரியும் என்று எழுதப்பட்டிருந்தது. இவையெல்லாம் எனக்குச் சந்தேகத்தைத் தூண்டுகிறது" என ஆதித்த கரிகாலர் கூறி முடிக்க,

"எனக்கு எந்தச் சந்தேகமும் இல்லை இளவரசே! நீங்கள் இந்தப் போரில் பங்கு எடுக்கக் கூடாது என்று யாரோ நினைக்கிறார்கள். உங்களைத் திசைமாற்ற

அவர்கள் செய்யும் சதிதான் இது!" எனப் பிரம்மராயர் கூறினார்.

"உங்களை இந்தப் போரில் இருந்து விலக்கி வைக்கவே இந்தச் சதிகள் எல்லாம் தீட்டப்படுகின்றன. இதற்கு பின்னால் யார் இருக்கிறார்கள் என்று வெகு விரைவில் நான் அறிந்து விடுவேன்" என மீண்டும் பிரம்மராயர் கூற,

"என்னிடம் ஒரு யோசனை இருக்கிறது" என்றார் ஆதித்த கரிகாலர். "கூறுங்கள் இளவரசே!" என்றார் பிரம்மராயர்.

"கூறுகிறேன்" எனத் தொடங்கினார் ஆதித்த கரிகாலர். "இந்தப் போரில் இருந்து என்னை விலக்கி வைப்பது என்னைக் காப்பாற்றுவதற்காக செய்யப்படுகிறதா இல்லை அந்த வீரபாண்டியனைக் காப்பாற்றுவதற்காகச் செய்யப்படுகிறதா என்று எனக்குத் தெரியவில்லை. ஆனால் சேவூர் எனது களம்! இலங்கையிலிருந்து நமது வீரர்களை மீட்பதும் இலங்கை வீரர்கள் இங்கே வராது தடுப்பதும் அருள்மொழியின் வேலை அதனால்

அருள்மொழி இலங்கை செல்லட்டும் நான் சேவூர் செல்கிறேன்" என்றார் ஆதித்த கரிகாலர்.

"நல்ல யோசனை அண்ணா! இதைத் தான் நானும் சொல்ல வந்தேன்" என்று அருள்மொழி மகிழ்ச்சியுடன் கூறினார். முதல் மந்திரியும் இதற்கு ஒப்புக்கொண்டார்.

"நாங்களிருவரும் இப்பொழுதே அரசவை சென்று அரசரைக் கண்டு வருகிறோம்!" எனக்கூறி இருவரும் விடைபெற்று அரசவை நோக்கிச் சென்றனர்.

தஞ்சை அரண்மனை ...

வாயிற் காவலன் அரசவைக்குள் வந்து, "இளவரசர்கள் இருவரும் அரசவை நோக்கி வந்து கொண்டிருக்கிறார்கள். பராக்! பராக்!" என்றான்.

சற்று நேரத்திற்கெல்லாம் இருவரும் அரசவைக்குள் வந்து சேர்ந்தனர். அங்கிருந்த அவையோருக்கு வணக்கம் செலுத்திவிட்டு ஆதித்த கரிகாலர் பேசத் தொடங்கினார்,

"அரசே! சேவூரில் நடக்கவிருக்கும் இந்தப் போர், அமாவாசை தினத்தன்று தொடங்கும் என்பதை நாம் அனைவரும் அறிவோம்! இப்பொழுது நமக்குக் கிடைத்த செய்தியின் படி நமது வீரர்கள் அனைவரும் இலங்கையில் கைதிகளாக உள்ளனர்! அதுமட்டுமல்லாது இலங்கைப் படைகள் வீரபாண்டியனுக்கு உதவி புரிவதற்காக வந்து கொண்டிருக்கின்றன. அதை நாம் தடுத்தே தீர வேண்டும். அதற்கு நமது படைகளில் சில, இலங்கை நோக்கிப் போக வேண்டும். அந்தப் படைகளுக்குத் தலைமை தாங்கி அருள்மொழி போகவேண்டும் இதை நான் உங்களிடம் கூறி அனுமதி பெற வந்தேன் அரசே"

சுந்தர சோழரின் முகத்தில் மகிழ்ச்சி தென்பட்டது. வேறொரு சிந்தனை இல்லாமல் அப்படியே ஆகட்டும்

என்று உத்தரவு கொடுத்தார் சுந்தர சோழர். பின் பெரிய பழுவேட்டரையரை நோக்கி, "எடுத்து வாருங்கள்" என்றார் சுந்தர சோழர்.

பழுவேட்டரையர் வாள் ஒன்றைக் கையில் ஏந்தி வந்தார். அதைத் தனது இரு கரங்களிலும் பிடித்துக் கொண்டு ஆதித்த கரிகாலனை நோக்கி, "இந்த வாள் சாதாரணமான வாள் அல்ல! வீரபாண்டியன் நம்மை எதிர்த்து வந்த பொழுது, உத்தமசீலி அவர்கள் போரில் பயன்படுத்திய வாள் இது! இந்த வாள் இனி உன்னுடையது பெற்றுக்கொள்" என்று பழுவேட்டரையர் வாளை நீட்டினார்.

அந்த வாளைப் பெற்றுக்கொண்டு அதன் உரையிலிருந்து அதை வெளியே எடுத்து மேல் நோக்கி உயர்த்தினார் ஆதித்த கரிகாலர். பின், ஒளிரும் அந்த வாளை நோக்கி, "இந்த வாள் எத்தனை பாக்கியம் செய்திருக்க வேண்டும்! பாண்டிய வம்சத்தை வேரோடு சாய்த்து அவர்களின் இரத்தத்தில் குளிக்கப் போகிற பெரும்பாக்கியம் பெற்றிருக்கிறது" என்று கூறி, "ஆதித்த கரிகாலன் எனும் நான் உத்தமசீலியின் தலை கொண்ட வீரபாண்டியனின் தலையைக் கொய்து அதைத் தஞ்சைக் கோட்டை முன் காட்சிக்கு வைப்பேன்!!! இல்லையெனில் போர்க்களத்திலே நவகண்டம் செய்து மடிவேன் இது நமது குலதெய்வம் நிசும்பசூதனி மீது ஆணை! இதுவே நான் மேற்கொள்ளும் சபதம்!!!" எனக் கூறிய நொடியில் அரசவை அதிர்ந்து போனது.

அங்கே அமர்ந்திருந்த அனைவரின் கண்முன் நின்றுகொண்டிருந்தது ஆதித்த கரிகாலன் இல்லை உத்தமசீலி! இத்தனை நாள் ஆதித்த கரிகாலனை இதுபோன்று யாரும் கண்டதே இல்லை! கரிகா னின் கண்களிரண்டும் நெருப்பைக் கக்கிக்கொண்டிருந்தன. அவர் அருகே நெருங்கக் கூட அச்சமாகத் தான் இருந்தது. இப்படி ஒரு சபதத்தை யாரும் எதிர்பார்க்கவில்லை! இத்தனை நாள் கரிகாலரைத் தூக்கி வளர்த்த செம்பியன் மாதேவியின் கண்களில் கூட ஆதித்த கரிகாலர் அன்று உத்தமசீலியாகத் தான் தெரிந்தார்.

அங்குக் குடிகொண்டிருந்த மௌனத்தை அவரே கலைத்தார்.
"இன்றிலிருந்து மூன்றாம் நாள் கொற்றவைக்குப் பூஜை எடுத்து நவகண்டம் செய்ய ஏற்பாடு செய்யுங்கள்" என்று அரங்கம் அதிர முழக்கமிட்டார் ஆதித்த கரிகாலர்.

அவை முழுவதுமிருந்து "சோழம்! சோழம்!" என்று கோஷங்கள் வரத் தொடங்கின.

அத்தியாயம் 10

வந்தியத்தேவன் குதிரை மேல் சவாரி செய்து கொண்டிருந்தான். அவனது எண்ணம் முழுவதும் கனவில் வந்த பெண்ணை நோக்கிச் சென்று கொண்டிருந்தது.

"அந்தப் பெண் யார்? அவள் அணிந்திருந்த ஆடை ஆபரணங்கள் எல்லாம் ராஜ குடும்பத்துப் பெண்கள் அணிவது போன்றல்லவா இருந்தது?" என்ற கேள்வி அவனுக்குள் மீண்டும் மீண்டும் எழுந்து கொண்டே இருந்தது.

"சரி. அது வெறும் கனவுதான் நிஜத்தில் வாழ்க்கை அவ்வளவு இனிமையாக இல்லை. எப்பொழுது பார்த்தாலும் வாளும் வில்லும் ஏந்திப் போர் செய்ய வேண்டியிருக்கிறது" என எண்ணியவன் மறுகணமே, "நாம் இல்லை என்றால் இந்தச் சோழ தேசத்தைப் பாதுகாப்பவர் யார்?" என்று பெருமிதம் கொண்டான்.

வந்தியத்தேவனின் நினைவு இப்பொழுது அவனது சிறு பிராயத்திற்கு அவனை அழைத்துச் சென்றது. அவனுக்கு அப்பொழுது பதினாறு வயதிருக்கும். ராஜ்யத்தை இழந்து பெற்றோர்களையும் இழந்து முன்னோர்களின் பெருமையுடன் இங்கும் அங்குமாக அடைக்கலம் வேண்டி அலைந்து கொண்டிருந்த பிராயம் அது!

அப்படி ஒரு நாள் வந்தியத்தேவன் காவிரி ஆற்றங்கரையில் குளித்துக் கொண்டிருக்கும்

இன்ப பிரபஞ்சன்.ஜெ

பொழுது சோழர்களின் படை அவன் கண் முன் வருவது தெரிந்தது! தூரத்தில் வந்து கொண்டிருந்த படைகளில் கந்தமாறன் இருந்தான், பார்த்திபேந்திர பல்லவனும் இருந்தான்.

கூட்டமாக வந்த படை வீரர்களில் ஒருவன் அங்கு நீர் எடுத்துக் கொண்டிருக்கும் பெண்களிடம் வம்பு செய்து கொண்டிருந்தான்.

இதைக் கவனித்த வந்தியத்தேவன், அந்த வீரர்கள் அங்கு இருப்பதைக் கூட பொருட்படுத்தாது வம்பு வளர்த்துக் கொண்டிருந்த வீரனைத் தாக்கி, "பெண்களிடம் எப்படி நடந்து கொள்ள வேண்டும் என்று தெரியாதா உனக்கு?" எனக் கேட்க அந்தச் சோழ வீரன் கத்திக்கூச்சலிட்டான்.

இப்பொழுது சோழப் படைகள் மொத்தம் வந்தியத்தேவனைச் சூழ்ந்திருந்தது, இதெல்லாம் கண்டு அஞ்சுபவனா வந்தியத்தேவன்? வந்தியத்தேவன் அவனது வாளை உருவி சண்டைக்குத் தயாரானான்.

சோழ வீரர்கள் அவனைத் தாக்கத் தொடங்க, சற்று நேரத்திற்கெல்லாம் அனைத்து வீரர்களும் கீழே விழுந்து கிடந்தனர். மான் கூட்டங்களை வேட்டையாடும் சிங்கமென அந்தக் கூட்டத்திற்கு நடுவே நின்று கொண்டிருந்தான் வந்தியத்தேவன்.

இளங்கன்று பயமறியாது அல்லவா? அடுத்து என்ன நடக்கப் போகிறது என்று வந்தியத்தேவன் சற்று யோசித்தான். அவன் அடித்தது சோழ வீரர்களை,

நிச்சயம் மரண தண்டனை அல்லது பாதாளச் சிறை வாசம் என்று முடிவுக்கு வந்தான்.

அங்கே தூரத்தில் வீரர்கள் தங்குவதற்கான கூடாரம் அமைக்கப்பட்டிருந்தது.

"அவர்கள் என்னைத் தேடி வருவதற்கு முன் நானே அங்கு சென்று நடந்தவற்றைக் கூறிச் சரணடைகிறேன்" என்று

மனதிற்குள் எண்ணிக்கொண்டு அந்தக் கூடாரத்தை நோக்கி வந்தியத்தேவன் சென்றான்.

ஒரு பெரிய கூடாரம் நடுவிலும், அதைச் சுற்றிலும் சிறிய சிறிய கூடாரங்களும் அமைக்கப்பட்டிருந்தது. வந்தியத்தேவனின் கண் அந்தப் பெரிய கூடாரத்தின் மீது விழுந்தது. வந்தியத்தேவன் நேராக உள்ளே சென்றான்.

அங்கே மூவர் அமர்ந்து எதையோ பேசிக் கொண்டிருந்தனர், அதில் ஒருவனுக்கு வந்தியத்தேவனின் பிராயமே இருக்கும், வந்தியதேவன் மீதமுள்ள இருவரை நோக்கினான்.

அதில் மத்தியில் அமர்ந்திருந்தவர் நெஞ்சில் புலிச்சின்னம் பொறிக்கப்பட்டிருந்த கவசம் அணிந்து பார்ப்பதற்கு வீராதி வீரனைப் போல் காட்சியளித்தார்.

வந்தியத்தேவன் அவரை நோக்கி "வணக்கம் ஐயா! என் பெயர் வல்லவரையன் வந்தியத்தேவன், வாணர்

81

குல இளவரசன் இப்பொழுது எனக்கு ராஜ்ஜியம் எதுவும் இல்லை."

"சரி வீரனே! இப்பொழுது இங்கே எதற்கு வந்தாய்?" என அந்தக் கவசம் அணிந்து இருந்த வீரர் கேட்க, வந்தியத்தேவன் ஆற்றங்கரையில் நடந்தவற்றையெல்லாம் கூறினான்.

கவசம் அணிந்த வீரரின் முகத்தில் புன்னகை பூத்தது. ஆனால் அருகிலிருந்த இருவரின் முகத்தில் கோப அக்னி வெளிப்பட்டது. "உன்னை.... இங்கேயே கொன்று விடுகிறேன்" என்று வாளேந்தி வந்தியத்தேவனை நோக்கி வந்தவனை, "நில்லுங்கள் பல்லவரே!" என்ற கம்பீரக் குரல் தடுத்து நிறுத்தியது.

இருவருக்கும் ஒன்றும் புரியவில்லை. "நமது வீரர்களை அடித்து இருக்கிறான் இவனை எப்படிச் சும்மா விடுவது?" என்று பல்லவன் என்ற பெயர் கொண்டவன் கேட்க,

"இவனைச் சும்மா விடப்போவதில்லை!" என்று கவசம் அணிந்தவர் பதில் தெரிவித்தார். வந்தியத்தேவனின் மனதில் ஏதோ ஒரு பதற்றம் நிலைகொண்டது.

"அப்படி என்றால் இவனை என்ன செய்யப் போகிறீர்கள்?" என்று வந்தியத்தேவனின் பிராயம் உள்ளவன் கேட்க, "இவனையும் உன்னுடன் எல்லைக் காவலுக்கு அனுப்பப் போகிறேன் காந்தமாறா!" என்று பதில் வந்தது.

அந்த இரு வீரர்களும் பேச்சு மூச்சற்று நின்று கொண்டிருக்க, சற்றும் யோசிக்காமல் கவசம் அணிந்த வீரரின் அருகில் வந்தான் வந்தியதேவன்.

அவன் அருகில் வருவதைக் கண்ட அந்த வீரர் எழுந்து நின்றார். பாதம் தொட வந்தவனைத் தடுத்து அவனை ஆரத் தழுவினார். வந்தியதேவன் அவரது காதருகே சென்று "ஐயா உங்கள் பெயர்?" எனக் கேட்க,

சிரித்துக்கொண்டே "ஆதித்த கரிகாலன்" எனக் கூறினார் கவசம் அணிந்த வீரர். வந்தியத்தேவனுக்கு மயக்கமே வந்துவிட்டது. "இத்தனை நாள் நான் பட்ட துன்பம் எல்லாம் முடிவுக்கு வந்தது" என எண்ணிக் கொண்டான்.

“இந்த நொடி முதல், என் உடல் சோழ தேசத்திற்கு என் உயிர் ஆதித்தருக்கு" என்று சபதம் எடுத்தான் வந்தியத்தேவன்.

அன்று முதல் வெவ்வேறு காரணங்களால் ஆதித்த கரிகாலரின் உயிர்த்தோழன் ஆகிவிட்டான்.

இந்த நினைவுகளை எல்லாம் அசை போட்டுக்கொண்டே காஞ்சியின் எல்லையை அடைந்த வந்தியத்தேவன் தலைமை காவலனிடம் நிலமையை விரிவாக எடுத்துக் கூறி உறையூர் நோக்கிப் புறப்பட்டான்.

மதுரை ....

வீட்டின் உள் அறையில் ஒரு மூலையில் சுவற்றை வெறித்துப் பார்த்துக்கொண்டு அமர்ந்திருந்தாள் நந்தினி.

அவள் உடல் இங்கே இருக்கிறது மனது எங்கே என்று வாருங்கள் பார்ப்போம்!

நந்தினி மனது முழுவதும் ஒருவிதமான பயம் நிலவியிருந்தது. யாருமே இல்லாத தனக்கு அடைக்கலம் கொடுத்த இருவரின் இடையில் நடக்கும் போர்.

இதில் யார் இறந்தாலும் இழப்பு நந்தினியினுடையது. அவரா இவரா யாரைக் காப்பது என்று குழம்பிப் போய் அமர்ந்திருந்தாள் நந்தினி.

ஆதித்த கரிகாலனைத் திசை திருப்ப அவள் எடுத்த முயற்சிகள் அனைத்தும் தோல்வியில் முடிந்தது. கடைசியாகக் கருத்திருமனை அனுப்பியதும் கூட நந்தினியின் வேலைதான்!

செய்வதறியாது தவித்துக் கொண்டிருந்தாள் நந்தினி. "அம்மா என்னம்மா இப்படி ஒக்காந்து இருக்க" என்று ஒரு பச்சிளங்குழந்தை அவளை நோக்கி வினா எழுப்ப,

ஒரு மனதாக அவள் ஒரு முடிவுக்கு வந்தாள். இந்தக் குழந்தைக்காக வீரபாண்டியன் வாழ வேண்டும்! என்பது அவள் எடுத்த முடிவு.

அன்று சோழர்கள் என்னைத் தூக்கியெறிந்துவிட்டார்கள், ஆள் இல்லாத இந்தப் பேதைப் பெண்ணிற்கு அடைக்கலம் கொடுத்தவர் வீரபாண்டியன்.

என்னைப் பெற்றவள்கூட என்னை வேண்டாம் என்று தூக்கியெறிந்துவிட்டாள். எனக்கென இருந்த என் காதலரும் தங்கை சொல் கேட்டு என்னை வேண்டாமென்றார். நான் பாண்டிய நாட்டின் பிரஜை என்ற ஒரே காரணத்தினால் என்னை வீரபாண்டியர் இன்று வரை ஒரு ராணியாகவே நடத்துகிறார். இவர்களில் என்னை பாதுகாப்பது வீரபாண்டியரே அதனால் அவர் உயிர்போகாமல் பாதுகாப்பதே என்னுடைய கடமை என்று ஒரு முடிவெடுத்தாள் நந்தினி.

குந்தவை அன்று மட்டும் என்னை வேற்றுகுலப் பெண் என்று முத்திரை குத்தாதிருந்தால் இந்நேரம் அந்தச் சோழ சிம்மாசனம் என்னுடையது. எல்லாவற்றிற்கும் காரணம் அந்தப் பிசாசு குந்தவை. அவளை நிச்சயம் ஒரு நாள் என் முன் மண்டியிட வைப்பேன் என்று எண்ணிக்கொண்டே அந்தக் குழந்தையைத் தூக்கினாள் நந்தினி.

அனால் நந்தினியை வீரபாண்டியன் இப்படி நடத்துவதற்கு வேறு காரணங்களும் இருந்தன. ஓர் இரவு உத்தமசீலியைக் கொன்று காட்டில் அலைந்து திரிந்த காலம். உணவுக்கு வழியில்லாமல் காட்டில் கிடைத்ததைக் கொண்டு வாழ்ந்த காலம். அன்று வீரபாண்டியன் ஒரு நீர் நிலையில் தண்ணீர் குடிக்கச்

சென்றான். அப்பொழுது ஒரு பெண் நீரில் நீந்திக்கொண்டிருப்பது தெரிந்தது.

அவள் அழகை ரசித்தபடி நின்றுகொண்டிருந்தவன் உடனடியாக, "அம்மா! முதலை முதலை உன் பின்னே முதலை" என்று கத்திக் கூச்சலிட்டான். அது அந்தப் பெண்ணின் காதில் விழுவது போலத் தெரியவில்லை. உடனடியாக வீரபாண்டியன் அவனது வில்லை எடுத்து

அம்பெய்தான். அது அந்த முதலையின் மேல் சொருகியது. அந்தப் பெண்ணும் முதலையைக் கவனித்துவிட்டாள். அவள் முகத்தில் ஒரு துளிக் கூட பயமில்லை. முதலை அவளை நோக்கி வந்துகொண்டிருந்தது. அவள் அவளின் உடையில் எங்கேயோ குறுங்கத்தியை மறைத்து வைத்திருந்தாள். முதலை அருகில் வந்ததும் அவள் அந்த முதலையின் கண்ணில் குத்திவிட்டாள் முதலை பார்வையிழக்க, வீரபாண்டியன் அம்புகளைத் தொடுத்தான். முதலை மடிந்தது.

பின் கரைக்கு வந்த அந்தப் பெண் வீரபாண்டியனுக்கு நன்றி கூறும் விதத்தில் கைகளைக் கூப்பினாள். பின்புதான் இவள் வாய் பேசமுடியாதவள் என்பது வீரபாண்டியனுக்குப் புரிந்தது. பாவம் என்று நினைத்துக்கொண்டான்.

மறுகணமே அந்தப் பெண் அழுகத் தொடங்கினாள். வீரபாண்டியனுக்கு ஒன்றும் புரியவில்லை. தன்னை எப்படியாவது தஞ்சை அழைத்துச் செல்லுமாறு வேண்டினாள்.

தஞ்சையில் என்ன நடந்ததோ தெரியாது அந்தப் பெண் அங்கிருந்து வந்தவுடன் தற்கொலை முயற்சி செய்ய வீரபாண்டியன் அவளைத் தடுத்தான். பின் நீ என்னை விட்டுப்போனால் நான் எங்கே போவேன் உன்னைப் போன்று தான் நான். எனக்கு யாரும் இல்லை ராஜ்ஜியம் இல்லை மனைவி இல்லை மக்கள் இல்லை யாருமே இல்லை என்று கூற அந்தப் பெண் மனதில் ஒரு ஆறுதல் கிடைத்தது.

பின் மகிந்தனைக் காண வீரபாண்டியன் ஒரு முறை சென்ற நேரத்தில் அவனது கூடாரத்தை அவனுடன் இருந்த கூட்டத்தை எல்லாம் சோழர்கள் சூறையாட இவன் அந்தப் பெண் இறந்துவிட்டதாக நினைத்துக்கொண்டான்.

வெகு வருடங்களுக்குப் பிறகு வேறொரு பெண்ணையும் மணந்துகொண்டான். இப்பொழுது சில வருடங்களுக்கு முன்னே நந்தினியைப் பார்த்த பிறகு அந்த ஊமைப் பெண்ணின் ஞாபகம் வந்துவிட அந்த ஊமைப் பெண்ணை எப்படி நடத்தினானோ அவ்வாறே நந்தினியையும் நடத்துகிறான்.

தஞ்சை .....

கோட்டைக்கு முன்னால் இரண்டு குதிரைகள் தயாராக நிறுத்தப்பட்டிருந்தன. ஆதித்த கரிகாலர் வந்து அவர் முன் நின்ற கருப்புக் குதிரை மேல் ஏறினார். பின்னால் வந்த அருள்மொழியோ அவர் முன் நின்ற வெள்ளைக் குதிரை மேல் ஏறினார்.

இன்ப பிரபஞ்சன்.ஜெ

இரு குதிரைகளும் புழுதியைக் கிளப்பிக்கொண்டு முன்னோக்கிச் செல்லத் தொடங்கின.

"தம்பி உன்னிடம் நான் ஒன்று கூற வேண்டும்".

"என்ன அண்ணா? கூறுங்கள்"

"இந்த உலகம் போற்றும் ஒரு பேரரசனாக நீ வரவேண்டும். ஆயிரம் ஆண்டுகள் தாண்டியும் உன் பெயர் அவர்கள் உள்ளத்தில் குடியிருக்க வேண்டும், ராஜனுக்கு எல்லாம் ராஜனாக, ராஜராஜனாக நீ திகழ வேண்டும். கடல் கடந்து சென்று பல இடங்களில் சோழக்கொடியை நீ பறக்க விட வேண்டும், என்றேனும் ஒரு நாள் ஏதேனும் ஒரு போரில் நான் மரணிப்பேன், என் மரணம் உன்னைப் பாதிக்கக்கூடாது. கவலையே படாதே நானே உனக்கு மகனாகப் பிறப்பேன்" என ஆதித்த கரிகாலன் கூற அருள்மொழியின் கண்ணிலிருந்து வெள்ளம் பெருகியது.

இப்பொழுது அருள் மொழி பேசத் தொடங்கினார், "அண்ணா! இப்படியெல்லாம் நீங்கள் பேசக் கூடாது, இந்த ராஜ்யமும் எனக்கு வேண்டாம் ராஜாங்கமும் எனக்கு வேண்டாம், எனக்குக் கப்பலேறி தூரதேசங்களுக்குச் சென்று அங்குள்ள கலாச்சாரங்களும் கலைகளும் கற்று வரவேண்டும். ஒரே சிம்மாசனத்தில் அமர்ந்து இருப்பதில் எனக்கு விருப்பமில்லை" என அருள் மொழி கூற,

"தம்பி இது உன் பிராயத்தில் நீ பேசும் பேச்சு. உனக்குத் தெரியாது, என் ஒரு தலையை வாங்க இங்கு ஒரு கூட்டமே இருக்கிறது. நான் கூறுவது உனக்கு ஒரு நாள் புரியும்" எனக் கரிகாலர் கூறிக்கொண்டிருக்கும் பொழுது இருவரும் அவர்கள் வர வேண்டிய இடத்திற்கு வந்து சேர்ந்தனர்.

சமகாலத்தில் பிரம்மராயர், பாதாளச் சிறையில் அடைக்கப்பட்ட **கருத்திருமனை** காணச் சென்றிருந்தார்.

கருத்திருமனை நோக்கி, "நீ இங்கே உள்ளவரை வீரபாண்டியனின் சதி நிறைவேறாது. கூறு உனக்கு அறிந்தவற்றை எல்லாம் கூறு இல்லையென்றால் உன்னைக் கொன்றுவிடுவேன்" என்றார் பிரம்மராயர்.

"உண்மைகள் வெளிவரும் காலம் இன்னும் வரவில்லை, காலம் வரும்பொழுது நானே உங்களை வந்து பார்க்கிறேன். கதையே இப்பொழுது தான் தொடங்குகிறது" என்று கூறிச் சிரிக்கத் தொடங்கினான் கருத்திருமன்.

"பைத்தியக்காரா! உன்னை எல்லாம் ஒரு ஆளென்று மதித்துப் பார்க்க வந்த என்னைக் கூற வேண்டும்" என்ற பிரம்மராயர் கோபமாக அவ்விடத்தை விட்டு வெளியேறினார். பின் நேராகக் கோட்டைக் காவலர் சின்ன பழுவேட்டரையரைக் காணச்சென்றார்.

இதுவரை பிரம்மராயரிடம் யாரும் இதுபோல பேசியதே கிடையாது, அவருக்குக் கோபமே வராது. இந்தச் செய்தியை அவர் சின்ன பழுவேட்டரையரிடம்

இன்ப பிரபஞ்சன்.ஜெ

தெரிவிக்க அவர், "நான் பார்த்துக்கொள்கிறேன் நீங்கள் அமைதியடையுங்கள்" என்றார்.

அத்தியாயம் 11

ஆதித்த கரிகாலனும் அருள்மொழியும் குதிரையை விட்டு இறங்கி நடக்கத் தொடங்கினர். அவர்கள் நடக்கும் திசையில் ஒரு அரை காதத் தூரத்தில் ஒரு கோவில் இருந்தது.

மிக எளிமையாக இருந்தது அந்தக் கோவில். கோவிலின் சுவர்கள் எல்லாம் சுண்ணாம்புக் கற்களால் கட்டப்பட்டிருந்தது. கோவிலைச் சுற்றி உள்ள மதில்கள் எல்லாம் பழைய கற்களால் ஆனவை. கோவிலின் முன்னே பல திரிசூலங்களும் வேல் கம்புகளும் இருந்தன. கோவிலில் ஆள் நடமாட்டம் சுத்தமாக இல்லை, கோவிலில் பூஜை செய்யும் ஒரு வயதான கிழவர் மட்டும் தான் இருந்தார்.

இது சோழர் குலத்தைக் காக்கும் நிசும்பசூதனி ஆலயம். இன்றும் தஞ்சையில் இந்த ஆலயம் உள்ளது. இங்கு தான் நமது புலிக்குட்டிகள் இரண்டும் வருகின்றன.

ஆதித்த கரிகாலர் அருள் மொழியை நோக்கித், "தம்பி நீ உன் குருவைக் காணப் போகவில்லையா?" என்று கேட்க,

"ஒரு குரு இப்போது கருவூர் சென்று இருக்கிறார். ஈசான சிவபட்டர் பழையாறையில் இருக்கிறார். நான் இலங்கை செல்லும் முன் பழையாறை சென்று அவரைக் கண்டு செல்வேன். கருவூர்த் தேவரை இனி

காண்பது மிகவும் அரிது. அவர் சில தினங்கள் கருவூர் நகரில் தங்கிவிட்டுப் பின் கொல்லிமலை செல்வதாகச் சொன்னார். எப்படியும் அவரைக் காண இனி இரண்டு மூன்று ஆண்டுகள் ஆகும் அண்ணா" என்றார் அருள்மொழி.

இருவரும் கோவில் அருகே வந்து சேர்ந்தனர். கோவிலின் பூசாரி இரு இளவரசர்களையும் வரவேற்று கோவிலினுள் அழைத்துச் சென்றார். கோவில் இருந்த நிலை இருவரின் மனத்திற்கும் அத்தனை திருப்தி தரவில்லை.

"இந்தப் போர் முடியட்டும். இந்தச் சுண்ணாம்புக் கற்களை எல்லாம் கருங்கற்களாக மாற்ற வேண்டும். கோவிலுக்குக் குடமுழுக்குச் செய்ய வேண்டும்" என்று ஆதித்த கரிகாலர் கூற,

"ஆம் அண்ணா! தந்தையிடம் இதை முதலில் சொல்ல வேண்டும்" என்று அருள்மொழி பதில் கூறினார். கோவிலுக்குள் நுழைந்தபோது கருவறையில் ஒரே ஒரு தீபம் மட்டும் ஏற்றப்பட்டு இருந்தது.

கருவறை மொத்தமும் இருள் கொண்டு வர்ணம் தீட்டியது போல இருந்தது. ஆனால் சுடர்விட்டு எரியும் அந்த ஒளி இருளை மங்க வைத்துக் கொண்டு இருந்தது.

அங்கிருந்த தேவியின் சிலை பார்ப்பதற்கு அச்சத்தைத் தோற்றுவிக்கும் வகையில் இருந்தது. ஆறடி உயரம், பன்னிரண்டு கைகள், ஒவ்வொரு கையிலும் பற்பல ஆயுதங்கள், இரண்டு கோரைப்

பற்களும் நீண்ட நாவும் அந்த இருட்டில் கூட ஒளிர்விடும் கண்களும் கொண்ட தேவியை அண்ணன் தம்பி இருவரும் வணங்கிக் கொண்டிருக்க, தேவியின் தலையில் வைக்கப்பட்டிருந்த ஒற்றைத் தாமரை மலர் கீழே விழுந்தது. கோவில் பூசாரி, "நல்ல சகுனம்! தேவியின் துணை நமக்கே! சோழப் பதாகை வாழ்க!" எனக் கூறினார்.

ஆதித்த கரிகாலரின் மனம் பூரண சாந்தி அடைந்திருந்தது. அந்த இடத்தைவிட்டு நகர்வதற்குக் கூட அவருக்கு மனம் வரவில்லை, நிசும்பசூதனியைப் பார்த்துக்கொண்டு அங்கேயே நின்று விட்டார். அருள்மொழி அவரருகே வந்து, "அண்ணா! நவ கண்டத்திற்குச் சமயம் ஆகிவிட்டது வாருங்கள் செல்லலாம்" என்று கூறிய பின்பே சுயநினைவு பெற்றார் ஆதித்தர்.

"ஆம் போகலாம் வா!" என்று ஒருமனதாக அந்தக் கோவிலை விட்டு வெளியே வந்தார். ஆனால் அவர் மனம் தேவியின் பாதத்திலே இருந்தது.

இருவரும் குதிரை நின்ற இடத்தை நோக்கி நடக்கத் தொடங்கினர். அருள்மொழி ஆதித்த கரிகாலரை நோக்கி, "அண்ணா நம்மீது இத்தனை அக்கறையும் பாசமும் வைத்திருக்கும் இந்தத் தேவிக்கு நாம் ஒன்றுமே செய்யவில்லை" எனக் கூற,

"அதனால் தான் அவளைக் கடவுள் என்கிறோம். மனிதர்கள் பிறப்பிலே நன்றி கெட்டவர்கள், தன் சுயநலத்திற்காக எத்தனைப் பேரை

93

வேண்டுமானாலும், யாரை வேண்டுமானாலும் வஞ்சிப்பர்"

"நீங்கள் கூறுவது முற்றிலும் சரி! நமது சுயநலத்திற்காக எத்தனை உயிர்கள் இந்த பூமியில் துன்பப்படுகின்றன. இப்பொழுது கூட நமக்காக ஒருவன் உயிர் விடப் போகிறான். இந்தப் போருக்கு முன்னால் நவ கண்டத்தின் அவசியம் உள்ளதா? ஒருவனைப் பலி கொடுத்து அவன் ரத்தம் கொண்டு நம் வரலாற்றை எழுதுவதா?" என்று அருள்மொழி கேட்க,

"எனக்குத் தெரியும் தம்பி நீ சுற்றிவளைத்து இதற்குத் தான் வருவாய் என்று! வாய்ப்பேச்சில் கெட்டிக்காரன் ஆகிவிட்டாய்!
அங்கே நடக்கவிருக்கும் நவகண்டம் நீயும் நானும் சொன்னால் நின்று விடுமா என்ன? காலம் காலமாக நடக்கிற வழக்கம் அது!"

"அடுத்த உயிரைத் துன்பப்படுத்துவதில் எனக்குத் துளியும் விருப்பம் இல்லை அண்ணா!" என்று அருள் மொழி கூறி மௌனமானார்.

குதிரைகள் தஞ்சைக் கோட்டைக்குள் இருக்கும் ஒரு பெரிய மைதானத்தில் வந்து நின்றன. மைதானத்தைச் சுற்றிலும் ஜனக் கூட்டம் அலைமோதியது.

நவகண்டம் என்றால் என்ன? இதைப் பற்றிய குறிப்புகள் வரலாற்றில் பல இருக்கின்றன. பழந்தமிழ்

மன்னர்கள் போருக்குச் செல்லும் முன்பு செய்யும் பலி சடங்கே நவகண்டம் ஆகும். ஒரு மெல்லிய மூங்கிலை வளைத்து அதன் நுனியில் ஒரு வீரனின் முடியைக் கட்டி வைத்திருப்பர். ஒருவன் வாளுடன் வந்து அவனது தலையை வெட்டி கொற்றவைக்கு பலியிடுவான். இப்படிப் பலி கொடுக்கும் வீரனின் ரத்தம் மன்னன் மீது விழுந்தால் அந்தப் போரில் அவருக்கு வெற்றி என்பது நம்பிக்கை.

ஆதித்த கரிகாலனும் அருள்மொழியும் மைதானத்தின் ஒரு புறத்தில் நின்று கொண்டிருந்த சுந்தரசோழர், பழுவேட்டரையர்கள், பூதி விக்கிரமகேசரி, ஆகியோருக்கு அருகே சென்று நின்றனர். "தாத்தா வந்து விட்டாரா" என்று ஆதித்த கரிகாலர் விக்ரம கேசரியிடம் கேட்க, "அவர் இன்று மாலை நேரத்தில் சிற்றரசர்கள் உடன் வந்து சேருவார் என்று செய்தி வந்தது" என்று விக்கிரமகேசரி கூறினார்.

மைதானத்தின் மத்தியில் ஒரு இளம் மூங்கில் நடப்பட்டிருந்தது. அதன் அடிப்பகுதி மிகவும் பெரிதாகவும் மேலே செல்லச் செல்ல அதன் சுற்றளவு குறைந்து கொண்டே போனது. அனைவரது பார்வையும் அந்த மூங்கில் மேலிருக்க ஒருவன் உடம்பெல்லாம் விபூதி பூசிக்கொண்டு நடந்து வந்து கொண்டிருந்தான்.

இப்பொழுது அனைவரின் பார்வையும் அவன் பக்கம் திரும்பியது. அவன் அந்த மூங்கில் நடப்பட்டிருந்த இடத்திற்கு வந்து நிற்க ஆதித்த கரிகாலர், சுந்தர

சோழர், பழுவேட்டரையர்கள் அனைவரும் அந்த மூங்கில் வைக்கப்பட்டிருந்த பகுதியை நோக்கி நடக்கத் தொடங்கினர். அருள்மொழி நின்ற இடத்தில் நின்று கொண்டிருந்தார்.

இவர்கள் அந்த இடத்தைச் சென்று அடைந்ததும் அவன் பேசத் தொடங்கினான்.

"என் பெயர் மலையன்! அன்று வீரபாண்டியன் போர் எடுத்து வந்தபோது உத்தமர்சீலியுடன் போருக்கு நானும் சென்றிருந்தேன். அவரின் ரத சாரதியாக இருந்தவனும் நானே." என்று கூற ஜனக்கூட்டத்தில் பேரமைதி நிலவியது. மலையன் தொடர்ந்தான்,

"அன்று உத்தமசீலி மிகவும் ஆனந்தமாகப் போருக்கு வந்தார். அனைவரையும் உற்சாகப்படுத்தினார். இன்று உங்கள் அனைவருக்கும் யுத்தக்களத்திலிருந்து விமோச்சனம் என்று மிகவும் ஆனந்தமாகக் கூறினார். ஆகா! அன்றைய போரில் அவர் வெளிப்படுத்திய வீரம் இன்னமும் என் கண்களுக்குள்ளேயே இருக்கிறது! இப்பொழுது நினைத்தாலும் மெய்சிலிர்க்கிறது" என்று கண்களில் நீரோடு கூற, கூட்டத்திலிருந்து ஒருவன்,

"அந்தப் போர்க்காட்சியை உங்கள் கண்கொண்டு விவரியுங்கள் நாங்கள் கேட்க வேண்டும்" என்று கூக்குரலிட்டான்.

"முதலில் வீரபாண்டியனும் நமது உத்தமரும் ஒரே போல சண்டையிட்டனர். ஆனால் நேரமாக ஆக உத்தமசீலியாரின் கை ஓங்கியது. ஒரு கட்டத்தில்

உத்தமர் வீரபாண்டியனை வீழ்த்தி மண்ணில் தள்ளி, சிறையிலடைக்க ஆணையிட்டார்! ஆனால் அந்த வீரபாண்டியனின் திட்டம் வேறாக இருந்தது. நமது சேனையைத் திசை திருப்பிவிட்டு யாரும் அவருக்கு உதவக்கூடாது என்று சதியைச் செய்தான். மேலும் நமது வீரர்களின் கூட்டத்தில் பாண்டியர்களின் கருப்பு ஆடுகளும் கலந்திருந்தது. அதில் ஒருவன் உத்தமரை ஏமாற்றி என்னையும் அடித்துவிட்டான், நான் மூர்ச்சையடைந்தேன். என் நினைவு திரும்பும் பொழுது" என்று கூறிய மலையனின் குரல் தழுதழுத்தது. அதற்கு மேல் அவரால் பேச இயலவில்லை. கண்களில் இருந்து அருவியென நீர் பொழிந்தது.

மைதானத்தத்தின் அமைதியைக் கிழித்துக் கொண்டு, "மேலே கூறுங்கள்" என்று கம்பீரமாக ஒலித்தது ஆதித்தரின் குரல்.

மலையன் தன்னை ஒருநிலைப்படுத்திக்கொண்டு கூறத் துவங்கினான். "கண் திறந்து பார்க்கையில் உத்தமர் உடல் வேறு தலைவேறாக இருந்தார். என்ன நிகழ்ந்தது அவர் எப்படி இறந்தார் என்று அறியவில்லை. ஆனால் அம்மாவீரரைச் சூழ்ச்சியால் மட்டுமே கொன்றிருக்க இயலும்! அவரின் சாரதியான என்னால் அவரைக் காக்க இயலவில்லை அதனால் தான் இந்த உயிரை இப்போது அவருக்காகக் கொடுக்க நினைக்கிறேன்" என்ற மலையனின் கண்ணில் கண்ணீர் பெருக்கெடுத்தது.

இதையெல்லாம் கேட்டுக் கொண்டிருந்த ஆதித்த கரிகாலரின் கண்கள் சிவந்தன. எதிரே நின்ற

மலையனைக் கட்டித்தழுவினார் கரிகாலர். பின் அனைவரும் கேட்கும் வகையில், "இந்த மாவீரனுக்கு இன்று வீர சொர்க்கம் பிராப்தி பெறப் போகிறது. இவருக்காக தஞ்சை எல்லையில் ஒரு நவகண்ட சிலை வைக்கப்படும்" என்று கூற மக்கள் அனைவரும் கோஷமிட்டனர்.

நீண்ட சுருண்ட அந்த மலையனின் முடியை மூங்கிலின் நுனியோடு வளைத்து கட்டினான் ஒரு வீரன். பின் ஒரு கூரான வாளுடன் வந்தான் இன்னொருவன். ஆனால் மலையன் வாளுடன் வந்தவனைத் தடுத்து நிறுத்தி, "ஐயா நீங்கள் அங்கே நில்லுங்கள்" என்றான்.

அனைவருக்கும் ஒன்றும் புரியவில்லை. பின் ஆதித்த கரிகாலனை நோக்கி, "இளவரசே! உத்தமரின் வாள் உங்களிடம் உள்ளது என்று அறிந்தேன் அந்த வாளைத் தாருங்கள். அந்த மாவீரரின் வாளால் என்னுயிர் நீங்க வேண்டும். இதுவே எனக்குக் கடைசி ஆசை" என்று கேட்க,

ஆதித்த கரிகாலர் தன் இடுப்பில் இருந்த உறையில் வைத்திருந்த வாளை எடுத்துக் கொடுத்தார். அந்த வாளைக் கையில் பெற்றவன் அனைவரையும் நோக்கி, "நான் சென்று வருகிறேன்" என்று கூறித் தன் கழுத்தை வெட்டிகொண்டார்.

மலையனின் தலை மூங்கிலுடன் கட்டப்பட்டிருந்ததால் அந்த மூங்கில் வளைந்தும் இருந்தது. அவரது தலையைத் துண்டித்த நொடியில்

மூங்கில் மீண்டும் அதன் இயல்பு நிலைக்குத் திரும்ப மேல் எழும்பியது அப்பொழுது மலையனின் தலை அந்த மூங்கில் உடன் மேலே வர, அந்தத் தலையிலிருந்து வழிந்து கொண்டிருந்த ரத்தம் ஆதித்த கரிகாலரின் முகத்தில் பளீரென்று தெறித்து விட்டது.

சோழ மக்கள் அனைவரும் "சோழம் வாழ்க! சுந்தர சோழர் வாழ்க! பழுவேட்டரையர்கள் வாழ்க! ஆதித்த கரிகாலர் வாழ்க! அருள்மொழி வாழ்க! மலையன் வாழ்க! சோழ நாட்டிற்காக உயிர் துறந்த அனைவரும் வாழ்க!" என்று கோஷமிட்டனர்……

அத்தியாயம் 12

கொல்லிமலை அன்றும் இன்றும் என்றும் தமிழகத்தில் ஒரு மர்மமான பகுதி. இன்னும் கொல்லிமலை காடுகளைப் பற்றிய பொதுஅறிவு நம்மிடம் இல்லை. அன்று சோழர் காலத்தில், சோழர்களுக்கு எதிராக பாண்டியர்கள் நடத்திய சதி யாகங்கள் எல்லாம் கொல்லிமலைப் பகுதியில் நடந்தவை. இதைப்பற்றி விரிவாக உடையார் என்னும் புதினம் கூறுகிறது. என்னுடைய கதை அதைப்போன்ற ஒரு யாகம் கொல்லிமலையில் நடக்கிறது, பொன்னியின் செல்வன் புதினத்தில் சுந்தர சோழருக்கு உடல்நலக்குறைவு **ஏற்படும்.** அதை எனக்குச் சாதகமாகப் பயன்படுத்தி அவர் உடல்நலக் குறைவுக்கு காரணம் கொல்லிமலையில் நடத்தப்படும் யாகம் என்று கூறுகிறேன். இனி கொல்லிமலை பகுதியில் நடப்பவை பற்றி காண்போம்.

கொல்லிமலை ...

இரவு நேரம். ஒரு பொட்டு வெளிச்சம் கூட எங்குமில்லை! காடு அடர்ந்து இருந்தது. வானில் தெரியும் நட்சத்திரங்கள் கூட அந்த அடர்ந்த வனத்திற்குள் தெரியவில்லை. குளிர்ந்த காற்று இதமாக வீசிக் கொண்டிருந்தது. இருளிலும் கூட அவர் அணிந்திருக்கும் நகைகளை நம்மால் பார்க்க முடியும். அத்தனைப் பிரகாசமான வேலைப்பாடுகள் பொருந்திய நகைகளை அவர் அணிந்திருந்தார்.

வெள்ளை முடி, தலை மீது ஒரு கொண்டை, கழுத்தெல்லாம் ருத்ராட்சமும் தங்க ஆபரணங்களும் அணிந்திருந்தார். முகத்தில் ஒரு தெளிவு! ஒரு பொறுமை! கூர்மையான கண்கள், கூர்மையான மூக்கு, தேகத்தில் இங்கும் அங்குமாக விபூதி பூசி இருந்தார். அவர் இந்தக் காட்டிற்குள் உள்ள அனைத்து வழிகளும் அறிந்தது போல நடந்து சென்று கொண்டிருந்தார். அவர் வேறு யாரும் இல்லை கருவூர்த்தேவர்! கொல்லிமலைப் பகுதியில் சோழர்களுக்கு எதிராக நடக்கும் யாகத்தைப் பற்றி அறிந்துகொண்டு அதைத் தடுத்து நிறுத்த அவர் இங்கே வந்துள்ளார்.

தூரத்தில் ஒரு மலை முகடு தெரிந்தது. அதைச் சுட்டிக்காட்டி, "அங்கிருந்து சற்று தொலைவில் ஒரு குகை உள்ளது. அந்தக் குகைக்கு நாம் இப்போது செல்லப்போகிறோம்" என்று அருகிலிருந்தவருடன் பேசிக்கொண்டு வந்தார்.

"குருவே! எனக்கு ஒரு சந்தேகம்" என்று அருகிலிருந்தவர் கூற

"என்ன சந்தேகம்" என்று அமைதியாய்க் கேட்டார் கருவூரார்.

"யாகங்கள்! இவை நிஜமாகவே சோழ தேசத்தை அழித்து விடுமா? வெறும் நெருப்பில் இடும் பூஜைப் பொருட்கள் அவ்வளவு ஆபத்தானவையா?"

"கூறுகிறேன் கேள் அமரா! கடவுள் இருப்பதாக நீ நம்புகிறாயா?" எனக் கருவூர்த்தேவர் கேட்க,

"அது எப்படி இல்லாமல் இருக்க முடியும்? உங்களையும் என்னையும் இந்த உலகத்தையும் படைத்தவர் அவர் தானே?" என அமரன் பதில் கூறினார்.

"நல்லது என்ற ஒன்று இந்த உலகில் இருந்தால் அதற்கு எதிராகத் தீயது என்ற ஒன்று இருக்கும் அல்லவா? உன் மனதின் எண்ணங்களின் வெளிப்பாடே நல்லதும் கெட்டதும், ஒரு காரியம் நீ செய்யும் பொழுது நல்ல எண்ணங்களால் அதைச் செய்தால் அது நல்ல பலனைத் தரும். இவர்களின் எண்ணங்கள் மொத்தமும் தீய சிந்தனை நிறைந்திருக்கிறது. அவர்களின் சிந்தனைகளின் வெளிப்பாடு தீய பலனைத் தான் தரும். இதில் அவர்கள் நடத்தும் யாகமானது, அவர்களின் எண்ணங்களை ஒரு நிலைப்படுத்தும் ஒரு கருவி தான். நாம் இங்கே அழிக்க வந்தது யாகத்தை அல்ல! அவர்களின் தீய எண்ணத்தை என்பதைப் புரிந்து கொள்" என்றார் கருவூரார்.

"அப்படியானால் இந்த யாகங்கள் பூஜைகள் இவை அனைத்தும் பயனற்றவையா?" என அமரன் மீண்டும் வினாவெழுப்பினான்.

"நான் அப்படிக் கூறவில்லை அமரா, கவனமாகக் கேள்! நீ கோவிலுக்குச் சென்றால் உன் மனது அமைதியாக ஆனந்தமாக இருக்கிறதல்லவா? இதே நீ சுடுகாட்டுக்குச் சென்று பார். உன் மனதைக் கவலை சூழும், பயம் அழுகை உன்னைத் தொற்றும். இவை இரண்டும் அந்த இடத்தைச் சுற்றி உள்ள எண்ண

ஓட்டங்கள். அதை நீ உனக்குள் வாங்குகிறாய். அதன் பின்னரே நீ கூறியவை எல்லாம் உன்னில் நடக்கிறது. அது இடத்திற்குத் தகுந்தார் போல மாறும்" எனக் கூறினார் கருவூர்த்தேவர்.

அவர் கூறியது அவனுக்குப் புரிந்தும் புரியாமலும் புதிராகவே இருந்தது. பேசிக்கொண்டே அவர்கள் இருவரும் அந்த மலை முகட்டுக்கு அருகில் இருக்கும் குகைக்கு வந்தனர். இருவரும் அந்தக் குகைக்குள் வந்தவுடன், "நீங்களே வந்து இந்த யாகத்தைத் தடுக்குமளவு சோழதேசம் இந்த உலகத்திற்கு முக்கியமானதா?" என்று கேட்டான் அமரன்.

"ஆம்! உனக்கு ஒரு கதை கூறுகிறேன் கேள். அருள்மொழி வர்மன் பிறந்த நட்சத்திரம் ஐப்பசி சதயம்! அவனைப் பாதுகாத்து ஒரு அரசனாக்குவதே எனக்குக் கொடுக்கப்பட்டிருக்கும் தெய்வப்பணி. அவனின் எதிர்காலமே இந்தத் தமிழ்நாட்டின் எதிர்காலம்! அதை அழிக்கும் முயற்சி செய்தாலோ, அவனுக்கு எதிராக யாருடைய மனதிலாவது சிறு எண்ணம் தோன்றினால் கூட அதை அழிக்க அவர்முன் நான் நிற்பேன்! அவனுக்கு யுத்த சாஸ்திரம், அரசியல், வானியல் போன்ற சாஸ்திரங்களைப் பயிற்சியளிக்க ஈசான சிவபண்டிதரை அந்த இறைவன் நியமித்திருக்கிறான். சுந்தர சோழரின் ஆட்சியின் கடைசி காலத்தில் நாட்டில் பெரிய குழப்பம் வரும். அதன் பிறகு அருள்மொழியால் ஒரு நல்ல எதிர்காலம் உண்டாகும். நடக்கப்போகும் யுத்தத்திற்குப் பிறகு ஆதித்தகரிகாலனின் வேலை முடிந்துவிடும். சோழ தேசம் சில வருடங்கள் அமைதியாக இருக்கும். ஆதித்த கரிகாலன்

மகாபாரதத்தில் வரும் கர்ணனைப் போன்றவன். அவனை வெல்ல அர்ஜுனனுக்குக் கிருஷ்ணனின் துணை வேண்டியிருந்தது. கரிகாலனை ஒருவன் யுத்த**க்**களத்தில் வெல்வது என்பது நடக்காத ஒன்று! இவனை எதிரிகள் சதிசெய்து அழித்துவிடுவார்கள். இவன் வீரபாண்டியனை அழிக்க அவதாரமெடுத்தவன்" எனச் சொல்லிக்கொண்டே அவர் அவரது புலித்தோலை விரித்து அதன்மேல் அமர்ந்தார்.

தஞ்சை ....

நவகண்டம் சிறப்பாக நடந்து முடிந்தது. அனைவருக்கும் அதில் மகிழ்ச்சியே அருள்மொழி ஒருவரைத்தவிர! மௌனமாக அந்த இடத்தைவிட்டு அரண்மனை நோக்கிச்சென்றார் அருள்மொழி. அவரின் மனதை அந்த நிகழ்வு மிகவும் பாதித்தது.

அரண்மனை சென்றதும் நேராக அக்கா இருக்கும் அறை நோக்கிச் சென்றார்.

"வா தம்பி!" என்று ஆசை மொழி கூறி வரவேற்றாள் குந்தவை.

"அக்கா என் மனது மிகவும் பதறுகிறது! நான் இன்று கண்ட காட்சி என் கண்ணுக்குள்ளே இருக்கிறது. அதை எப்படி மறப்பேன் என்று எனக்குத் தெரியவில்லை"

அருள்மொழியின் பதற்றத்திற்கான காரணத்தை அறிந்த குந்தவை, "இதைப்பற்றியெல்லாம்

நினைத்துக் கொண்டு இருக்காதே! நாளை நீ இலங்கை நோக்கிச் செல்ல வேண்டும். உன் மனது முழுவதும் அதில் இருக்கட்டும். நான் இப்பொழுதே பழையாறை செல்லப் போகிறேன்" என்றாள்.

"அக்கா நானும் வருகிறேன். நான் அங்கிருந்து இலங்கை நோக்கிச் செல்வேன், எனக்குக் குருவைக் காண வேண்டும்" என்றார் அருள்மொழி.

"சரி தம்பி! மாலை நாம் இருவரும் வானதியையும் அழைத்துக்கொண்டு இங்கிருந்து செல்வோம்!" என்று கூறிக் கொண்டே மடியில் தலை வைத்துப்படுத்த அருள் மொழியின் தலையைக் கோதி விட்டாள் குந்தவை.

"அக்கா அந்தப் பெண் எப்படி இருக்கிறாள்? தந்தையை இழந்த அவளுக்கு இப்பொழுது இருக்கும் ஒரே ஆறுதல் நீதான்"

"தம்பி அவளுக்கு நாம் அனைவரும் இருக்கிறோம். அவளை இப்பொழுது நான் பார்த்துக்கொள்கிறேன். பிறகு..." என்று தொடங்கும் பொழுதே, "நீ எங்கே வருகிறாய் என்று எனக்குத் தெரியும். அதை இன்னொரு நாள் பேசலாம் நான் சற்றுநேரம் உன் மடியில் உறங்குகிறேன்" என்றார் அருள்மொழி.

அருள்மொழியின் மனது சற்றே அமைதி அடைந்தது! "சரி அக்கா நான் சென்று அண்ணாவைக் கண்டு வருகிறேன்." என்று கூறி அறையை விட்டு வெளியே சென்றார் அருள்மொழி.

105

ஆதித்த கரிகாலர் தனது அறையில் தனது கத்தியைக் கூர் செய்து கொண்டிருந்தார். அருள்மொழி "அண்ணா" என்று கூறி அறைக்குள் பிரவேசித்தார். "இன்று மாலை நான் அக்காவுடன் பழையாறை செல்கிறேன் அங்கிருந்து நான் நாளை கோடிக்கரை சென்று இலங்கை செல்வேன் என்னை ஆசீர்வதியுங்கள்" என்று ஆதித்தரின் காலில் விழுந்து எழுந்தார் அருள்மொழி.

"விஜயீ பவ!" என்று கூறி, "தம்பி நான் உன்னிடம் சில விஷயங்களைக் கூறவேண்டும். இந்தப் போர் மிகவும் கடுமையாக இருக்கும் உனது மனதையும் உடலையும் சோதிக்கும். வீரர்களுக்கு உற்சாகம் அது உன் பெயர் மட்டுமே! நீ துவண்டு விட்டால் வீரர்கள் சோர்ந்து போய் விடுவார்கள். அங்கே நடக்கும் எந்தச் செயலும் உன்னை மனதளவிலோ உடலளவிலோ பாதிக்காமல் நீ பார்த்துக் கொள்ள வேண்டும். போர் வீரம் வெளிப்படும் இடம் மட்டுமல்ல விவேகம் வெளிப்படும் இடமும் அதுவே! உன்னிடம் அந்த விவேகம் என்னை விட அதிகமாக இருப்பது எனக்கு நன்கு தெரியும். நீ அதைச் சரியான சமயத்தில் பயன்படுத்திக் கொள்ளவேண்டும்"

அருள்மொழி ஆதித்தரின் சொற்களைப் பணிவுடன் கேட்டுக்கொண்டிருந்தார்.

"முதலில் நீ அங்கு சென்றவுடன், அங்கே இருக்கும் நிலப்பரப்புகளைப் பற்றி அறிந்து கொள். பின் நமது வீரர்கள் அங்கே அடிமைகளாக உள்ளனர் அவர்களை மீட்டு உன்னுடன் வரும் வீரர்களுடன் சேர்த்துக்கொள்! அனைவரும் சேர்ந்து விட்டால் இலங்கையில் இருந்து

புறப்படும் மகிந்தனின் படைகளை எளிதில் தடுத்து விடலாம். இவை என் மனதில் உள்ள திட்டம் அங்கு சென்று சந்தர்ப்ப சூழ்நிலைக்குத் தகுந்தது போலத் திட்டத்தை நீ மாற்றிக்கொள்" என்று ஆதித்த கரிகாலர் கூறினார்.

மௌனமாகத் தலையசைத்த அருள்மொழி, "அண்ணா! உங்களுடைய போரில் நீங்கள் திறம்பட செயல்பட நான் எல்லாம் வல்ல சிவபெருமானை வேண்டிக் கொள்கிறேன், வெற்றி நமக்கே!" என்றார்.

"இவை அனைத்தும் சரியானவுடன் நாம் இருவரும் சேர்ந்து கடல் கடந்து தூர தேசங்களில் சுற்றித்திரிந்து வரலாமா அண்ணா?" என்று அருள்மொழி கேட்க.

"நிச்சயம் போய் வரலாம்!" என்று கூறி அருள்மொழியைக் கட்டி அணைத்துவிட்டு உச்சி முகர்ந்தார் ஆதித்த கரிகாலர். பிரியா விடை கொடுத்து அருள்மொழி அந்த அறையைவிட்டு வெளியேறினார். இருவரும் ஒரு மனதாகப் பிரியா விடை கொடுத்துப் பிரிந்தனர்!

தஞ்சை அரண்மனை ....

திருக்கோவிலூர் மலையமானோடு சிற்றரசர்களும் அவையில் நிறைந்திருந்தனர். சுந்தரசோழர் அவரது சிம்மாசனத்தில் கம்பீரமாக வீற்றிருந்தார். "வரவேண்டிய அனைவரும் வந்துவிட்டனர் தொடங்கலாமா?" எனச் சின்ன பழுவேட்டரையர் கேட்க,

"செம்பியன் மாதேவி இன்னும் வரவில்லையே?" என சுந்தரசோழர் பதில் கூறினார்.

"அவர் இப்பொழுது தளிக்குளத்தார் ஆலயத்திற்குச் சென்று இருக்கிறார்" என சின்னப் பழுவேட்டரையர் கூற,

"அவரும் வந்து விடட்டும்" என்றார் சுந்தர சோழர்.

சற்று நேரத்திற்கெல்லாம் "செம்பியன்மாதேவி வருகிறார் பராக் பராக்" என்ற ஒலி அரங்கம் எங்கும் ஒலித்துக்கொண்டிருந்தது. செம்பியன்மாதேவி வந்ததும் அனைவரும் எழுந்து நின்றனர். அவர் சுந்தர சோழருக்கு அருகிருந்த அரியாசனத்தில் அமர்ந்த பின்னர் அனைவரும் தத்தம் ஆசனங்களில் அமர்ந்தனர். அமர்ந்த மறுகணமே செம்பியன்மாதேவி நினைவு மொத்தமும் கோவிலில் நடந்தவை பற்றியே இருந்தது.

அங்கே ஆலயத்தில் கூட்டம் இன்று சற்று கூட இல்லை. இருப்பினும் செம்பியன்மாதேவி வருவதால் காவல் பலமாக இருந்தது. அந்தச் சன்னதியில் அன்று செம்பியன் மாதேவியும் வேறொரு இளவயது ஆண் பிள்ளையும் மட்டுமே இருந்தனர்.

"பொன்னார் மேனியனே புலித் தோலை அரைக்கசைத்து மின்னார் செஞ்சடைமேல் மிளிர் கொன்றை யணிந்தவனே மன்னே மாமணியே மழ பாடியுள் மாணிக்கமே

அன்னே உன்னையல்லால் இனி யாரை நினைக்கேனே."

என்று அவன் பாடிய பொழுது அவன் குரல் கேட்டு சிவபெருமானே ஓடி வருவார் என்பதுபோலத் தேனினும் இனிமையாக இருந்தது அந்தக் குரல்.

செம்பியன் மாதேவி அந்தப் பிள்ளையை முன்பே தெரிந்தது போலப் பார்த்துக் கொண்டிருந்தார். அவன் பாடி முடித்ததும் அவனை அருகில் அழைத்து, "பாடல் மிகவும் அருமையாக இருந்தது இதை நீ வைத்துக்கொள்" என்று பொற்காசுகளை அவனிடம் கொடுக்க அந்தப் பிள்ளை,

"இதெல்லாம் வேண்டாம் தாயே! சிவ தொண்டு செய்வதற்குக் காசெல்லாம் வாங்கக்கூடாது" என்று கூறி அங்கிருந்து வெளியே சென்றான்.

செம்பியன் மாதேவி அவனையே நோக்கிக் கொண்டிருந்தார், அந்தப்பார்வை ஒரு மகன் தாயிடம் இருந்து விடைபெற்று செல்லும் பொழுது ஒரு தாய் பார்ப்பது போல இருந்தது......

அத்தியாயம் 13

தஞ்சை அரண்மனை ....

அன்று அந்த அரண்மனையின் அரசவையில் முக்கியமான, நெருங்கிய, நம்பிக்கையான அதிகாரிகளைத் தவிர வேறு யாரும் இல்லை. அனைவரையும் வெளியே செல்லுமாறு உத்தரவிட்டார் சுந்தர சோழர்.

மன்னர் கட்டளையை மீற முடியுமா? அனைவரும் அமைதியாக வெளியே சென்றனர். வேளக்காரப் படைகள் கூட உள்ளே அனுமதிக்கப்படவில்லை.

ஆபத்து எவ்வகையிலும் அவர்களை அணுகலாம் என்று சுந்தரசோழர் அறிந்து வைத்திருந்தார். அதனால் நம்பிக்கையான நபர்களைத் தவிர வேறு யாரையும் உள்ளே அனுமதிக்கவில்லை.

அன்று நடந்த கூட்டத்தில் அருள்மொழியும், கரிகாலரும் பங்கு பெறவில்லை. அங்கு நிலவிய மௌனத்தைக் கலைத்தார் பெரிய பழுவேட்டரையர்,

"அரசே சேனைகள் இரண்டாகப் பிரிக்கப்பட்டு விட்டன. ஒன்று அருள்மொழியுடன் இலங்கை செல்லப் போகிறது. இன்னொன்று ஆதித்தனுடன் சேவூர் செல்லப் போகிறது.

ஏற்கனவே இலங்கையில் இருந்து பத்தாயிரம் வீரர்கள் கொண்ட படை பாண்டியனை

அடைந்துவிட்டது. மீண்டும் அங்கிருந்து படைகள் இங்கு வராமல் தடுப்பதே அருள்மொழியின் வேலை. அங்கிருந்து வந்த படைகளை நிர்மூலமாக்கி ஓடவிடுவது ஆதித்தனின் வேலை. பின் ஒற்றர்கள் வழி கிடைத்த செய்தி ராஷ்டிரகூடர்கள் கூட சரியான நேரம் பார்த்து நம்மை அழிப்பதற்காகக் காத்துக் கொண்டிருக்கின்றனர். இருக்கிற எல்லாப் படைகளும் மூன்று திசைகளில் பிரித்துவிட வேண்டும். நம்பிக்கையான சில வீரர்களை மட்டும் வைத்துக் கோட்டையைப் பாதுகாக்க வேண்டும். மன்னனின் உதவிப் படைகள் அறுபது நாழிகையும் இங்கேயே இருந்து விட வேண்டும். பழுவூர்ப் படைகளில் சில, தஞ்சை எல்லையைச் சுற்றி வரும். என் தம்பி இங்கேயே இருந்து கோட்டைக் காவலை மேலும் வலுப்படுத்துவான்" எனக் கூறி முடித்தார்.

திருக்கோவிலூர் மலையமான் இப்பொழுது பேசத்தொடங்கினார், "சோழர்களுக்கு உதவி புரியும் அனைத்துச் சிற்றரசர்களின் படையும் நமது பண்டைய தலைநகரான உறையூரில் அணி வகுக்கப்பட்டு அங்கிருந்து சேவூர் செல்ல ஏற்பாடு நடை பெறுகிறது" என்று கூறினார்.

மன்னர் இப்பொழுது எழுந்து நின்றார். "ராஜ்யத்திற்காகப் பாடுபடும் உங்கள் அனைவருக்கும் என் மனமார்ந்த நன்றிகள். உங்களை நான் இங்கே அழைத்தது போர் பற்றிய விவாதத்திற்காக மட்டுமன்று, என் மகனிடம் நான் ராஜ்யத்தைக் கொடுத்து விடலாம் என்று எண்ணி வருகிறேன் அதைப்பற்றி உங்களிடம் கருத்து கேட்கவே உங்களை இங்கு வரவழைத்தேன்.

இந்தப் போர் முடிந்தவுடன் ஒரு நல்ல நாளில் அவனுக்கு பட்டாபிஷேகம் செய்து விடவேண்டும் என்று தீர்மானித்துள்ளேன் இதில் யாருக்காவது எதிர்க் கருத்து இருந்தால் தெரிவிக்க வேண்டும். இப்பொழுது அவர்களின் கருத்து வரவேற்கப் படுகிறது" என சுந்தர சோழர் கூற ஒருவர் கூட வாய் திறக்கவில்லை.

"சரி அப்படி என்றால் இந்தப் போர் முடிந்தவுடன் ஆதித்த கரிகாலனுக்குப் பட்டாபிஷேகம் செய்து சோழநாட்டை அவனிடம் கொடுத்து விடப் போகிறேன்" எனக் கூறினார் மாமன்னர் சுந்தரசோழர்.

அவருடைய விருப்பத்தை ஆமோதித்து அவையோர் தலையசைத்தனர்.

"நம்மிடம் நேரம் மிகவும் குறைவாக உள்ளது அனைவரும் சென்று அவரவர் பணியைச் செய்யுங்கள்" என்று கட்டளையிட்டார் மன்னர்.

தஞ்சையில் இருந்து ஒரு பெரிய படை பழையாறையை நோக்கிச் சென்று கொண்டிருக்கிறது. அந்தக் கூட்டத்தில் குறைந்தது ஐம்பதாயிரம் வீரர்களும், ஐயாயிரத்திற்கும் மேற்பட்ட யானைகள், பத்தாயிரம் குதிரைகள், யுத்தத்திற்குத் தேவையான ஆயுதங்களும் இருந்தன.

இந்தக் கூட்டத்திற்கு நடுவே ஒரு பல்லக்கில் குந்தவை மற்றும் வானதி அமர்ந்திருக்க முன்னே குதிரையில் அருள்மொழிவர்மர் சென்று கொண்டிருந்தார். அவரின் மனம் முழுவதும் இலங்கையில் நடக்க வேண்டிய காரியங்களைப் பற்றியே சிந்தித்துக் கொண்டிருந்தது.

"இங்கிருந்து அழைத்துச் செல்லும் வீரர்களுக்கு உணவு மருத்துவம் இதெல்லாம் சரிவர கிடைக்க வேண்டும், இவர்களின் குடும்பத்தினர் என்னை நம்பித்தான் இவர்களைப் போருக்கு அனுப்பியிருக்கின்றனர், இவர்களுக்கு ஒன்றும் நேராது நான் பாதுகாக்க வேண்டும்" என்று தனக்குத்தானே பேசிக்கொண்டு வந்தார் அருள்மொழிவர்மர்.

அதிகாலையில் இவர்கள் பழையாறை நகரை அடைந்தனர். அருள்மொழி பழையாறை சென்றவுடன் முதல் வேலையாக அவரது குருவைக் காணச் சென்று விட்டார்.

குந்தவை அவரது தம்பியை உற்சாகப்படுத்துவதற்காகச் சில மங்கல நிகழ்வுகளை ஏற்பாடு செய்திருந்தார்.

ஈசான சிவ பட்டரின் வீடு வடமேற்கு சிவன் கோவிலுக்கு மிக அருகில் இருந்தது. அரண்மனையிலிருந்து அரைக் காத தூரம் இருக்கும் சோலை மாளிகையிலிருந்து வடமேற்கு ஆலயத்திற்குப் போனால் அந்தச் சிவன் கோவில் வந்துவிடும்.

வீரர்கள் யாரும் தன்னைப் பின் தொடர வேண்டாம் என்று கூறிவிட்டுத் தனது குதிரையோடு புறப்பட்டார் அருள்மொழிவர்மன். சற்று நேரத்திற்கெல்லாம் அவர் தன் ஆசானின் வீட்டில் இருந்தார். பணியாள் ஒருவன் வந்து அருள்மொழியை வரவேற்று உள்ளே அழைத்துச் சென்றான். "நீங்கள் வருவீர்கள் என்று அவர் கூறி இருந்தார். நீங்கள் வந்தால் உங்களை அமர்ந்திருக்குமாரு கூறினார். இப்பொழுது அவர் கோவிலுக்குச் சென்றிருக்கிறார் சற்று நேரத்திற்கெல்லாம் திரும்பி வந்துவிடுவார்" எனக் கூறிய பணியாளன் அருள்மொழி அருந்துவதற்கு மோரை எடுத்துவரச் சென்றுவிட்டான்.

முகத்தில் சலனம் இன்றி அங்கு தியானிப்பதற்கு விரிக்கப்பட்டிருந்த புலித் தோலின் மீது அமர்ந்து தியானம் செய்யத் தொடங்கினார் அருள்மொழி.

ஒரு நாழிகைப் பொழுது கழிந்தது. அருள்மொழி கண் திறந்து பார்க்கையில் அவர் முன் ஈசான சிவ பண்டிதர் அமர்ந்திருந்தார்.

அருள்மொழி கண்திறந்த தருணம் குருவின் வாயிலிருந்து உதிர்ந்த முதல் சொல் "திருச்சிற்றம்பலம்". அருள்மொழிவர்மர் சமயம் ஏதும் எடுக்காமல் திருச்சிற்றம்பலம் என்று கூறி அவர் வந்த நோக்கத்தை எடுத்துரைக்கத் தொடங்கினார்.

"குருவே! என் மனம் மிகவும் அலைபாய்கிறது, மிகவும் பெரிய பொறுப்பு என்னிடம் ஒப்படைக்கப் பட்டிருக்கிறது. என்னை நம்பி ஆயிரக்கணக்கான

உயிர்கள் என்னுடன் பிரயாணம் செய்யப் போகின்றனர். என்னை எதிர்நோக்கி ஆயிரக்கணக்கான உயிர்கள் இலங்கையில் வாடிக் கொண்டிருக்கின்றன. ஆனால் என் மனமோ நிலையான ஒரு சூழலில் இல்லை. எனக்கு என் மேல் சந்தேகமெல்லாம் இல்லை, என்னால் இதைச் செய்து முடிக்க முடியும் அது எனக்குத் தெரியும் ஆனால் என்னை நம்பி வந்த இத்தனை உயிர்களுக்கும் பாதுகாப்பு நான் கொடுப்பது என்னால் முடியுமா என்று தெரியவில்லை" என அருள்மொழிவர்மர் கூற,

ஈசான சிவ பட்டர் தொடங்கினார், "மகாபாரதப் போரில் தனது சொந்தங்களை எதிர்த்து நிற்கும் பொழுது அர்ஜுனனுக்கும் இதேபோன்ற ஒரு மனநிலை தான் இருந்தது. அன்று கிருஷ்ணன் அவனிடம் கூறியது 'சொல்பவன் கண்ணன், செய்பவன் கண்ணன், உன் முன் நிற்கும் அனைவரும் என்னில் ஒரு பாதி. இவர்களை நீ இன்று அழிக்கவில்லை என்றாலும் கூட இவர்கள் ஒருநாள் மரணித்து விடுவார்கள். இவர்கள் கொல்லப்பட வேண்டும் என்பது விதி அது அவரவரின் கர்மபலன் நீ இங்கே ஒரு கருவி மட்டுமே இதை நீ புரிந்து கொள் அர்ஜுனா' என்றார். இதையேதான் நான் உனக்கும் கூறுகிறேன்"

"நடந்தவை, நடப்பவை, நாளை நடக்கப் போகின்றவை எல்லாம் விதிப்படியே நடக்கும். நீ இங்கு வெறும் கருவிதான். இதை நீ புரிந்து கொள். மனதில் அமைதி கொள், செய்யும் பணியை முழுமையாகச் செய். அதில் உன் பங்கு எந்த விதத்திலும் குறைந்து விடாமல் பார்த்துக்கொள்!"

என்று ஈசான சிவபண்டிதர் கூற அருள்மொழியின் ஆழ் மனதில் இருந்த ஆழி அலை அடங்கியது.

"உங்களின் ஆசி எனக்கு வேண்டும்! எனக் கூறி அவரின் பாதம் தொட்டு வணங்கினார்.

"இந்த அகிலம் ஆள்வதற்குப் பிறந்தவன் நீ! சென்று வா!" என்று கூறி அவரை அனுப்பி வைத்தார் ஈசான சிவ பண்டிதர்.

ஏதோ ஒரு புதிய வலுவுடன் பழையாறை மாளிகையை நோக்கி மீண்டும் சென்றார் அருள்மொழிவர்மர்.

சற்று நேரத்திற்கெல்லாம் போருக்குச் செல்ல ஆயத்தமானார் அருள்மொழி. அருள்மொழியை வாழ்த்தி வழியனுப்புவதற்காக, அரண்மனை வாசற்படியில் குந்தவை தேவியின் தோழிப் பெண்கள் கையில் தீபம் ஏந்திக் கொண்டு நின்றார்கள்.

அந்தக் கூட்டத்தில் கொடும்பாளூர் சிறிய வேளானின் புதல்வி வானதியும் இருந்தாள். இளவரசி குந்தவைக்கு மிகவும் நெருங்கிய தோழியவள்.

இளவரசர் சற்று தூரத்தில் வருவதைப் பார்த்ததும் அந்தப் பெண்கள் எல்லோரும் மனக்கிளர்ச்சி அடைந்தார்கள். இளவரசர் அருகில் வந்ததும் கையில் ஏந்திய தட்டுகளைச் சுற்றி ஆரத்தி எடுத்தனர். அப்பொழுது வானதியின் மேனி முழுவதும் திடீரென்று நடுங்கிற்று. கையில் இருந்த தட்டு தவறிக் கீழே விழுந்து பெரும் சத்தத்தை உண்டாக்கியது.

அடடா இது என்ன அபசகுணம் என்ற எண்ணம் எல்லோருடைய மனதிலும் உண்டாயிற்று. ஆனால் தட்டு கீழே விழுந்த பிறகும் திரி மட்டும் எரிந்து கொண்டு இருப்பதைப் பார்த்துவிட்டு அனைவரும் நிம்மதி அடைந்தார்கள். இது மிக நல்ல சகுனம் என்று முதியவர்கள் உறுதி கூறினார்கள்.

எந்தவித காரணமும் இன்றி கலங்கி நின்ற வானதியைப் பார்த்துப் புன்னகை புரிந்துவிட்டு அருள்மொழிவர்மர் மேலே சென்றார். அவர் அப்பால் சென்றதும் வானதி மூர்ச்சை அடைந்து விழ, அவளைக் குந்தவை தனது அறைக்கு எடுத்து வருமாறு உத்தரவிட்டாள். குந்தவையைத் தொடர்ந்து அருள்மொழியும் அந்த அறைக்குச் சென்றார்.

"அக்கா! இவள் இப்பொழுது ஏன் மூர்ச்சையானாள்?" என்று அருள்மொழி கேட்க.

"தெரியவில்லை தம்பி" என்று குந்தவை கூறினாள்.

"இந்தப் பெண்ணின் தந்தை தானே இலங்கை சென்று மீண்டும் வராமல் போர்க்களத்தில் மாண்டார்? அதை நினைத்துக் கொண்டாள் போலிருக்கிறதே" என்றார் அருள்மொழி.

"இவளைப் பற்றி நீ கவலைப் பட வேண்டாம் நான் பார்த்துக்கொள்கிறேன். இலங்கை சென்று விரைவில் வெற்றி வீரனாகத் திரும்பி வா! அடிக்கடி எனக்குச் செய்தி அனுப்பு" என்றாள் இளைய பிராட்டி.

"ஆகட்டும் அக்கா! இங்கே ஏதாவது விசேஷம் நிகழ்ந்தாலும் எனக்குச் செய்தி அனுப்புங்கள்" என்றார் அருள்மொழி.

அருள்மொழியின் குரல் கேட்ட நொடி வானதியின் மூர்ச்சை தெளிந்து. அவளது கண்கள் லேசாக திறந்த பொழுது எதிரே நின்று கொண்டிருந்த அருள்மொழியைக் கண்டவுடன் அகன்று விரிந்தன. முகமும் மலர்ந்தது. உணர்வு வந்ததும் நாணமும் கூட வந்துவிட்டது. சட்டென்று எழுந்து உட்கார்ந்தாள்.

"அக்கா என்னை மன்னித்து விடுங்கள்!" என்றாள் வானதி.

"இதற்காக நீ ஒன்றும் கவலைப்பட வேண்டாம் வானதி தவறுவது எல்லாருக்கும் நடப்பது தான். உனக்கு இப்படி நடப்பதற்கு ஒரு முக்கிய காரணமும் உண்டு அதைத் நான் அக்காவிடம் சொல்லிக் கொண்டிருந்தேன். இருவரும் பத்திரமாக இருங்கள்! நான் போய் வருகிறேன்" என்று கூறி அறையை விட்டு வெளியே வந்தார் அருள்மொழிவர்மன்.

வானதிக்கு தான் காண்பது கனவா நினைவா என்று ஒன்றும் புரியவில்லை. குந்தவையும் வானதியும் அரண்மனையின் மேல்மாடத்திலிருந்து அருள்மொழியைப் பார்த்துக் கொண்டிருந்தனர். ஒரு பெரிய சைனியத்தின் நடுவில் யானை மீதேறி இலங்கையை நோக்கிய பிரயாணத்தை இனிதே தொடங்கினார் அருள்மொழிவர்மர்!

வீரபாண்டியன் தலை கொண்ட கோப்பரகேசரி ஆதித்த கரிகாலன்

அத்தியாயம் 14

மாலை நேரம் சூரியன் மேற்கில் மறையத் தொடங்கினான். கோடிக் கரையின் ஓரத்தில் கடல் அலை அடங்கி ஓய்ந்திருந்தது. கட்டு மரங்களும் படகுகளும் கரையை நெருங்கிக் கொண்டிருந்தன. இரை தேடச் சென்ற பறவைகள் கூடு நோக்கிச் சென்று கொண்டிருந்தன. பறவைகள் சென்ற திசையில் நோக்கினால் பெரிய அடர்ந்த காடு இருந்தது. பெருங்காற்று வீசி கிளைகள் இங்குமங்கும் ஆடிக்கொண்டிருந்தன. கருமேகங்கள் திரண்டு கொண்டிருந்தன. இவை அனைத்தும் இரவு வரப்போகும் மழையின் ஒத்திகையே!

இளவரசர் அருள்மொழிவர்மரும் அவரது சேனா வீரர்களும் கோடிக்கரையை அடைந்து வெகுநேரம் ஆகிவிடவில்லை. இளவரசர் கோடியக்கரை வந்தவுடன் கடற்கரையைக் காணச் சென்றார். இலங்கை செல்வதற்காக அணி வகுக்கப்பட்டிருக்கும் கப்பல்களைக் காணச் சென்று கொண்டிருந்தார். ஆயிரம் ஆயிரம் படகுகள் அணிவகுத்து நின்ற அந்தக் காட்சியைக் காணும் பொழுது அது கடலா? இல்லை சோழக் கப்பல்கள் நிற்பதற்காக வெட்டப்பட்ட ஏரியா என்ற சந்தேகம் நமக்கு வரும்.

விரிந்திருந்த அந்தக் கடலைச் சோழக் கப்பல்கள் மொத்தமாக ஆக்கிரமித்துவிட்டன. கடல் அலைக்கு ஏற்றவாறு கப்பல்கள் முன்னும் பின்னும் ஆடிக்கொண்டு இருந்த காட்சி பார்ப்பதற்கு

தொட்டிலில் ஆடும் குழந்தை போல மனதிற்கு இதமாக இருந்தது.

இதெல்லாம் பார்த்துக்கொண்டிருந்த அருள்மொழி, அவரது பார்வையை அங்கே கடலில் விளையாடிக்கொண்டிருந்த ஒரு சிறிய படகின் மீது செலுத்தினார். அவர் கண் ஆச்சர்யத்தில் விரிந்தது. ஒரு பெரிய அலை அந்தச் சிறிய படகை நோக்கி வந்து கொண்டிருந்தது. ஆனால் அந்தப் படகில் இருந்த படகோட்டி அதைப்பற்றி கவலைப்படாமல் ஏதோ பாடிக் கொண்டிருந்தாள். ஆம் அந்தப் படகைச் செலுத்தியது ஒரு பெண் தான். அந்தப் பெண்ணின் தேனினும் இனிய குரல் அலையோசை காரணமாகக் கரை வரை எட்டவில்லை, நாம் சற்று அவள் அருகில் சென்று அவள் பாடுவதைக் கேட்கலாம் வாருங்கள்!

"அலைகடல் கொந் தளிக்கையிலே
அகக்கடல்தான் களிப்பதுமேன்?
நிலமகளும் துடிக்கையிலே
நெஞ்சகந்தான் துள்ளுவதேன்?
இடி இடித்து எண்திசையும்
வெடிபடும் அவ்வேளையிலே
நடனக் கலைவல்லவர்போல்
நாட்டியந்தான் ஆடுவதேன்?"

அந்தப் பெண்ணின் ஆனந்தம் அவளின் பாடலில் வரியில் நமக்குப் புரிகிறது.

"முருகைய்யா..." என்றார் அருள்மொழிவர்மர்.

"கூறுங்கள் இளவரசே!" என்றான் ஒருவன்.

"அலை கடலுக்கும் அச்சம் கொள்ளாமல் இப்படிப் படகைச் செலுத்திக் கொண்டிருக்கும் அந்தப் பெண் யார்?" என்று கேட்டார் அருள்மொழிவர்மன்

"அவள் என் தங்கை அவள் பெயர் பூங்குழலி."

"பூங்குழலியா? சரியாகத்தான் பெயர் வைத்திருக்கிறீர்கள்." என்று கூறி மென்மையாய்ப் புன்னகைத்தார் அருள்மொழி.

பெயருக்குத் தகுந்தார் போல அவள் கூந்தலில் ஒரு தாழம்பூவின் இதழ் அழகு பெற்றுத் திகழ்ந்தது. நீண்ட கரிய கூந்தல் சுருண்டு சுருண்டு விழுந்து அவளுடைய தோள்களை அலங்கரித்தன. கடல் அலைகள் கரை கொண்டு வந்து சேர்க்கும் சங்குகளும் சிப்பிகளும் ஆபரணம் ஆக்கி அவள் அணிந்து கொண்டிருந்தாள். இப்பொழுது ஒரு பெரிய அலை அவளின் படகை நெருங்கி விட்டது. அவளோ அதற்கெல்லாம் அஞ்சுவது போல் தெரியவில்லை. அலையைப் பார்த்துச் சிரித்து விட்டு, இந்தச் சிறிய அலை என்னை என்ன செய்துவிட முடியும்? என்பதுபோலத் துடுப்பு போட்டுக் கரை நோக்கி வந்து கொண்டிருந்தாள். கரை மிக அருகில் வந்ததும் அவளின் குரல் அலையோசையை விடச் சற்று அதிகமாக அனைவரது காதிலும் விழுந்தது.

அவளது படகை அங்கிருந்த ஒரு இடத்தில் கட்டிவிட்டு கரை நோக்கி நடந்து கொண்டிருந்தாள், எதேச்சையாக அவள் கண்கள் அருள்மொழிவர்மர் இருந்த திசை நோக்கிப்போனது. "ஐயோ இவர்

யாரையோ பார்த்துக்கொண்டு நிற்கிறார் அதுவும் நாம் இருக்கும் திசையில் வேறு யாரும் இல்லையே! ஒருவேளை நம்மளைத்தான் பார்த்துக்கொண்டிருக்கிறாரோ! ஐயோ நம்மை அழைக்கிறார்" எனத் தனக்குத்தானே பேசிக்கொண்டு அருள்மொழி இருந்த திசை நோக்கி நடக்கத் தொடங்கினாள் பூங்குழலி.

"வணக்கம் இளவரசே!" என்று பவ்யமாக கைகூப்பி அருள்மொழியை வணங்க, முகத்தில் ஒரு மகிழ்ச்சியுடன்,
"உன் பெயர்தான் பூங்குழலியா? அலையுடனும் கடலுடன் விளையாடுவது உனக்கு ரொம்பப் பிடிக்கும் போலிருக்கிறதே?" என்றார் இளவரசர்.

"இந்தக் கடல் எனது தாய்! ஒரு தாய் அவளது பிள்ளையை ஒன்றும் செய்து விட மாட்டாள் அந்த நம்பிக்கைதான், இதுதான் கடலுக்கும் எனக்கும் இருக்கும் உறவு" என்றாள் பூங்குழலி.

"அப்படியா சமுத்திர குமாரி?" என்றார் இளவரசர். சமுத்திர குமாரி என்ற பெயர் அவளுக்குப் புதிதாக இருந்தது மேலும் அவளால் ஒரு நொடி கூட அங்கே நிற்க முடியவில்லை பதிலேதும் கூறாமல் ஓடத் தொடங்கினாள்.

ஓடிக் கொண்டிருக்கும் பொழுதே, "ஐயோ என்னைச் சமுத்திரகுமாரி என்று கூறிவிட்டாரே? இனி நான் என்ன செய்வேன்? எங்கே போவேன்? இதை யாரிடம் கூறுவேன்?" எனப் பேசிக்கொண்டு ஒரு பித்துப்

பிடித்தவளைப் போல அந்த அடர்ந்த காட்டிற்குள் ஓடினாள் பூங்குழலி.

தனது ஒற்றர்கள் மூலம் இளவரசர் அருள்மொழி இலங்கை செல்வதை வீரபாண்டியன் அறிந்தான். ஆனாலும் சேவூர்ப் போர்க்களத்திற்கு வரப்போவது ஆதித்த கரிகாலன் என்ற செய்தி அவனது செவிகளுக்கு எட்டாமல் தான் இருந்தது.

கோடியக்கரையிலே அருள்மொழிவர்மனைக் கொன்று விட வேண்டும் என்று திட்டம் தீட்டி, தனது ஆபத்துதவிகள் உடன் நம்பிக்கையான சிலரை முன்னமே கோடிக்கரை நோக்கி அனுப்பி வைத்தான் வீரபாண்டியன்.

இரவு அனைவரும் உறங்கும் நேரம் பார்த்து இளவரசர் இருந்த குடிலை நோக்கிச் சென்று அங்கேயே அவரைக் கொன்றுவிட வேண்டும் என்பது வீரபாண்டியனின் திட்டம்.

மதுரையிலிருந்து கோடியக்கரை வந்த வீரர்கள் அனைவரும் கோடியகரையில் அடர்ந்த வனத்தில் ஒரு குகையில் மறைந்து இருந்தனர்.

உறையூர் ...

வந்தியத்தேவன் ஒருவழியாக உறையூரை அடைந்துவிட்டான். பார்த்திபேந்திர பல்லவன், கந்தமாறன் இருவரும் சற்று முன்னர்தான் வந்து சேர்ந்தனர்.

அலைகடலென சேனா வீரர்கள் திரண்டிருந்தனர், அவர்களை உற்சாகப்படுத்தி பொழுது போக்குவதற்காகச் சில போட்டிகள் நடத்தப்பட்டுக் கொண்டிருந்தது.

நாளை காலை ஆதித்த கரிகாலனும் திருக்கோவிலூர் மலையமானும் உறையூர் வந்தடைவார்கள் எனும் செய்தி வந்தியத்தேவன் காதில் எட்டியது.

வந்தியத்தேவனின் மனம் மிகவும் சந்தோஷமாக இருந்தது. வீரர்கள் போட்டி போடும் அழகைக் காணும் போது வரும் உற்சாகம்தான் அது. ஒரு புறம் வீரர்களுக்குத் தேவையான உணவு செய்யப்பட்டுக் கொண்டிருந்தது. மற்றொருபுறம் தேவையான் மருந்து பொருட்கள் எடுத்து வைக்கப்பட்டுக் கொண்டிருந்தன. நாட்டின் தலைசிறந்த மருத்துவர்கள் அனைவரும் போர்க்களத்திற்குப் போவதற்குத் தயாராகிக் கொண்டிருந்தனர்.

ஆயுதக் கிடங்கில் ஆயுதங்களின் தன்மைகள் சோதிக்கப்பட்டுக் கொண்டிருந்தது. வாள், வில், ஈட்டி, கேடயம், கவசம் இவை அனைத்தும் பரிசோதிக்கப்பட்டு எடுத்து வைக்கப்பட்டுக் கொண்டிருந்தது.

போர்க்களத்தில் தேவைப்படும் இதர பொருட்கள் அனைத்தும் சேமிக்கப்பட்டுக் கொண்டிருந்தன. இதெல்லாம் நடந்து கொண்டிருந்தது வந்தியத்தேவனின் தலைமையில். அவன் அந்தப் பணிகளை மிகவும் சிறப்பாகச் செய்து கொண்டிருந்தான்.

இரவு நெருங்கிக் கொண்டிருக்க வீரர்களுக்கு இன்னும் வீரம் சேர்க்கும் வகையில் ஒரு நாடகம் அரங்கேற்றப்பட்டது.

அந்த நாடகம் கரிகால் சோழனைப் பற்றிது. அதில் வரும் ஒரு காட்சி வந்தியத்தேவனின் மனதை விட்டு விலகவே இல்லை.

கரிகால சோழனின் ஆட்சி இன்றிலிருந்து சுமார் இரண்டாயிரம் ஆண்டுகளுக்கு முந்தையது, அங்கே அவன் கண்ட காட்சி இதுவே!

சோழ தேசம் செல்வச் செழிப்பு மிக்க நாடாக கரிகாலனின் ஆட்சியில் திகழ்ந்தது. தூர தேசங்களில் இருந்து வணிகர்கள் வணிகம் செய்வதற்காகச் சோழதேசம் வந்துகொண்டு இருந்தனர். அப்படிச் சீனாவிலிருந்து சோழ தேசம் நோக்கி ஒரு கப்பல் நிறைய பொருட்களைச் சுமந்து வந்து கொண்டிருந்தது. ஆனால் இந்தக் கப்பல் சோழ தேசம் வந்து சேரவில்லை காரணம் கடல் கொள்ளையர்கள்.

கடற்கொள்ளையர்களின் கூட்டம் கூடி விட்டது. அவர்கள் அந்த கப்பலைச் சிறைபிடித்து அதை நடுக்கடலில் நிறுத்தி வைத்திருந்தனர்.

இந்தச் செய்தி கரிகாலனின் காதில் விழ, இரவோடு இரவாக அந்தக் கப்பலை மீட்பது என்று முடிவெடுத்து, சேனைகளுடன் ஆயிரம் யானைகளும் கொண்டு கடற்கரைக்குச் சென்றார்.

இன்ப பிரபஞ்சன்.ஜெ

அன்று அவர் கப்பல் எடுத்துக் கொண்டு சென்றிருந்தால் அவர்கள் வருவது கடற் கொள்ளையர்களுக்குத் தெரிந்து தப்பித்துப் போயிருப்பார்கள்.

இயற்கையிலே யானைகளுக்கு நீச்சல் தெரியும். இருட்டில் யானை கடலில் நீந்திக் கொண்டு சென்றால் அதைப் பார்ப்பது அத்தனை எளிதும் அன்று. அதனால் யானைகளின் மேல் அமர்ந்து அந்தச் சீனக் கப்பலை மீட்பதற்காகக் கரிகாலச்சோழன் சென்று கொண்டிருந்தார்.

யானை மீது இவர்கள் வருவார்கள் என்று யாரும் எதிர்பார்க்கவில்லை. யானை மீதிருந்த பெரிய நீளமான கயிற்றைத் தூக்கிக் கப்பலின் மீது எறிந்தார் கரிகாலர். அந்தக் கயிற்றின் நுனியில் உடும்பு ஒன்று கட்டப்பட்டிருந்தது. அந்த உடும்பு கப்பலின் மேல்பாகத்தைப் பற்றிக்கொள்ள இரண்டு முறை கயிற்றை இழுத்துப் பார்த்துவிட்டுக், கயிற்றைப் பிடித்து மேலே ஏறினார் கரிகாலர்.

பின்பு என்ன நடந்திருக்கும் என்று நீங்களே யூகிக்கக் கூடும். காலை பொழுது விடியும் பொழுது கடல் கொள்ளையர்களுடன் கப்பலும் கரை வந்தடைந்து இருந்தது.

இந்தக் காட்சியைக் கண்டவுடன், "இவர்களின் அறிவுக்கு நிகர் இந்த உலகில் சோழர்கள் மட்டுமே! இத்தனை ஆண்டிற்கு முன்னாலே இந்த கரிகாலர் வீர சாதனைகளைப் புரிந்து இருக்கிறார். அவரது பெயரைத் தன் பெயருடன் வைத்திருக்கும் ஆதித்த

கரிகாலர் நிச்சயம் இந்த உலகையே அவரது காலடியில் வைக்கப் போகிறார்!" என மனதிற்குள் நினைத்துக் கொண்டான் வந்தியத்தேவன்.

கோடியக்கரை ....

பூங்குழலி அவள் எப்பொழுதும் செல்லும் அந்தக் குகை நோக்கிச் சென்று கொண்டிருந்தாள். ஆனால் அன்று குகைக்கு மிக அருகில் சென்றவுடன் ஏதோ ஒன்று சரியாக இல்லை என்பதை உணர்ந்த பூங்குழலி அங்கேயே மரத்தின் மீது ஏறி அங்கிருந்து வரும் ஒலிகளைக் காது கொடுத்துக் கேட்கத்தொடங்கினாள்.

அத்தியாயம் 15

கருவூர்த்தேவர் கொல்லிமலை வந்து இரண்டு தினங்கள் ஆகிவிட்டது. ஆனால் அவர் அந்தக் குகைக்குள் தியானம் செய்து கொண்டிருக்கிறார். அவரது முகத்திலோ எந்த ஒரு அசைவும் தென்படவில்லை. ஒரு சிலை போல எந்த ஒரு அசைவுமின்றி அமர்ந்திருந்தார்.

அவருக்கு முன்னால் அவரது சீடன் அமரன், அமர்ந்து அவரை வெறித்து நோக்கிக் கொண்டிருந்தார். சற்று நேரம் கழித்து அவர் ஏதோ முணுமுணுத்தது போல இருந்தது. அமரன் அவரது பேச்சைக் காது கொடுத்துக் கேட்க எண்ணினான்.

"அகிலம் ஆளப் பிறந்தவனை அடியாட்கள் பத்து பேர் சேர்ந்து சாய்த்து விட முடியுமா? அவன் ராஜனுக்கு எல்லாம் ராஜனாகப் போகிறவன். சதி செய்து அவனைக் கொன்று விடலாம் என்று அவன் அருகில் சென்றால் அவன் மூச்சுக்காற்று உங்களை பஸ்பமாக்கிவிடும்" என்று கூறிச் சிரிக்கத் தொடங்கினார் கருவூர்த் தேவர்.

அமரனுக்கு ஒன்றும் புரியவில்லை! மௌனமாக அவர் பேசுவதைக் கவனித்துக் கொண்டிருந்தான்.

"அவனை நெருங்க வேண்டும் என்றால் அதற்கு நீங்கள் முதலில் என்னைத் தாண்ட வேண்டும். நான் உள்ளவரை உங்களால் அவனது காலடி மண்ணைக் கூடத் தொட முடியாது. மகனே! அருள்மொழி!

கூறுவதை கேள்! நன்றாக உறங்கு. நாளை உனக்கு இலங்கையை நோக்கிப் பிரயாணம் உண்டு. உன்னைச் சுற்றி எப்பொழுதும் மனித காவலோ! அல்லது தெய்வக் காவலோ! இருந்து கொண்டே இருக்கும். நன்றாக உறங்கு..." என்று கூறி மெதுவாக கருவூர்த்தேவர் கண்ணைத் திறந்தார். அவரது கண்ணில் இருந்து ஒருவிதமான பிரகாசம். அவரது முகத்தைக் காணும் பொழுது அதில் ஒரு தெய்வீகம்.

"குருவே!" என்றான் அமரன்.

"உனது கேள்விகளுக்கு நான் பிறகு விடை அளிக்கிறேன். நீ இங்கிருந்து சரியாக ஒரு காத தூரத்தில் அமைந்திருக்கும் அருவிக்கு அருகில் இருக்கும் குகைக்குச் செல்! அங்கேதான் பாண்டியனின் சதி யாகம் நடக்கிறது. போகும் வழியில் ஒரு காட்டெருமையைக் கையோடு அழைத்துச் செல்! இப்பொழுதே போ..." என்றார் கருவூர்த் தேவர்.

அவர் என்ன சொல்கிறார் என்பது புரிந்தது, ஆனால் இப்படிச் செய்தால் என்ன நடக்கும் என்பது அவனுக்குப் புரியவில்லை. காட்டில் காட்டெருமை தேடி நடந்து கொண்டிருந்த பொழுது, தூரத்தில் ஒரு காட்டெருமையும் அதன் கன்றும் அவன் கண்ணில் பட்டன. அவன் சற்றும் யோசிக்காமல் அந்தக் காட்டெருமைக் கன்றைத் தூக்கிக் கொண்டு ஓடத் தொடங்கினான்.

கன்று காண்பது போன்று இல்லை. மிகவும் பாரமாக இருந்தது. மின்னல் வேகத்தில் அந்தப் பெரிய

காட்டெருமை அவனைத் துரத்திக் கொண்டிருந்தது. போதாக்குறைக்கு இந்தக் கன்றும் "மா..." என்று அடி தொண்டையில் கத்த, அவன் இன்னும் வேகமாக ஓடத் தொடங்கினான்.

சிறிது தூர ஓட்டத்தின் பிறகு, குரு கூறிய இடம் வந்தது. அந்தக் குகையின் வாசலில் அந்தக் கன்றை விட்டுவிட்டு அருகில் இருந்த மரத்தின் மீது ஏறிக் கொண்டான்.

கன்று பயத்தில் அந்தக் குகைக்கு உள்ளே ஓட, குகைக்குள் சென்ற கன்று மீண்டும் ஓசை எழுப்பியது. அந்த ஓசை காடெங்கும் எதிரொலித்தது. எங்கிருந்தோ மின்னல் வேகத்தில் வந்த தாய் எருமை அந்தக் குகைக்கு உள்ளே செல்ல, குகைக்குள் இருந்த அனைவரும் வெளியே ஓடிவந்தனர். சற்று நேரத்திற்கெல்லாம் தாயும் சேயும் நலமாக வெளியே வந்தனர்.

வெளியே ஓடியவர்கள் எங்கே போனார்கள் என்ற தடயம் இல்லை. உள்ளே என்ன இருக்கிறது என்று பார்ப்பதற்காக அமரன் சென்றான். ஒரு பெரிய காளி சிலையின் கீழ் நிறைய காய்ந்த மிளகாய் போன்ற பொருட்களைக் கொண்டு யாககுண்டம் வளர்த்துள்ளனர் என்பது நன்றாகத் தெரிந்தது.

உள்ளே சென்ற காட்டெருமை, மொத்த இடத்தையும் தவிடு பொடியாக்கி விட்டது. எதிர்பாராதவிதமாக அந்தக் குகைக்குள் எரிந்த விளக்குக் கீழே விழுந்து அங்கிருந்த துணி மேல்பட்டு எரியத் தொடங்கியது.

சற்று நேரத்திற்கெல்லாம் தீ மண்டலம் சூழ்ந்தது. அமரன் குகையை விட்டு வெளியே வந்தான்.

குரு கூறியவற்றைச் சிறப்பாக முடித்தான். அவனை அவனால் நம்பமுடியவில்லை. இத்துனை பாரமுள்ள காட்டெருமைக்கன்றை எப்படித் தூக்கிக்கொண்டு ஓடினான் என்பது.

கோடியக்கரை ....

பூங்குழலி அந்த மரத்தின் மீது அமர்ந்துகொண்டு நடப்பதை எல்லாம் கேட்டுக் கொண்டே இருந்தாள். அவர்களது சதித் திட்டம் அவளுக்குப் புரிந்துவிட்டது.

இரவு மழை பெய்யத் தொடங்கிவிட்டது. மேலும் பொழுது நடு சாமத்தை எட்டி விட்டது. பூங்குழலி கலங்கரை விளக்கம் நோக்கி ஓடத் தொடங்கினாள்.

அங்கிருந்து குறுக்கு வழியில் அருள்மொழியின் குடிலுக்கு முன்னால் வந்து நின்று கொண்டாள். கையில் ஒரு வேலும் கேடயமும் எடுத்துக்கொண்டாள்.

சற்று நேரத்திற்கெல்லாம், பாண்டிய ஆபத்துதவிகள் வர, வாருங்கள் உங்களுக்குத் தான் காத்துக் கொண்டிருந்தேன்! என்று பத்து வீரர்களைப் பார்த்துக் கூறிய பூங்குழலியை விரி**ந்த** கண்களுடன் பார்த்துக் கொண்டிருந்தனர் பாண்டிய வீரர்கள்.

"இளவரசர் உறங்குகிறார்! நமது சண்டையை அந்த வனத்திற்குள் வைத்துக்கொள்ளலாமா! மீசை

முளைத்த ஆண்கள் என்றால் என்னை வென்று விட்டு அவரைத் தொடுங்கள்” என்று கூறினாள் பூங்குழலி.

பாண்டிய நாட்டு ஆண்களுக்குக் கோபம் தலைக்கேறியது! “இந்தப் பெண்ணை முதலில் அடக்கி விட்டுப் பின் அவனைக் கொல்லலாம்” என்று அந்தக் கூட்டத்தின் தலைவன் கூற அனைவரும் பூங்குழலியை நெருங்கி வந்தனர்.

அவர்கள் நெருங்கி வருவதைக் கண்ட பூங்குழலி வனத்திற்குள் ஓடத் தொடங்கினாள். அந்தக் காட்டில் பூங்குழலி அறியாத இடங்களே இல்லை! அதுவும் அங்கிருக்கும் புதைமணல்களைப்பற்றி பூங்குழலி தவிர வேறு யாரும் அறிந்திருக்க மாட்டார்கள்.

பூங்குழலி ஓடிய வேகத்தில் அவளைப் பின் துரத்திக் கொண்டு சென்றனர் பாண்டிய வீரர்கள். சற்று நேரத்திற்கெல்லாம் மீதி இருந்த வீரர்கள் யாரையும் காணவில்லை ஒருவன் மட்டும் பூங்குழலியின் முன் நிற்க, அவனை அந்த ஈட்டியைக் கொண்டு அடித்துக் கீழே தள்ளி அவனது கைகளைக் கட்டிப் போட்டாள் பூங்குழலி.

பின்பு அவள் ஓடி வந்த திசையை நோக்கி மீண்டும் நடக்கத் தொடங்கினாள். சற்று இடைவெளிவிட்டு ஒரு புதைக்குழியில் இரண்டு பாண்டிய வீரர்களைக் கண்டாள். காப்பாற்று என்னைக் காப்பாற்று என்று அவர்கள் கத்திக் கூச்சலிட்டுக் கொண்டிருந்தனர்.

மழை மிகவும் பெரிதாக பெய்யத் தொடங்கியது. ஒரு மரக் கிளையை வளைத்து அவர்கள் கையில்

கொடுத்துவிட்டு, "சாமர்த்தியம் இருந்தால் வெளியே வந்து கொள்ளுங்கள்" என்று கூறி மீண்டும் நடக்கத் தொடங்கினாள் பூங்குழலி.

இன்னும் சற்று தூரத்தில் இரண்டு வீரர்கள், அதிலிருந்து சற்று தூரத்தில் நான்கு வீரர்கள் என்று பாண்டிய ஆபத்துதவிகள் மொத்தம் பூங்குழலி விரித்த வலையில் விழுந்துவிட்டன.

சத்தம் கேட்டு சேனா வீரர்கள் எழுந்துவிட்டனர்! அருள்மொழிவர்மரும் சேனாதிபதி பூதி விக்ரம கேசரியும் கூடாரத்தின் வெளியே நிற்க, உடம்பெல்லாம் சேறு பூசி வந்து கொண்டிருந்தாள் பூங்குழலி.

"என்னம்மா? ஏன் இப்படிக் கத்தினாய்? வெளியே வந்து பார்ப்பதற்கு முன் எங்கோ ஓடி விட்டாயே? கீழே விழுந்து விட்டாயா? உனக்கு அடிபட்டு விட்டதா?" என்று இளவரசர் கேள்வி மேல் கேள்வியாகக் கேட்க, பூங்குழலி மனதிற்குள் பட்டாம் பூச்சி பறந்துகொண்டிருந்தது.

அவளது வாய் உளரத் தொடங்கியது, கால்களோ விண்ணில் பறந்து கொண்டிருந்தது. அவளது உணர்ச்சிகளை அடக்கிக்கொண்டு நடந்தவற்றை எடுத்துக்கூற சோழ வீரர்கள் அவர்களைச் சிறைபிடிக்கச் சென்று விட்டனர்.

"உனது வீரமும் விவேகமும் என்னை வியப்பில் ஆழ்த்திவிட்டது! நீ நிஜமாகவே சமுத்திரகுமாரி தான்.

நான் இலங்கை சென்று வந்ததும் ஒரு முறை தஞ்சையில் வந்து என்னைப் பார்" என்று கூறினார் அருள்மொழிவர்மர்.

பூங்குழலியின் காதில் இது ஒன்றும் விழவில்லை அவள் சொர்க்கலோகம் செல்லும் குதிரை ஏறிச் சென்று கொண்டிருந்தாள்.

சேவூர் ...

வீரபாண்டியனின் படைகள் சேவூரை அடைந்து நீண்ட நேரம் ஆகிவிட்டது. கூடாரங்கள் அமைக்கும் பணி மிகவும் தீவிரமாக நடந்து கொண்டிருந்தது.

நந்தினியின் வேண்டுகோளுக்கிணங்க அந்தக் களத்தின் அருகிலிருந்த மலைமுகட்டில் அமைந்திருந்த காட்டிற்குள் கூடாரம் அவளுக்கு அமைக்கப்பட்டது. அங்கிருந்து அவள் யுத்தத்தை நேராகக் காண முடியும். ஆனால் அவள் அங்கிருந்து பார்ப்பதை யாரும் பார்க்க முடியாது! தெளிவாகத் திட்டம் தீட்டி அவள் அங்கேயே கூடாரத்தை அமைத்துக் கொண்டாள்.

ஆயுதங்கள் எல்லாம் எடுத்து வைக்கப்பட்டுக் கொண்டிருந்தது. வீரபாண்டியன் ஆயுதக் கிடங்கில் மேற்பார்வை நடத்திக் கொண்டிருந்தான். இலங்கையிலிருந்து வந்த வீரர்கள் வைத்திருந்த ஆயுதம் அவனை வியப்பில் ஆழ்த்தியது. அது காற்றைக் கிழித்துக்கொண்டு செல்லும் ஒருவித அம்பு. அந்த அம்பு சுருள் வடிவத்தில் இருந்தது காற்றின் வேகத்திற்கு ஏற்ப அம்பு தன்னை

வேகப்படுத்திக் கொண்டு சுருண்டு சென்று எதிரியைத் தாக்கும். இரும்புக் கவசங்களைக் கூடத் துளைத்தெடுக்கும் வல்லமை பொருந்திய அந்தச் சுருள் அம்புக்கு இந்த யுத்தத்தில் மிகப்பெரிய பங்கு உள்ளதை உணர்ந்தான் வீரபாண்டியன்.

அவன் மனது முழுவதும் சுந்தரசோழனைப் பற்றிய சிந்தனையே இருந்தது. போருக்காக வியூகங்களை யோசித்துக் கொண்டே இருந்தான் வீரபாண்டியன்.

இப்படி யோசித்துக் கொண்டே அங்கிருந்த வனத்திற்குள் சென்றான் வீரபாண்டியன். அங்கே இயற்கையாக உருவான ஒரு குளம் இருந்தது மாலைப் பொழுது ஆதலால் உயிரினங்கள் நீர் அருந்துவதற்காக அங்கே வருவதற்கு வாய்ப்புண்டு என்று உணர்ந்தான் வீரபாண்டியன்.

சற்று நேரத்திற்கெல்லாம் அவன் நினைத்த படி அங்கே ஒரு புலி நீர் அருந்த வந்தது. புலி நீர் அருந்திக் கொண்டிருக்க, புலியின் எதிரே மீன் ஒன்று இங்கும் அங்குமாக தண்ணீரிலிருந்து துள்ளிக் கொண்டு இருந்தது.

இதை உன்னிப்பாக கவனித்துக் கொண்டிருந்தான் வீரபாண்டியன். அவனது கண்களுக்கு அது அவனும் சோழர்களும் போலத் தெரிந்தது.

புலி அந்த மீனைப் பிடிக்க முடியாமல் அங்கிருந்த புதருக்குள் செல்ல, வீரபாண்டியனின் மனம் மகிழ்ச்சியில் துள்ளியது.

ஆனால் எதிர்பாராத விதமாக புலி அந்த மீனின் மீது பாய்ந்து அதைப் பிடித்து விட்டது. புலி பதுங்கியது பாய்வதற்கு என்று வீரபாண்டியன் உணர்ந்த நொடி அவன் மனதில் ஒரு நொடி இந்த யுத்தத்தில் நாம் தோற்றுவிடுவோமோ என்ற எண்ணம் வந்தது! அந்தப் புலி ஒரு நொடி வீர பாண்டியனை நோக்கி உருமிவிட்டுப் புதருக்குள் மீண்டும் சென்றது...

அத்தியாயம் 16

போர்க்களம் செல்வதற்கு முன்னால் செம்பியன் மாதேவியைக் கண்டு ஆசி பெற்று போவது என்று தீர்மானித்துப் பழையாறை வந்துவிட்டார் ஆதித்த கரிகாலர்.

பழையாறையில் தான் அவர் அவரது குழந்தைப் பருவத்தைக் கழித்தார். அவரை வளர்த்தது செம்பியன் மாதேவி தான். அவர் குழந்தையாக இருந்த பொழுது அவர் இருந்த மாளிகையிலேயே இப்போதும் தங்கியிருந்தார்.

எண்ணற்ற நினைவலைகள் அவரின் மனதை இடி மின்னலென தாக்க, அம்மாளிகையின் கிழக்குச் சுவற்றில் யார் கண்ணிலும் தெரியாத படி அவர் அன்று எழுதிய கவிதை இன்னும் இருக்கிறதா என்று பார்ப்பதற்குச் சென்றார். அங்கே அந்தக் கலைஞனின் கவிதை இன்னும் இருக்கிறது.

அந்தச் சுவற்றில் இருந்த தூசியை ஊதினார் ஆதித்த கரிகாலர். அவர் கிறுக்கிய கவிதைத் தெரிந்தது. அதை வாசித்தார்,

மலர்கள் அற்ற நந்தவனத்தில்
மலர்ந்த மலர் நீ நந்தினி!
ஒளியற்ற இரவில் ஒளி உன் விழி!
இரவும் பகலும் உன்னைக் காண வர,
நீயோ என்னைக் காண வருகிறாய்!

இதெல்லாம் அவர் மனதில் புதைந்து கிடந்த பழைய நினைவுகளை மீண்டும் தூண்டியது.

முதல் முறை அவர் நந்தினியைப் பார்த்தது இன்னும் அவர் கண்ணுக்குள்ளே நீங்காத காட்சியாக இருக்கிறது. அந்தக் காட்சிக்குள் நுழைந்தார் கரிகாலர்.

அன்று எனக்குக் குதிரை ஏறும் பயிற்சி கொடுக்கப்பட்டது. எதிர்பாராத விதமாக குதிரை கட்டுப்பாட்டை இழந்து ஓடத் தொடங்கியது.

அந்தக் குதிரை மிகவும் பொல்லாத குதிரை! நேராக நகருக்குள் ஓடத் தொடங்கியது. ஒரு வீட்டிற்கு முன் என்னைத் தள்ளிவிட்டு அது வேகமாக ஓடிவிட்டது.

என் கைகளில் ரத்தம் சொட்டிக் கொண்டிருந்தது. எனக்கு எதிரே ஒரு வீடு இருந்தது. அந்த வீட்டிற்குள் இருந்தவர்கள் அனைவரும் சத்தம் கேட்டு ஓடிவந்தனர். அதில் ஒரு ஆணும் என் வயதில் ஒரு பெண்ணும் இருந்தனர். அந்தப் பெண் என்னைப் பார்த்தவுடன் உள்ளே ஓடிச் சென்று புதர்களில் மண்டிக்கிடக்கும் ஒற்றைப் பூ பூக்கும் செடியின் சாறை எடுத்துவந்தாள். அவள் கைகள் என்னை அழைக்க நான் அவளை நோக்கிச் சென்றேன். என் காயத்தில் அந்தச் சாறை ஊற்றிய நொடியில் ரத்தம் நின்றது.

ஒரு செம்புப் பாத்திரத்தில் களிம்பை எடுத்து என் காயத்திற்கு மருந்திட்டாள். இதே போல் என் மனதில் ஏற்படும் காயங்களுக்கு மருந்திடுவாயா பெண்ணே

என்றேன். நாணம் கொண்டு ஓடிவிட்டாள். உன் பெயரைக் கூறிவிட்டு ஓடு என்றேன் நந்தினி என்று கூறி மான் குட்டி போல் அந்த வீட்டிற்குள் ஓடி மறைந்தாள்.

என்னைத் தேடிக்கொண்டு காவல் வீரர்கள் வந்தனர். அவர்களோடு நான் மீண்டும் பழையாறை அரண்மனை சென்றேன்.

சில தினங்களுக்குப் பிறகு நானும் குந்தவையும் கோவிலுக்குச் செல்ல, அங்கே இருந்த சன்னதியில் ஒரு பெண் பாடும் இனிய ஓசை கேட்டது. அதைக் கேட்ட குந்தவை வாய் பிளந்து நின்றாள். அன்று அங்கே பாடியதும் அதே பெண்தான். நந்தினி பாடி முடித்த பிறகு அவளை நோக்கி ஓடினேன். என்னை நினைவிருக்கிறதா? இங்கே பார் என் காயம் முழுவதுமாக ஆறி விட்டது என்றேன். அவள் சிரித்துக்கொண்டே, "நல்லது! மிகவும் சீக்கிரம் ஆறிவிட்டதே" என்று கூறி, "நான் வருகிறேன் அம்மா தேடுவாள்" என்று ஓட, அவளுடன் அன்று என் மனமும் ஓடியது.

ஒருநாள் எனக்கு வாள் பயிற்சி கொடுக்கப்பட்டுக் கொண்டிருந்தது. செம்பியன் மாதேவி என் பயிற்சிகளை மேற்பார்வையிட வந்திருந்தார். அன்று அவரைக் காண ஒரு பட்டர் குடும்பம் வந்திருந்தது. அவர்களோடு நந்தினியும் வந்திருந்தாள்.

அவளைக் கண்ட அந்த நொடி என் வேகம் மேலும் இருமடங்காகியது. என்னைத் தாக்க வந்தவர்களை அன்று நான் இரட்டிப்பு வேகத்தில் தாக்கினேன். அவள்

அங்கிருந்து சென்றவுடன் அவளுடன் பேச வேண்டும் என்ற எண்ணமும் கூடியது.

அவளைத் தனியே நந்தவனத்திற்கு வரும்படி தூது அனுப்பியதும் என் நினைவில் இருக்கிறது. அவள் எனக்காக அந்த நந்தவனத்திற்கு வந்தாள். அவளின் கண்களைக் கண்டு என்னை நானே மறந்த நாட்கள், அவளின் சொல் கேட்டு இதை விட இனிமையான இசையும் உண்டோ என்று ஏங்கிய நாட்கள், அவளோடு இருந்த ஒவ்வொரு நொடியும் வாழ்க்கையின் முழு திருப்தியும் எனக்குக் கிடைத்தது என்று எண்ணிய நாட்கள்!

அன்று நந்தவனத்தில் வந்த அவளிடம் என் மனதில் உள்ளதைக் கூற முயற்சித்தேன்.

"என்னுடன் புறப்பட்டு வருவதற்கு உன்னுடைய சம்மதத்தைத் தெரியப்படுத்து, உடனே புறப்பட்டுச் செல்வோம். உனக்காக நான் இந்தப் பெரிய சோழ இராஜ்யத்தைத் தியாகம் செய்துவிட்டு வரச் சித்தமாயிருக்கிறேன். பிறந்த நாட்டையும் தாய் தந்தையரையும் உற்றார் உறவினரையும் துறந்துவிட்டு வருகிறேன். கப்பல் ஏறிக் கடல் கடந்து செல்வோம். கடல்களுக்கு அப்பால் எத்தனை எத்தனையோ அற்புதமான தீவுகள் இருக்கின்றன. அவற்றில் ஒன்றை அடைவோம். உன்னைக் காட்டிலும் இந்த இராஜ்யம் எனக்குப் பெரியதன்று." என்று கூறினேன். இன்று அந்த வார்த்தைகளுக்கு மிகவும் வருந்துகின்றேன்!

அவளைச் சாதாரண பட்டர் குலத்துப் பெண் என்று அனைவரும் கூறினர். எனக்கு அவள் ஒரு நாளும் சாதாரண பெண்ணாகத் தெரியவில்லை.

கரிகாலரின் மனக்குமுறல் கேட்டது போல குந்தவை அந்த அறைக்குள் வந்தாள்.

"நாளை காலை நீங்கள் போருக்குச் செல்வதாக அறிந்தேன்! உன்னைப் பார்க்கவேண்டும் என்று தோன்றியது அண்ணா அது தான் வந்தேன்"

ஆதித்தர் மௌனம் சாதித்தார்.

"உன் மனதை இன்னும் சில துயர்கள் வாட்டுகிறது என்று உன்னைப் பார்க்கும்போதே அறிகிறேன்! உன் கவனம் போரில், நீ எடுத்த சபதம் நிறைவேறுவதில் இருக்கவேண்டும்."

"நீ கூறுவது முற்றிலும் உண்மை குந்தவை! நான் உன்னிடம் நிறைய பேச வேண்டும் ஆனால் அதற்கு இது சரியான நேரம் இல்லை. போர் முடியட்டும் நாம் மூவரும் சேர்ந்து காஞ்சி செல்வோம் அங்கே இப்பொழுது நாம் கட்டிக்கொண்டு இருக்கும் பொன் மாளிகையில் வசிப்போம்!"

அண்ணன் தங்கை இருவரும் பேசிக்கொண்டே அந்த இரவைக் கழித்தனர்.

அடுத்த நாள் அதிகாலையில், ஆதித்த கரிகாலர் மாளிகையின் தோட்டத்தில் உலாவினார். அங்கே இருந்த ஒரு மரம் அவரை அதனிடம் இழுத்தது. அந்த

இன்ப பிரபஞ்சன்.ஜெ

மரத்தில் தான் அவரது காதல் முதல் முதலில் பொறிக்கப்பட்டது!

அந்த மரத்தைத் தடவிய கரிகாலரின் கையைப்பிடித்து காலத்தின் முன்னோக்கி அழைத்துச் சென்றது அந்த மரம்.

"திருக்கோவிலூர் மலையமான் ஒரு முறை பழையாறை வந்திருந்தார். அவர் என்னை அவருடன் அழைத்துச் சென்று எனக்கு எல்லா வித பயிற்சிகளையும் வழங்கினார். அவருடன் நான் இருந்த நாட்கள் என்னை நானே செதுக்கிய நாட்கள்! என்னுடைய கோபத்தை ஆக்கப்பூர்வமாக எப்படிக் காட்டுவது எனும் வித்தையை எனக்குக் கற்றுக்கொடுத்த குரு அவர்.

நான் சில வருடங்கள் கழித்து மீண்டும் பழையாறை வந்தேன். எனக்கு வரவேற்பு மிகவும் சிறப்பாகக் கொடுக்கப்பட்டது.

அன்று அந்தக் கூட்டத்தில் நான் கண்ட அந்த முகம், அன்று என்னுடன் என் காயங்களுக்கு மருந்திட்ட அதே முகம்! ஒளி பொருந்திய சந்திரன் மண்ணுலகில் பெண்ணாக பிறந்தால் அவளைப் போலத்தான் இருக்கும். அவளின் கண்கள் இமைக்க மறுத்து என்னையே பார்த்துக் கொண்டிருந்தாள்.

அன்று இரவு அவளை நாங்கள் எப்பொழுதும் சந்திக்கும் அந்த நந்தவனத்திற்கு வரச்செய்தேன். அவளிடம் உனக்கு என்ன வரம் வேண்டுமோ கேள் நந்தினி என்றேன் அதற்கு அவள், "எனக்குச் சோழ

சிங்காதனத்தில் ஏறவேண்டும் இந்த மொத்த சோழ ராஜ்யமும் என்னை மஹாராணி என்று அழைக்கவேண்டும். நான் காலால் இட்ட பணியை அனைவரும் தலையால் செய்யவேண்டும். இதற்கு இடையூறாக யார்வந்தாலும் அவர்களை நீங்கள் கொன்றுவிடவேண்டும்!

குந்தவைக்கு என்னை அறவே பிடிப்பதில்லை. அவளுக்கு என்னைக் கண்டு உள்ள பொறாமையால் என்னை நசுக்கப் பார்க்கிறாள். நான் ராணியாக பதவியேற்ற நொடி அவளை நாம் பாதாளச் சிறையில் அடைத்து விடலாம். அருள்மொழி தடுத்தால் அவனையும் கொன்றுவிடலாம்."என்று அவள் கூற, நிறுத்து உன் பேச்சை என்று நிலம் அதிரக் கத்தினேன்!

அடியே ராட்சசி! உன்னை எப்படி நான் விரும்பினேன்!? உனக்காக நான் என் ராஜ்யத்தையும், என் உறவுகளையும் துறக்க நினைத்தேன். ஆனால் நீயோ என் நாட்டையும் என் உறவுகளையும் பலி கேட்கிறாய். உனக்காக நான் எதையும் செய்வேன் என்று நீ என்னை வைத்து என் நாட்டை என் உயிரிலும் மேலான இந்தச் சோழதேசத்தைக் கேட்கிறாய். சென்றுவிடு இல்லையெனில் நானே உன்னைக் கொன்றுவிடுவேன்.

குந்தவையைத் தொட முடியுமா உன்னால்? இல்லை அருள்மொழியைக் கொல்லத்தான் முடியுமா? அவர்களை நீ தொட வேண்டாம் இந்த எண்ணம் போதும் உன்னை நீயே அழித்துக்கொள்ள! உனக்குப் புத்திசொல்லி திருத்தும்

நோக்கம் எனக்கு இல்லை. உன்னைக் காணவே எனக்கு அருவருப்பாக இருக்கிறது! செல் இங்கிருந்து என்று கத்தினேன்.

"கோமகனே! நான் கூறியதை எல்லாம் மன்னித்துவிடுங்கள். ஆனால் என்னால் உங்களை மறக்க முடியாது" என்று அவள் கூற,

நந்தினி நீ ஒரு பாம்பு உன் குணம் விஷத்தைக் கக்குவது. உன் விஷம் சோழ தேசத்துக்கு ஆபத்து. காலைச் சுற்றும் பாம்பைக் கொல்வதே பாதுகாப்பு என்று கூறி வாளை உருவினேன். ஆனால் உன்னை என்னால் கொலை செய்ய முடியாது. உனக்குக் கடைசி வாய்ப்பளிக்கிறேன் ஓடிவிடு! இந்த நாட்டை விட்டு எங்கேயாவது ஓடிவிடு! என் கண் முன்னே மீண்டும் வராதே என்று கூறி வேகமாக நடக்கத் தொடங்கினேன்.

அதற்கு பிறகு ஒருமுறை அவள் இந்த ராஜ்யத்தை விட்டு மதுரைக்குச் செல்லும்போது அவளைக் கடைசியாகப் பார்த்தேன். அதன் பிறகு அந்த முகத்தை இன்னும் நான் பார்க்கவில்லை.

சட்டென்று ஒரு குரல் கேட்க கண்ணைத் திறந்தார் ஆதித்தர். கண்ணைத் திறந்த நொடி எல்லாம் கனவு போல மறைந்தது. சேனை புறப்படத் தயாராக இருக்கிறது என்று வீரன் ஒருவன் வந்து கரிகாலரிடம் கூற, கரிகாலர் செம்பியன் மாதேவியைக் காணச் சென்றார்.

அரியணை ஒன்றில் மிகவும் கம்பீரமாக அமர்ந்திருந்தார் செம்பியன் மாதேவி. அவரைக் கண்ட நொடி கரிகாலரின் மனதில் இருந்த காயங்கள் எல்லாம் மறைந்து முகம் மலர்ந்தது.

"வணக்கம் அன்னையே!" என்று கரிகாலர் கூற, "வா! மகனே உனக்காகத் தான் காத்திருந்தேன். இந்த யுத்தம் உனக்குப் பெயரையும் புகழையும் பெற்றுத் தரும். நீ வரலாற்றில் ஒரு மாவீரனாக இடம் பிடிக்க என் ஆசிகள்" என்றார் செம்பியன்மாதேவி.

அவரின் பாதம் தொட்டு வணங்கி, "நான் சென்று வென்று வருகிறேன்" என்று கூறினார் கரிகாலர். செம்பியன் மாதேவி அவரை ஆரத்தழுவி உச்சி முகர்ந்தார்......

சேனா வீரர்கள் எல்லாம் அணிவகுத்து நிற்க, கடலென வீரர்கள் இருந்தனர். தேர்ப் படை, யானைப்படை, குதிரைப்படை, காலாட்படை என்ற நால்வகை படைகளும் அப்போரில் பங்குபெற இருந்தன. பழைய தலைநகரான உறையூரில் சேனைகள் அணிவகுக்கப்பட்டு அனைவரும் போருக்கு அழைத்துச் செல்லத் தயாராக இருந்தனர். "வெற்றிவேல்! வீரவேல்" என்ற முழக்கம் விண்ணைத் தொட, சேனை இப்பொழுது உறையூர் நோக்கிப் புறப்பட்டது.

அத்தியாயம் 17

தஞ்சை மற்றும் பழையாறையிலிருந்து சேனா வீரர்களும் சேனைத் தளபதிகளும் உறையூர் வந்து சேர்ந்து விட்டனர். அந்தக் கூட்டத்தில் கரிகாலர் வரவில்லை. வீரர்களை முன்னே செல்லுமாறு கூறி அவர் குதிரையோடு எங்கோ போய்விட்டார்.

வந்தியத்தேவன் வீரர்களை அணிவகுத்து நிற்குமாறு உத்தரவிட்டான். நால்வகைப் படைகளும் அணிவகுத்து நின்றன. அதில் யானைப்படை அனைத்துப் படைகளைக் காட்டிலும் கூடுதலாகவே இருந்தது. யானைப் படையின் தளபதி இமயனை அழைத்தான் வந்தியத்தேவன்.

"தளபதி இமயரே! நம்மிடம் உள்ள யானைகளுக்குப் போதுமான குடிநீர் வசதி சேவூரில் உண்டு அல்லவா? அதை நீங்கள் பார்த்து விட்டீர்களா? உணவுப் பொருட்கள் எல்லாம் சரிவர கிடைக்கும் அல்லவா?" என்று வந்தியத்தேவன் கேட்க.

"கிடைக்கும் வந்தியத்தேவரே! அங்கே இயற்கையாகவே அமைந்திருக்கும் குளங்கள் அதிகம். நீர்த் தட்டுப்பாடு ஏதும் வராது."

"சரி அனைவரும் கவனமாகக் கேளுங்கள்! செம்பியன் கிலானடி நல்லூர், செம்பியன் மா்தேவியின் பெயரால் அமைந்திருந்த ஊரே இன்று பாண்டியனின் வெற்றிக்குப் பின்னால் சேவூர் என்று அறியப்படுகிறது! பாண்டியனின் இரண்டாம்

தலைநகரம் என்றும் கூட இந்தச் சேவூரைக் கூறலாம். இந்தப் போரில் வெற்றி பெற்று மீண்டும் செம்பியன் கிலானடி நல்லூரை மீட்டு அதில் சோழ கொடியை பறக்கவிடவேண்டும்" என்று வந்தியத்தேவன் கூறிக் கொண்டிருக்கும் பொழுதே, புழுதியைக் கிளப்பி கொண்டு ஒரு குதிரை வந்து நின்றது.

அந்தக் குதிரையின் மீது அமர்ந்து இருந்தவர் ஆதித்த கரிகாலர்.

"எங்கே சென்று விட்டீர்கள்?" உடம்பில் எல்லாம் ஏதோ காயம் இருக்கிறதே" என்று வந்தியத்தேவன் கேட்க,

"வரும் வழியில் ஒரு அடர்ந்த வனத்தைக் கண்டேன் எப்பொழுதும் போலவேட்டைக்குச் சென்றேன்!"

"வேட்டை நல்லபடியாக முடிந்ததா?"

"நல்லபடியாக முடிந்தது நண்பா!" என்று புன்னகையோடே கூறினார் கரிகாலர்.

"எங்கே வேட்டையாடிய விலங்குகளைக் காணவில்லையே?" என்று ஐயத்தோடு வந்தியத்தேவன் கேட்க,

"வேட்டைக்குச் சென்றேன் என்று கூறினேன், விலங்குகளை வேட்டையாடச் சென்றேன் என்று கூறினேனா? நான் வேட்டையாடச் சென்றது ராஷ்டிரகூடர்களை!"

"அவர்கள் இங்கே எங்கே வந்தார்கள்?" என்று ஆச்சர்யமாகக் கேட்டான் வந்தியத்தேவன்.

"சேனையுடன் நான் வந்து கொண்டிருக்கும் பொழுது அந்த அடர்ந்த வனத்தில் ஓரிடத்தில் பத்துப் பேர் போவதைக் கண்டேன். எனக்குச் சந்தேகம் வந்துவிட்டது. இது பாண்டியனின் சதியா என்று! பின்பு நான் அவர்களைப் பின்தொடர்ந்து செல்ல, அங்கே அவர்களின் ரகசிய மந்திராலோசனை சபை நடந்து கொண்டிருந்தது, பின்பு நடந்தவற்றை நான் கூற வேண்டுமா?"

"வேண்டாம் வேண்டாம் புரிகிறது இளவரசே! இங்கே நமது சிற்றரசர்களின் சேனை மொத்தமும் அணிவகுக்கப் பட்டுவிட்டது. இன்று இரவு விருந்து முடிந்ததும் அனைவரும் சேவூர் நோக்கிப் புறப்படலாம்" என்றான் வந்தியத்தேவன்.

"உன் விருப்பம் போல் நடக்கட்டும்! எனக்குச் சேனை தளபதிகளுடன் நாளை காலை நேர்காணலை ஏற்பாடு செய்! நாளை போருக்கு முன்னால் எடுக்கப்படும் முடிவுகள் அனைத்தும் அந்தக் கூட்டத்தில் எடுக்கப்படும். உன்னை இந்தச் சேனையின் தலைமைத் தளபதியாக நியமிக்கிறேன்" என்று ஆதித்தர் கூற, வீரர்கள் அனைவரும் 'ஆதித்த கரிகாலர் வாழ்க! வந்தியத்தேவன் வாழ்க' என்று கோஷங்களை எழுப்ப, வந்தியத்தேவன் ஆதித்த கரிகாலரை ஆரத் தழுவினான்.

கோடியக்கரை....

பொழுது விடிந்து சில நாழிகைகள் ஆகிவிட்டது. பூங்குழலி அருள்மொழிவர்மருடன் கடற்கரையில் நடந்து கொண்டிருந்தாள்.

"பெண்ணே! உனது வீரம் என்னை வியப்பில் ஆழ்த்தி விட்டது. நீ இந்தக் கடலில் சுற்றாத இடமில்லை என்று முருகையன் கூறினார்." அவர் சொற்களைக் கேட்டு வெட்கம் கொண்டாள் பூங்குழலி.

"நல்லது சமுத்திர குமாரி! நான் இப்போது இலங்கை நோக்கிச் செல்ல வேண்டும். அங்கிருந்து வந்தவுடன் ஒரு முறை தஞ்சையில் வந்து அரண்மனையில் என்னைச் சந்திப்பாயாக!"

பூங்குழலிக்கு என்ன சொல்வதென்றே தெரியவில்லை மீண்டும் ஓடத் தொடங்கிவிட்டாள்.

"விசித்திரமான பெண்ணாக இருக்கிறாளே? இப்போது நான் என்ன கூறி விட்டேன் என்று ஓடிப் போகிறாள்! பெண்களைப் புரிந்து கொள்வது கடலைப் புரிந்து கொள்வது போலக் கடினம்!" என்று தனக்குத் தானே பேசிக்கொண்டு புலிக்கொடி உயர்ந்து பறந்து கொண்டிருந்த ஒரு பெரிய கப்பலில் ஏறினார் அருள்மொழிவர்மர்.

கப்பல் கோடியக்கரை விட்டு இலங்கை நோக்கிச் சென்று கொண்டிருக்க, அருள்மொழிவர்மர் பூதி விக்கிரமகேசரியை நோக்கி,

"ஐயா! இலங்கையில் உள்ள அந்த மலைத் தொடரைப் பற்றி நீங்கள் அறிவீர்களா?" என்றார்.

"நானும் இப்போதுதான் முதன்முறை இலங்கை வருகிறேன். அதனால் அம்மலையைக் கண்டதில்லை இளவரசே! ஆனால் அதைப் பற்றிய கேள்வி ஞானம் எனக்கு உண்டு"

"எல்லாம் சிவன் விட்ட வழி! அவன் என்ன நினைக்கிறான் என்று அவனுக்குத் தான் தெரியும். அனுராதபுரத்தைப் பற்றி நான் கேட்டதுண்டு. அங்கே அருமையான நகரங்கள் எல்லாம் உள்ளது என்று ஒருமுறை அக்கா கூறினாள்."

"இளையபிராட்டி அறியாத செய்தி ஒன்றும் இல்லை, அங்கே அழகிய நகரங்கள், ஓவியம் தாங்கி நிற்கும் பாறைகள், பெரிய பெரிய புத்தர் சிலைகள் இவை அனைத்தும் உள்ளது. என்று நானும் கேள்வியுற்றேன்"

"இந்த மகிந்தன் ஒரு முட்டாள், பேராசைப் பிடித்தவனாக இருக்கிறான். எங்கோ கடல் கடந்து இருந்துகொண்டு தஞ்சையில் வசிக்கும் நம்முடன் வீண்வம்பு கொள்வது ஏன்?" என்றுஅருள்மொழி கேட்க,

"இலங்கைக்கும் நமக்கும் இருக்கும் தொடர்பு மிகவும் தொன்மை வாய்ந்தது. விஜயாலய சோழனின் வழி வந்த ஆதித்த சோழருக்கு, கண்ணர தேவர், பராந்தக தேவர் என்று இரு மகன்கள் இருந்தனர். கண்ணர தேவன் ராஷ்டிரகூடர்களின் வழி வந்தவன். அதனால் ராஜ்யம் பழுவேட்டரையர்களின் வழிவந்த பராந்தக

சோழனுக்குப் போகிறது. இதைக் கண்டு கோபமுற்ற கண்ணர தேவன் ராஷ்டிரகூடர்களின் கூட்டத்தோடு இணைகிறான். அவர்களுடன் சேர்ந்து சோழ தேசத்தை அழிக்க நினைக்கும் பொழுது, பராந்தக சோழர் படை பலம் கொண்டு அவர்களைத் தடுத்து விட்டார். பின்பு சேரர்களும் பாண்டியர்களும் கூட சோழ தேசத்திற்கு கீழ் வந்து விட்டனர்.

அப்பொழுது பராந்தக சோழனுக்கு ஒரு ஆசை வருகிறது. நாம் பாண்டியனின் மணி முடியை எடுத்து அணிந்து கொள்ள வேண்டும் அது நம்மிடம் வந்து விட்டால் பாண்டிய தேசம் சோழ தேசம் ஆகிவிடும் என்று எண்ணுகிறார்.

ஆனால் பாண்டிய மன்னன் அவனது மணிமுடியை இலங்கையில் எங்கோ மறைத்து வைத்து விட்டான். அன்று தொடங்கியது இலங்கைக்கும் நமக்குமான பந்தம்" என்றார் பூதி விக்கிரம கேசரி.

"இலங்கை பற்றிய வர்ணனை சில இலக்கியங்களில் உள்ளது. அங்கே வசிக்கும் மக்களுக்குத் துன்பமே என்ன என்று தெரியாதாம்! உயரமான கட்டிடங்கள் அதன் உயரத்தை வர்ணிக்க அந்தக் கட்டிடங்களின் மேல் மேகம் உரசுமாம். அங்கே அந்த மேகங்களைப் பிழிந்து அதிலிருந்து பொழியும் நீரை உபயோகிப்பார்களாம்." என்று கூறினார் அருள்மொழி.

"ஆஹா! உங்களிடம் இலக்கியங்களில் ஞானமும் உள்ளதா?"

இன்ப பிரபஞ்சன்.ஜெ

"எனக்குத் தமிழ் என்றால் மிகவும் பிடிக்கும் அதுவும் இலக்கியங்களைப் படிப்பது மிகவும் பிடித்தமான ஒன்று. ஒரு நாள் தமிழுக்காகவும் நமது தேசத்திற்காகவும் ஒரு வரலாற்றுச் சுவடை நான் நிச்சயம் விட்டுச் செல்வேன்" என்றார் அருள்மொழி.

"மகிழ்ச்சி இளவரசே! இலங்கை இன்னும் சற்று நேரத்தில் வந்துவிடும்" என்றார் பூதி விக்கிரம கேசரி.

"அற்புதம்! அண்ணன் கூறிய முதல் கட்டளை இலங்கையின் நிலங்களை ஆராய்ந்து அதன் அறிவைப் பெற வேண்டும் என்று. நான் அங்கே சென்றவுடன் குதிரை ஏறி அருகிலுள்ள இடங்கள் எல்லாம் சுற்றிப் பார்த்துவிட்டு வருகிறேன் நீங்கள் இவர்களுடன் சேர்ந்து தங்குவதற்கான ஏற்பாடுகளைச் செய்யுங்கள்" என்றார் அருள்மொழிவர்மர்.

"அவ்வாறே ஆகட்டும் இளவரசே!" என்றார் விக்கிரம கேசரி.

மாலைப் பொழுதில் இலங்கை வந்துவிட்டது அருள்மொழி தலைமையிலான சோழப்படை. அருள்மொழி ஏற்கனவே கூறியவாறு ஒரு குதிரை ஏறி அங்குள்ள அடர்ந்த வனத்திற்குள் நுழைந்தார்.

பழையாறை ....

குந்தவையின் மடியில் தலை வைத்துப் படுத்துக் கொண்டிருந்தாள் வானதி.

"அக்கா அவர் இலங்கை சென்றிருப்பாரா?"

"அவன் சென்று விட்டானா என்று எனக்குத் தெரியவில்லை, ஆனால் உன் மனம் எங்கோ பறந்து தூரதேசம் சென்று விட்டதை நான் உணர்கிறேன். எனக்கு உன்னைக் கண்டால் தான் பயமாக இருக்கிறது. எப்பொழுது எங்கு மூர்ச்சை அடைந்து விழுந்து விடுவாயோ என்று."

"அக்கா!" என்று கூறிய வானதியின் தலையைக் கோதி விட்டாள் குந்தவை.

"செம்பியன் மாதேவி உங்களைக் காண வேண்டும் என்று சொல்கிறார் இளவரசி" என்று பணிப்பெண் வந்து கூற, செம்பியன் மாதேவியின் மாளிகையை நோக்கி அரசிளங்குமரிகள் இருவரும் புறப்படத் தொடங்கினர்.

செம்பியன் மாதேவியார் மாளிகை ....

பெரிய பெரிய தூண்கள் அந்த மாளிகையைத் தாங்கி நிற்க, அவருக்கென இடப்பட்டிருந்த சிம்மாசனத்தில் சாந்தமாக அமர்ந்திருந்தார் செம்பியன் மாதேவி.

அவருக்கு முன்னால் நின்று கொண்டு பேசிக் கொண்டிருந்த மனிதன் யார் என்ற கேள்வி வானதியின் மனதில் எழுந்தது!

குந்தவையிடம் இவர் யார் என்று கேட்க, "இவர்தான் திருமலை நமது முதல் மந்திரி அநிருத்தப்

"பிரம்மராயரின் சீடர்களில் ஒருவர்" என்றாள் குந்தவை.

அரசிளங் குமரிகள் இருவரும் அவர்களுக்காக ஒதுக்கப்பட்டிருந்த அரியணையில் அமர, குந்தவை பேசத் தொடங்கினாள்.

"ஏதேனும் செய்தி உண்டா திருமலை?"

"முக்கியமான செய்தி ஒன்று உண்டு தேவி" என்றான் ஆழ்வார்க்கடியான்.

"என்ன செய்தி கொண்டு வந்து இருக்கிறாய்" என குந்தவை கேட்க,

"உங்களை வியப்பில் ஆழ்த்தும் அத்தகைய ஒரு செய்தி கொண்டு வந்திருக்கிறேன்."

"காலம் கடத்தாதே! செய்தியைக் கூறு" என்று செம்பியன் மாதேவி கூற,

"பழுவேட்டரையர்கள் இருவருக்கும் ராஜ்யத்தின் மீது ஆசை வந்துவிட்டது."

"இப்படி இருப்பதற்கு வாய்ப்பே இல்லை!" என்றார் செம்பியன் மாதேவி.

"இந்தச் செய்தியை உங்களிடம் கூறச் சொன்னது முதல் மந்திரி." என்று பணிவுடன் கூறினான் திருமலை.

"மேலும் கூறு" என்றாள் குந்தவை.

"சின்ன பழுவேட்டரையர் தனது மகளைச் செம்பியன் மாதேவியின் புதல்வரான மதுராந்தகருக்குக் கல்யாணம் செய்து வைப்பது என்று முடிவெடுத்து விட்டார். மதுராந்தகருக்குக் கல்யாணம் செய்து அவரை அவர்கள் பக்கம் இழுத்துக் கொண்டு செம்பியன் மாதேவியிடம் ராஜ்யத்தை மதுராந்தகருக்குக் கொடுக்கும்படி கேட்கப் போவதாகத் திட்டம் தீட்டியுள்ளனர். சின்னப் பழுவேட்டரையர் உங்களை காண வந்தால் இந்தச் சம்பந்தத்தை ஏதேனும் கூறி வேண்டாம் என்று கூறுமாறு முதல்-மந்திரி கூறி அனுப்பினார்."

"மதுராந்தகன் ஆட்சிக்கு வருவது கனவிலும் நடைபெறாத ஒன்று, அவன் கடைசி வரை சிவ தொண்டு செய்வான் என்று நான் என் கணவருக்கு வாக்குக் கொடுத்திருக்கிறேன்" என்றார் செம்பியன் மாதேவி.

குந்தவை ஏதோ கூற வந்துவிட்டு கூறாமல் அமைதியாக யோசித்தாள்.

அரங்கம் முழுதும் அமைதி நிலவ,

"சின்ன பழுவேட்டரையர் உங்களைக் காண வந்து கொண்டிருக்கிறார் என்று செய்தி வந்துள்ளது" என்று மெய்க் காவல் வீரன் வந்து கூறினான்.

அத்தியாயம் 18

இலங்கை ....

இலங்கையின் நிலங்களை அறிவதற்காக அருள்மொழி ஒரு குதிரை ஏறி அங்கிருந்த காடுகளுக்குள் சென்றார். எங்கு பார்த்தாலும் வானளவு உயர்ந்து நிற்கும் மரங்கள். மரத்தைச் சுற்றி அடர்ந்த புதர்கள், உடம்பும் சதையும் போல் பின்னி பிணைந்திருக்கும் கொடிகள், இங்கும் அங்குமாக தேங்கி நிற்கும் குட்டைகள், குட்டைகளில் துள்ளிக்குதிக்கும் மீன்கள், அந்தக் குட்டைகளில் நீர் அருந்த வரும் வனவிலங்குகள் என்று பார்க்கும் காட்சிகள் அனைத்தும் ரம்மியமாக இருக்க, அருள்மொழி அடர்ந்த வனத்திற்குள் சென்று கொண்டிருந்தார்.

வெகுநேரமாக யாரோ அவரைப் பின்தொடர்ந்து வருவது போல ஒரு உணர்வு அவரின் மனதிற்குள் இருந்து கொண்டிருந்தது. அதற்கேற்றார்போல அவ்வப்போது புதர்களுக்குள் அசைவுகளும் சத்தங்களும் கேட்டுக்கொண்டிருக்க, குதிரையை விட்டு இறங்கி சுற்றும் முற்றும் பார்த்துக் கொண்டிருந்தார் அருள்மொழி.

அவர் நின்ற இடத்திற்கு வலப்புறம் இருந்த புதரில் இருந்து அசைவுகள் தென்பட அவர் அங்கே உற்று நோக்கிக் கொண்டிருந்தார். அவர் அந்தப் புதரை உற்றுநோக்கிக் கொண்டிருந்த சமயத்தில் அந்தப்

புதரின் உள்ளிருந்து ஒரு பெண் அவரை இழுத்துத் தரையில் இட, அவருக்குப் பின் புறமாய் இருந்து எய்யப்பட்ட அம்பு அவர் முன்பு இருந்த மரத்தில் சொருகி நின்றது.

அந்தப் பெண்ணின் கண்ணை ஒரு நொடி உற்று நோக்கினார் அருள்மொழி. அதில் கருணை பொங்கி வழிந்தது, அடுத்த நொடியே அருள் மொழி எழுந்து நின்று அவர் குதிரையுடன் பிணைக்கப்பட்டிருந்த வளரியைப் புதர்நோக்கி எறிந்தார். அந்த வளரி காற்றில் சுழன்று சுழன்று சென்று யாரையோ தாக்கியது போலத் தெரிந்தது.

மீண்டும் அருகில் இருந்த பெண்ணை நோக்க அவர் நின்ற பக்கம் திரும்பிய பொழுது அங்கே யாரும் இல்லை. அப்பெண் எங்கோ ஓடி விட்டதை உணர்ந்தார் இளங்கோ அருள்மொழி.

அந்தப் புதரின் உள்ளே இருந்தவனைத் தோளில் தூக்கி குதிரை ஏறினார் அருள் மொழி. அவன் தலையில் வளரி தாக்கியதால் அவன் மயங்கி இருந்தான்.

அவனைச் சோழர்கள் அமைத்திருந்த கூடாரம் நோக்கி எடுத்துச் சென்றுகொண்டிருந்தார் அருள்மொழி.

பழையாறை .....

வீரம் எனும் சொல்லுக்கு எடுத்துக்காட்டாக திகழ்ந்து விளங்கும் பழுவேட்டரையரின் வரவு அனைவரையும் வியப்பில் ஆழ்த்தியுள்ளது என்பதை அவர்கள் முகத்தைப் பார்க்கும் பொழுதே உணரலாம்.

"நல்வரவு!" என்று செம்பியன் மாதேவி கூறி வரவேற்றார்.

"வணக்கம் தாயே! நான் உங்களிடம் மதுராந்தகன் திருமணம் பற்றி பேசிவிட்டுப் போகலாமென்று வந்தேன்" என்றார் சின்ன பழுவட்டரையர்.

"அஹா! அவனுக்குத் திருமண வயது வந்துவிட்டதை நீங்கள் கூறித் தான் எனக்குத் தெரிகிறது!" என்று செம்பியன் மாதேவி கூற, ஒரு நொடி என்ன கூறுவது என்று தெரியாமல் தடுமாறி நின்றார் சின்னப் பழுவட்டரையர். பிறகு தன்னைச் சமாளித்துக்கொண்டு,

"தேவி! தங்களுக்கு ஆட்சேபனை இல்லை என்றால் என்னுடைய மகளுக்கு உங்கள் மகன் மதுராந்தகனைத் திருமணம் செய்து வைக்கலாம் என்று ஆசைப்படுகிறேன்."

செம்பியன்மாதேவி முகத்தில் எந்த ஒரு சலனமும் இல்லாமல், "தவறாக எடுத்துக் கொள்ள வேண்டாம்! அவன் உயிர் உள்ளவரை சிவ தொண்டு செய்ய வேண்டும், அவன் சிவதொண்டு செய்வான் என்று

நான் என் கணவருக்கு வாக்களித்து இருக்கிறேன்" எனக் கூறினார்.

"எனக்கு இது நன்றாகத் தெரியும் தேவி! அது தெரிந்துதான் மதுராந்தகன் என் மருமகனாக வேண்டும் என்று ஆசைப்படுகிறேன். நானும் ஒரு சிவ பக்தன் தானே! அதனால் தான் என்னைப் போன்று சிவனை வணங்கும் அவனை என் மருமகன் என்று கூற விரும்புகிறேன்" எனச் சின்ன பழுவட்டரையர் கூற செம்பியன் மாதேவி எதுவும் பேசாமல் மௌனமாக இருந்தார்.

மீண்டும் சின்ன பழுவேட்டரையர் பேசத் தொடங்கினார், "உங்களுக்குச் சம்மதம் என்றால் வருகின்ற முழு நிலவு தினத்தில் அவர்களது திருமணத்தை நடத்தலாம்" என்றார்.

"திருமணம் பற்றி நான் யோசிக்க வேண்டும். பிறகு ஆதித்த கரிகாலனும், அருள்மொழியும் போர்க்களத்தில் இருக்கும் பொழுது எப்படி என்னால் மங்கல நிகழ்வுகளை நடத்த முடியும்? இந்தப் போர் முடிந்த பிறகு இதைப் பற்றி நாம் ஆலோசிப்போம்" என்றார் செம்பியன் மாதேவி.

சின்ன பழுவட்டரையர் அவர் கூறுவதும் சரியே என்பது போல எதுவும் பேசாமல் சரி என்று ஒப்புக்கொண்டார்.
"நான் விடை பெற்றுச் செல்கிறேன் ,கோட்டைக் காவல் பற்றி அரசருடன் கலந்து பேச வேண்டும்" என்று கூறி அந்த அறையில் இருந்து வெளயேறினார்.

குந்தவை வானதி இருவரும் ஒருவர் முகத்தை ஒருவர் பார்க்க, அங்கே அறைக்குள் ஒளிந்து கொண்டிருந்த ஆழ்வார்க்கடியான் வெளியே வந்தான்.

சேவூர் ....

சோழ சைனியம் சேவூரை வந்தடைந்துவிட்டது. அங்கே அவர்கள் தங்குவதற்காகக் கூடாரங்கள் அமைக்கப்பட்டு, பாசறை முழுவதும் ஆட்கள் நிரம்பி வழிய உணவுகள் தயார் செய்யப்பட்டுக்கொண்டிருந்தது.

தளபதிகள் அனைவரும் கரிகாலன் அழைப்பை ஏற்று மந்திராலோசனை சபைக்கு வந்தனர். அங்கே ஒரு பெரிய வரைபடம் இருந்தது.

ஒரு மேடையை எடுத்து வரும்படி உத்தரவிட்டார் ஆதித்தர். அதன் மேலே சேவூரின் வரைபடம், பின் சிப்பாய்கள், யானைகள், குதிரைகள் போன்ற மாதிரிகளை வைத்தார்.

"இந்த வரைபடம் சேவூரின் போர்க்களம். இந்த மலைப் பகுதிகள் எல்லாம் பாண்டியனின் கட்டுப்பாட்டில் இருக்கிறது. அங்கேதான் நிறைய மறைவிடங்கள், குகைகள் எல்லாம் இருக்கின்றன. பின்பு மேலிருந்து அம்பு எய்து மிக எளிதாக ஒரு சேனையை வெறும் நூறு வீரர்களைக் கொண்டு வென்று விட முடியும். அதனால் அந்த மலை இருக்கும் எல்லைக்குள் யாரும் செல்லக்கூடாது" எனக் கூறிக் கொண்டிருக்கும் கிழவரே சோழர்களின் போர் வியூகங்களை வகுக்கும் செங்கதிரவன்.

என்று நினைத்துக்கொண்டே குதிரையைச் செலுத்தினான்.

விழிஞ்சியம் என்ற துறைமுகம் காந்தளூர்ச்சாலை அருகே உள்ள ஒரு மிகப்பெரிய வணிகத் துறைமுகம். அயல்நாட்டு வணிகம் அங்கு சிறப்பாக நடந்துகொண்டிருந்தது, மகிந்தன் இலங்கையின் தீவு ஒன்றிலிருந்து பாய்மரமேறி இங்கே வந்துள்ளான். அருள்மொழியை வெல்ல இங்கிருந்து வீரர்களைப் பெறுவதற்காக வந்துள்ளான்.

ரவிதாசன் மகிந்தன் இருவரும் வெவ்வேறு திசையிலிருந்து காந்தளூர்சாலையை அடைந்தனர். மிகவும் பிரம்மாண்ட வாயில் அவர்களை வரவேற்றது. பிராமணர்களுக்கு ஒருபுறம் வேதத்தைப் போதித்துக் கொண்டிருந்தார் ஒருவர், வருகை தந்த இருவரும் ஒருவரை ஒருவர் பார்த்துப் புன்னகைத்துக் கொண்டனர். முன் குடும்பியிட்ட ஒரு நம்போதிரி நமஸ்காரம்! வாருங்கள் என்று உள்ளே அழைத்துச் சென்றார்.

மிகப்பெரிய மதில் சுவர்கள் நாலாபுறமும் எழுந்து நின்றது. அந்த மதில்களை உற்று நோக்கினான் ரவிதாசன். ஒரு சிறிய கதவு அவன் கண் முன்னே தெரிந்தது. அந்த நம்பூதிரி அவர்களை அழைத்து அந்த கதவருகே வந்தார். கதவு மெதுவாகத் திறந்தது. அந்தக் கதவிற்குப் பின் வேறொரு உலகமே இருந்தது. வீரமற்று இருக்கும் கோழை கூட இந்தக் கதவிற்குப் பின்னால் இருக்கும் உலகத்திற்குள் நுழைந்தால் வீரனாகிவிடுவான்.

வில்வித்தை, களரி, வர்மம், வாள் பயிற்சி, ஈட்டி இது போன்று எண்ணற்ற பயிற்சிகள். களரி கட்டாயப் பாடமாக இருந்தது.

பண்டைக்காலத்தில் களரிக்கான போதனைக்கூடமாக விளங்கியவை சாலைகள். இச்சாலைகளுக்குத் தலைமை ஏற்றவர்கள் பட்டதிரி எனப்பட்டனர். மாணவர்கள் சட்டர்கள் எனப்பட்டனர். இந்தச் சாலைகளுக்கு அரசர்கள் நிலங்களைத் தானமாக வழங்கினர், அதற்குப் பிரதிபலனாகச் சாலைகள் திறமையான சட்டர்களைப் பயிற்றுவித்து மன்னருக்கு வழங்கவேண்டும். கி.பி 7 ம் நூற்றாண்டில் இருந்து 9 ம் நூற்றாண்டு வரையில் பாண்டியர்களின் தாக்குதல்களால் சேர மன்னர்களான சேரமான் பெருமாள்களின் ஆதிக்கம் சேரநாட்டில் குறைந்த வண்ணம் வந்தது.

இத்தருணத்தில் சிற்றரசர்களாக இருந்த நாடுவாழிகள் தனிப்படைகளை பணிக்கமர்திக் கொண்டனர். இந்தத் தனிப்படைகளுக்கான போர்ப்பயிற்சியாகக் களரிப்பயட்டு போதிக்கப்பட்டது. சிற்றரசர்கள் மிகுதியாக இருந்த படியால் சாலைகளுக்குக் கிடைத்த போகங்கள் அதிகரித்து வந்தன. ஒரு சாலை இன்னொரு சாலையை விடச் சிறப்பாக செயலாற்றவேண்டி பல புதிய தாக்குதல் முறைகளைக் கண்டறிந்தனர்.

களரி பயிலப்படும் இடமானது குழிக்களரி எனப்படும். இது நிலமட்டத்தில் இருந்து 3 முதல் 4 அடிகளுக்கு மேல் மண் அகற்றப்பட்ட குழிவான பகுதி. செவ்வக வடிவில் இந்தக் குழிக்களரி அமைக்கப்பட்டிருக்கும். களரியின் தென்மேற்கு மூலையில் மிகவும் புனிதமான

பூத்தாரையும் அதனை ஒட்டி குருதாரையும் அமைந்திருக்கும்.

களரிப்பயட்டு நான்கு பகுதிகளாகப் பிரிக்கப்படும். அவற்றில் முதல் பயிற்சி முறை மெய்ப்பயட்டு எனப்படும். இதுவும் ஒரு வகை தயாராகும் பயிற்சி தான். ஒரு சந்தத்தில் அமைந்த பல சிறிய உடலசைவு முறைகளை ஒன்றாக்கி மெய்ப்பயட்டு உருவாக்கப்பட்டுள்ளது. தினசரி பயிற்சிகளுக்கு முன்பாக இந்த மெய்ப்பயட்டு பயிற்சி கட்டாயம் மேற்கொள்ளப்படும். இது உடலின் தசைகளுக்கு இளக்கத்தைத் தருவதால் நீண்ட நேரம் பயிற்சியில் ஈடுபட முடியும். இரண்டாவது நிலை கோல்தாரி பயட்டு எனப்படும். இங்கு மரத்தால் ஆன ஆயுதங்கள் மட்டுமே பயன்படுத்தப்படும். சரீரவடி எனப்படும் ஆளுயர மூங்கில் கம்பும், செறுவடி எனப்படும் சிறிய தடியும் முக்கியமான கருவிகளாக இருக்கும். பண்டைய தமிழ் கலையான சிலம்பாட்டத்திற்கு இணையாக இதனை வரையறுக்கலாம். மேலும் இந்நிலையில் வாய்ப்பாட்டு எனப்படும் சொற்கட்டளைப் பயிற்சியும் வழங்கப்படும். இதில் கெட்டுகாரி எனப்படும் கட்டளைத் தொகுப்புகள் எவ்வாறு கூறப்படும் என்பது கற்பிக்கப்படும். மூன்றாவது நிலை அங்கத்தாரி பயட்டு/ஆயுத்தப்பயட்டு எனப்படும். வெட்டும் முனைகளைக் கொண்ட கூரிய உலோக ஆயுதங்களைப் பயன்படுத்தும் பயிற்சிகள் இதன்போது வழங்கப்படும். ஈட்டி, வாலும் கேடயமும், வேல், சுருள் கத்தியான உறுமி, கதை, கட்டாரி, கொம்பு வடிவிலான ஓட்டம், வளரி மற்றும் குந்தம் என ஆபத்தான பல ஆயுதங்களைப் பயன்படுத்திப் பயிற்சிகள் வழங்கப்படும்.

இறுதியாக வெறுங்கை எனும் ஆயுதம் அல்லாத சண்டை பயிற்சி வழங்கப்படும். வர்ம தாக்குதல் முதலிய சிறப்புத் தாக்குதல் முறைகள் இதில் பயிற்றுவிக்கப்படும். தாக்குதல் முறைகளின் போது ஒருவர் நிற்கும் நிலை 'வடிவு' எனப்படும். இந்த வடிவுமுறைகள், இயற்கையில் விலங்குகள் நிற்கும் முறையைக் கொண்டே உருவாக்கப்பட்டுள்ளன.

சிம்ஹ(சிங்க) வடிவு, கஜ(யானை) வடிவு, அசுவ(குதிரை) வடிவு, சர்ப்ப(பாம்பு) வடிவு, மயூர(மயில்) வடிவு என பல நிற்றல் நிலைகள் உண்டு. சில நிற்றல் நிலைகளுக்கு என பிரத்தியேக உச்சாடன மந்திரங்களும் உண்டு. குறித்த நிலையில் நின்று அந்நிலைக்குரிய உச்சாடன மந்திரத்தைச் சொல்லும் போது முழுமையான ஆற்றலுடன் எதிரியைத் தாக்கலாம். ஒரு நிலையில் இருந்து உடனடியாக வேறு நிலைக்கு மாறுவது கைக்குத்தி பயட்டு எனப்பட்டது. இதையெல்லாம் அங்கே இருந்த வீரர்கள் செய்துவந்தனர். ரவிதாசனுக்குக் களரி கைவந்த கலை. இதையெல்லாம் பார்த்த மகிந்தன் வாய்பிளந்து நின்றான். இப்படிப் பயிற்சி பெற்ற வீரர்கள் அல்லவா நமக்குத் தேவை. இவர்களை வைத்து நாம் எளிதில் சோழர்களை வென்றுவிடலாம் என்று நினைத்தான்.

அத்தியாயம் - 28

கரிகாலரை நாம் பிரிந்து வெகுநாட்கள் ஆகிவிட்டதே அவரை அன்று நாம் வீரநாராயண ஏரியருகே விட்டு எங்கெங்கோ சுற்றிவிட்டோம் வாருங்கள் அவரைக் காண்போம்.

நால்வகைப் படைகளும் அணிவகுத்து நிறுத்தப்பட்டிருந்தது. இருள் வானில் படரத் தொடங்கியது, பார்த்திபேந்திரவர்மன் நால்வகைப் படைகளுடன் எல்லையில் வழிமேல் விழிவைத்துக் கரிகாலனை எதிர்நோக்கிக் காத்திருந்தான். பெரும்படையொன்று அசைந்து நடந்துவருவது தெரிந்தது. படைகள் அருகில் வந்தன. யானையொன்று கரும்பாறையென ஊர்ந்து வந்தது. அதன் மேல் யாரும் இல்லை. ஆதித்த கரிகாலன் இல்லை, கந்தமாறன் கரிகாலனுடன் வந்து இணைந்து கொண்டான் என்ற செய்தி முன்பே பார்த்திபேந்திரன் செவிகளுக்கு எட்டியது. ஆனால் அவனும் அங்கே இல்லை. "நீ யாரைத் தேடுகிறாயோ அவன் இந்நேரம் பகைவர்களின் எல்லைக்குள் நுழைந்திருப்பான். அவனை நீ இங்கு தேடி என்ன பயன்" என்று ஒரு குரல் கேட்டது. யார் என்று திரும்பிப் பார்க்க திருக்கோவிலூர் மலையமான் நின்று புன்னகைத்துக் கொண்டிருந்தார்.

"சரியாக போனது. இப்படி ஏதாவது அசம்பாவிதம் நடக்குமென்று தான் முதலிலே எல்லையில் வந்து நின்றேன். சிவனே!" என்று சலித்துக் கொண்டான் பார்த்திபேந்திரன்.

இரண்டு புரவிகள் இருள் கொண்ட வானின் விடிவெள்ளி போல பாய்ந்து சென்றுகொண்டிருக்க, அது சென்ற இடமெல்லாம் அதற்குச் சொந்தம் என்பது போல அதைத் தடுத்துநிறுத்த யாரும் முன்வரவில்லை. மரங்கள் அடர்ந்த காட்டுப்பகுதிக்குள் வந்து குதிரை நின்று விட்டது. அதன் மேலிருந்து இருவரும் குதித்தனர். குதிரை மட்டும் மெதுவாக அங்கே இருந்த குடியிருப்புப் பகுதிக்குள் நுழைய அந்தக் குதிரை எழுப்பிய ஒலியில் ஒரு சிறிய படை அந்த குதிரையைச் சூழ்ந்தது. அங்கிருந்த குதிரை மேலே புலிச்சின்னம் பொறித்த அங்கவத்திரம் இருந்தது. அதைப் பார்த்த ஒருவன் "சோ.... சோ.... சோழர்கள்" என்று வாய் குழற, தென் திசையிலிருந்து ஒரு ஒலி வந்தது, ஒலி வந்தவுடன் குதிரை அந்தத் திசையில் ஓட அதன் பின்னாலே இந்தக் கூட்டமும் ஓடத் தொடங்கியது.

மான் கூட்டமொன்று புலியிடம் சிக்கியதை உணராமல் புலியின் அருகே நின்று கொண்டிருக்க, அந்தப் புலியின் பல நாள் பசிக்கு முதல் இரை கிடைத்தது. மரத்தின் மறைவிலிருந்து இருளே ஆட்சி செய்யும் அரசனானவன் வெளியே வந்தான். உடலமைப்பையும் அவனின் தோற்றத்தையும் வைத்து "ஐயோ! நாம் சிக்கிவிட்டோம்" என்றான் ஒருவன்.

அவர்கள் வாழ்வில் அவர்கள் இதுவரை நேரில் காணாத ஒரு மாவீரன் நின்றான். இருளிலும் ஒளிவீசும் அவனது வாள் அவர்களை நோக்கி வர அவன் வருகிறான் என்று குரல் மட்டும் தான் செவிகளில் கேட்டது. அதற்குள்ளே அவன் உடல் துண்டு துண்டாக மண்ணில் கிடந்தது. "கரிகாலா! எல்லை தாண்டிவந்து பெரிய தவறு

செய்துவிட்டாய் பூதுகன் அறிந்தால் உன் கதை முடிந்துவிடும்"

"என் கதைக்கு முதலும் முடிவும் எழுத அவன் யார்? நானே முதல் நானே முடிவு" என்று கூறிக்கொண்டே அவரின் கத்தி அங்கே நின்றவர்கள் செங்குருதியில் குளித்தது. "எங்கே வந்தியத்தேவன்? அவனை எங்கே வைத்துள்ளீர்கள்" என்று கேட்டுக்கொண்டே வேட்டையில் ஈடுபட்டார். சற்று நேரத்திற்கெல்லாம் அந்தப் படையே நிர்மூலமாகிவிட்டது. கூடாரத்திற்கருகே சென்று "பூதுகா !.... பூதுகா ... காலன் வந்துள்ளேன் வெளியே வா..." என்று கேலியான ராகத்தில் அழைத்தார். ஆனால் யாருமே வரவில்லை. ஒவ்வொரு கூடாரமாகச் சென்று அவனைத் தேடினார், அவர் கண்கள் வந்தியத்தேவனைத் தேடவும் தவறவில்லை. "இங்கே ஒருவனிருக்கிறான்" என்று கந்தமாறன் குரல் கேட்டு அந்தக் கூடாரத்திற்குள் பிரவேசித்தார் ஆதித்த கரிகாலர்.

"இவன் ... இவன் மணலீரன்." இந்த சத்தம் கேட்டு உறங்கிக்கொண்டிருந்த மணலீரன் கண்கள் திறக்க, லேசாக தலையைச் சாய்த்துத் தனது பற்களைக் கடித்துக்கொண்டு அவனைப் பார்த்தவண்ணம் நின்ற ஆதித்த கரிகாலரின் முகத்தைக் கண்டு அவனுக்குத் தூக்கிவாரிப் போட்டது. "யாரங்கே! யாரங்கே...!" என்று அலறினான் மணலீரன். அதே போன்ற குரலில் "யாரங்கே யாரங்கே..." என்று கூவினார் ஆதித்த கரிகாலர்.

"இங்கே யாருமில்லை. எல்லாம் மேலே உனக்காகக் காத்திருக்கின்றனர். உன்னையும் அவர்களிடம் அனுப்பிவைக்கிறேன் அதற்கு முன் என் நண்பன்

வந்தியத்தேவன் எங்கே என்று எனக்குத் தெரியவேண்டும்" என்று கரிகாலர் கேட்க.

"தெரிந்தால் என்னை விட்டுவிடுவாயா?" என்று கேட்டான் மணவீரன். விடுகிறேன் என்றான் கந்தமாறன்.

"அவன்... அவன் பாதாளச்சிறையில் இருக்கிறான்" என்றான் மணவீரன்.

"நீ கைக்குக் கிடைத்த கனி உன்னைப் புசிக்காமல் எனக்குச் சம்மதமில்லை, அதனால் நீ என்னுடன் சோழதேசம் வந்துவிடு" என்று அவனின் கையைக் கட்டி அவனைத் தரதரவென்று இழுத்துச் சென்றார் கரிகாலர்.

"நீ பெரிய குதிரையோட்டியாமே? எங்கே என் குதிரையை ஓட்டு இல்லை என் குதிரை உன்னை..." என்று கூறி குதிரையின் கடிவாளத்தோடு மணவீரனைப் பிணைத்துக் குதிரையை விரட்டினார். குதிரை மின்னலைப் போல பாய்ந்தது. அவனது உடலைக் கல்லும் முள்ளும் கிழிக்க அந்த வலி தாங்க முடியாமல் அலறினான் மணவீரன். சோழர்களின் ராணுவ முகாம் வரை அவனை அப்படியே இழுத்துச் சென்றார் ஆதித்த கரிகாலர்.

வாசலிலே திருக்கோவிலூர் மலையமான் இவருக்காகக் காத்துநின்றார். அவரைப் பார்த்தவுடன் கரிகாலனின் முகத்தில் பெரும் மகிழ்ச்சி, நேராக ஓடிச்சென்று அவரைக் கட்டியணைத்தார்.

"தாத்தா இங்கே பாருங்கள். இவனைத் தெரியுமா? நமது வந்தியத்தேவனை மீட்க இவனைப் பிடித்து

வைத்துள்ளேன், இவனை விட வேண்டும் என்றால் அவர்கள் நமது வந்தியத்தேவனை விட வேண்டும்" எனக்கூற, "உன்னிடம் இதைப் பற்றி நான் சற்று நேரத்திற்குப்பிறகு பேசுகிறேன். முதலில் இவனைக் கடுங்காவலில் வை" என்று கூறி ஒரு கூடாரத்திற்குள்ளே நுழைந்தார் மலையமான்.

கரிகாலனுக்கு ஒன்றும் புரியவில்லை, தாத்தா இப்படி எல்லாம் நடந்து கொள்ள மாட்டார் என்பது கரிகாலனுக்கு நன்றாகத் தெரியும். பார்த்திபேந்திரன் அவரைக் காண நடந்து வந்து கொண்டிருந்தான். "என்ன பார்த்திபா? எப்படியிருக்கிறாய்? உனக்கு என்ன நன்றாக இருப்பாய். வந்தியத்தேவனைத் தொலைத்துவிட்டு தனிக்காட்டு ராஜாவாகி விட்டாய். சந்தோஷமாகத் தான் இருப்பாய்" இந்த வார்த்தைகள் அவனின் உயிரை மட்டும் கசக்கிப் பிழிந்தது போன்ற வேதனையைக் கொடுத்தது.

"இளவரசே! என்னைத் தவறாகப் புரிந்து கொண்டீர்கள், அவன் எனக்கும் நண்பன் அல்லவா? அவனை வட எல்லையில் காவலில் விட்டுவிட்டு நான் தென்திசையில் காவல் புரிந்தேன் இது எப்படி நடந்தது என்பது எனக்குச் சத்தியமாகத் தெரியவில்லை."

"பார்த்திபேந்திரா, நம்பிக்கைத் துரோகம் அதைச் செய்தால் நான் என்ன செய்வேன் என்று உனக்கும் தெரியுமல்லவா. எனக்கு நம்பிக்கைத் துரோகம் செய்தது நீயாக இருந்தாலும் சரி அவனாக இருந்தாலும் சரி வெட்டி காவிரி ஆற்றங்கரையில் புதைத்துவிடுவேன்

நினைவிருக்கட்டும்" என்று கோபமாகக் கூறினார் ஆதித்த கரிகாலன்.

மவுனம் இருவரையும் சூழ இவனைச் சிறையில் அடைத்து வை! என்று கூறி மலையமான் நுழைந்த கூடாரத்தில் நுழைந்தார் ஆதித்த கரிகாலன். குழப்பத்துடன் மணவீரனை அழைத்துச் சென்றான் பார்த்திபேந்திரன். கரிகாலரின் இந்தப் பேச்சிற்குக் காரணமான வெள்ளங்குமரன் எதிரே வந்து கொண்டிருந்தார். அவரைப் புன்முறுவலுடன் எதிர்கொண்டான் பார்த்திபேந்திரன், ஆனால் வெள்ளங்குமரன் கண்கள் மணவீரனைப் பார்த்த பார்வைக்கு ஆயிரம் அர்த்தமிருந்தது, உன் தந்தைக்கும் தந்தை ஒருவன் இருப்பான் என்பது போல இருந்தது அந்தப் பார்வை.

அத்தியாயம் - 29

துங்கபத்ரா நதியைக் கடந்து இப்பொழுது மான்யகேடம் நோக்கி சென்றுகொண்டிருந்தனர் கோபாலனும் பூதுகனும்.

"உனக்குப் புறநானூற்றுப் பாடல்கள் பற்றி என்ன தெரியும்?" என்று பூதுகன் கேட்க.

"அதுவா இது நானூறு பாடல்களைக் கொண்ட இலக்கியம். இதில் மன்னர்கள் பற்றிய பாடல்களும் பழந்தமிழரின் வாழ்வியல் பற்றியும் குறிப்புகள் அதிகமாக உள்ளது" என்றான் கோபாலன்.

"புறநானூறு எனும் பெரும்கடலில் சிறுதுளியை மட்டுமே நீ கூறினாய், இதில் வரும் பாடல்கள் படிப்பவர் நெஞ்சில் வீரத்தை விதைக்கும் வகையில் எழுதப்பட்டுள்ளது. ஆண்மகன் ஒருவனைப் பெற்று அவனுக்குப் பாலுடன் வீரத்தை ஊட்டுவது பெண்களின் கடமை. இவ்வகையில் அதைச் சிறப்பாய் தமிழ் பெண்கள் செய்துள்ளனர், ஒருவன் தன் சாகும் தருவாயில் கூடப் பகைவனை எதிர்த்துநின்று அழிக்கவேண்டும்" என்று கூறி இது எனக்கு மிகவும் பிடித்தப் புறநானூறு பாடல் என்று கூறி ஒரு பாடலைக் கூறினான் பூதுகன்,

"நரம்பு எழுந்து உலறிய நிரம்பா மென் தோள்
முளரி மருங்கின், முதியோள் சிறுவன்
படை அழிந்து, மாறினன் என்று பலர் கூற,
'மண்டு அமர்க்கு உடைந்தனன் ஆயின், உண்டஎன்
முலை அறுத்திடுவென், யான்' எனச் சினைஇ,
கொண்ட வாளோடு படு பிணம் பெயரா

செங்களம் துழவுவோள், சிதைந்து வேறு ஆகிய
படு மகன் கிடக்கை காணூஉ,
ஈன்ற ஞான்றினும் பெரிது உவந்தனளே" (புறம்: 278)

"இதற்கு என்ன பொருள்" என்று கோபாலன் கேட்க,

"இப்புறநானூற்றுப் பாடல், வயது முதிர்ந்த ஒரு தாயின் மகன் போர் புரியச் சென்றான். அவன் போரில் வெற்றி பெற்று வருவான் என எண்ணிக் காத்திருந்தாள் அவன் தாய். ஒரு நாள் அவளிடம் சிலர், 'உன் மகன் பகைவருக்குப் புறங்கொடுத்து ஓடினான்' என்று சொல்லக் கேட்ட அத்தாய் கோபமுற்று எழுந்து ஓர் அரிவாளை எடுத்துக் கொண்டு போர்க்களத்தை நோக்கிப் புறப்பட்டாள். என் மகன் பேடியாய்ப் புறங்காட்டி ஓடியது உண்மையாயின் அவனுக்குப் பாலூட்டிய மார்பை இவ்வாளால் அறுத்திடுவேன் என்று கூறினாள். போர்க்களத்திலே பிணங்களோடு தலைவேறு, உடல் வேறாய்க் கிடந்த தன் மைந்தனைக் கண்டாள். அவனைச் சேர்த்தெடுத்து அணைத்து ஆனந்தம் கொண்டாள். மகனைப் பெற்றபோது அடைந்த இன்பத்தினும் அவன் விழுப்புண் பட்டுக் கிடைந்ததைப் பார்த்தவுடன் பேரானாந்தம் கொண்டாள் என்று பொருளுரைக்கின்றது" எனப் பூதுகன் கூறிய நொடி கோபாலனுக்குச் சிரிப்பு வந்துவிட்டது.

"ஏன் சிரிக்கிறாய்? நன்றாகத் தானே பாடலை உச்சரித்தேன் ஏதேனும் பிழை செய்துவிட்டேனோ?" என்று பூதுகன் கேட்க, "பிழை தான்! பாடலில் இல்லை வாழ்க்கையில்,

*"கைவேல் களிற்றோடு போக்கி வருபவன்
மெய்வேல் பறியா நகும்" (குறள் : 704)*

என்கிறார் திருவள்ளுவர். ஒரு வீரன் போர்க்களத்தில் பிளிறிய யானையின் மீது தன் வேலை விட்டெறிய அஃது அடிபட்டு விழுந்தது. அப்பொழுது மற்றொரு யானை அவனைத் தாக்க வந்தது. இன்னொரு வேல் கிடைத்தால் இந்த யானையையும் கொன்றிடலாம் என்று அங்குமிங்கும் பார்த்தான். அந்நிலையில் அவன் மார்பில் தைத்திருந்த வேல் ஒன்றைக் கண்டான். அதுவரையும் போர்வெறியில் தன் மேனியிற் பாய்ந்திருந்த வேலையும் அறியாதிருந்த வீரன், அதை ஆர்வத்தோடு பறித்து இழுத்தான். வேழத்தைக் கொல்ல ஒரு வேல் கிடைத்ததே என்று மகிழ்ந்தான். இந்தக் குறள் ராஜாதித்தனுக்காக வள்ளுவர் எழுதிய குறள் என்று என் மனது எப்பொழுதும் கூறும். நீ அவரை வென்றது உண்மைதான் ஆனால் நேர்வழியில் அவரை எதிர்க்க முடியாமல் சூழ்ச்சி செய்தாய் என்பதை மறுக்கமுடியுமா கங்க அரசே உன்னால்?

உன்னைப் போன்ற மாவீரன் இதைப் போன்ற செயல்களைச் செய்யும் பொழுது இது தவறான உதாரணமாக பின்னாளில் வரும் தலைமுறைகள் எடுத்துக்கொள்ள மாட்டார்கள்? யுத்தம் என்று வந்தால் சூழ்ச்சியும் சூதும் அல்லவா கண்முன்னே நிற்கும்!" என்று மெல்லிய குரலில் கோபாலன் கூற மவுனமாகக் குதிரையைச் செலுத்தினான் பூதுகன்.

தொண்டையைக் கனைத்துக்கொண்டு "தர்மம் அல்லது அறம் என்பது என்னவென்று தெரியுமா?" என்றான்

பூதுகன். "இதற்கும் நான் வள்ளுவனைத் தான் இழுப்பேன்" என்ற கோபாலன்,

"அழுக்காறு அவாவெகுளி இன்னாச்சொல் நான்கும்
இழுக்கா இயன்றது அறம். இந்த குறள் ஒன்று போதும் அறம் என்பது என்னவென்று கூற" என்றான் கோபாலன்.

"உண்மை தான் அனால் போர்க்களத்தில் அறம் என்பது வேறு கோபாலா! அறம் அல்லது தர்மம் நீரைப் போன்றது இடத்திற்குத் தகுந்தாற்போல உருமாறுவது. உனக்கு அறமற்றவழி போல காண்பது இன்னொருவனுக்கு அறமாகும்" என்ற பூதுகன் மேலும் தொடர்ந்தான். "அறவழியில் நடப்பதாக அன்று பீஷ்மர் அவர் தந்தைக்குக் கொடுத்த வாக்கைக் காக்க அவர் மேற்கொண்ட தர்மம் அதர்மத்தை ரக்ஷித்து அதற்குப் பாதுகாப்பு அளித்தார் அதனாலே தான் அர்ஜுனன் கணைகள் அவரைத் தாக்க அம்புப் படுக்கையில் கிடந்தார். உண்மையில் அவரை நேருக்கு நேராக எதிர்கொள்ளும் சக்தி யாருக்குமில்லையே அதானல் தான், தான் கொடுத்த வாக்கை மீறி கிருஷ்ணன் ஆயுதமேந்தி அவரின் ஆயுதங்களைத் தியாகம் செய்ய வைத்தான் என்பதை மறவாதே கோபாலா?" என்றான் பூதுகன்.

"ராஜாதித்தர் பீஷ்மர் இல்லை, நீங்கள் அர்ஜுனன் இல்லை அரசர் கிருஷ்ணன் கிருஷ்ண பரமாத்மாவும் இல்லை. சரி இதைப் பற்றிப் பேசிப் பிரயோஜனம் இல்லை விடுங்கள் அரசே" என்ற கோபாலனை நோக்கிப் புன்னகைத்தான் பூதுகன். இதுவே வேறு யாராவது இந்த வார்த்தைகளை அவனிடம் கூறியிருந்தால் இந்நேரம் ஒரு பிரளயமே வந்திருக்கும்.

பூதுகனுக்குக் கோபாலனை மிகவும் பிடித்திருந்தது. அவனின் பேச்சு பூதுகனைச் சிந்திக்கவைக்கும்படி இருந்தது.

ராஷ்டிரகூட நகரம் அனைத்தும் செல்வச் செழிப்போடு திகழ்ந்தது, அதைச் சோழ தேசத்தோடு ஒப்பிட்டு பேசுவது மக்களுக்கு வழக்கமாக இருந்தது. இவர்கள் செல்கின்ற வழியில் ஒரு மிகப்பெரிய கோவில் ஒன்றைக் கண்டான் கோபாலன். இது என்ன கோவில் என்று அவன் பூதுகனைப் பார்த்துக் கேட்க, "இது ஒரு விஷ்ணு கோவில் கன்னோசி என்ற வடநாட்டின் மீது போர் தொடுத்த போது கிருஷ்ணனுக்குக் கனவில் வந்த பெருமாள் இங்கே அவருக்கு ஒரு கோவிலை அமைக்க உத்தரவிட்டார். அப்படி அமைக்கப்பட்ட கோவிலே இது. இந்தப் பெருமாள் மிகவும் சக்தி வாய்ந்தவர்" என்றான் பூதுகன்.

"நகரமே மொத்தமாக மாறிவிட்டது. என்ன என்ன மாற்றங்கள் என்பதை என்னால் கண்கூடாகப் பார்க்கமுடிகிறது. என்னுடைய சிறுவயது என்னிடம் பேசுவது போல என் காதுகளில் கேட்கிறது" என்ற கோபாலன் கோவிலை விரிக்க விரிக்கப் பார்த்துகொண்டே அதைக் கடந்து போனான்.

"வா உணவருந்தலாம்" என்று கூறி ஒரு இடத்தில் குதிரையை நிறுத்தினான் பூதுகன். கோபாலன் இது எந்த இடம் என்று கேட்க, "இது தர்மஸ்தலம். இங்கே உணவுகள் வழிப்போக்கர்களுக்கு இலவசமாக வழங்கப்படும்." என்றான் பூதுகன்.

"அப்படியா!" என்று ஆச்சிரியமாகக் கேட்டுவிட்டு இருவரும் உள்ளே நுழைந்தனர். மிகவும் பெரிய மண்டபம் அது. அங்கே நிறைய பேர் உணவருந்திக் கொண்டிருந்தனர். மன்னர் வந்திருக்கிறார் என்று சலசலப்பு எதுவும் இல்லாமல் உணவின் முன் அனைவரும் சமம் என்பது போல அனைவரும் உணவுண்டனர்.

நீண்ட வரிசையில் ஒரு மூலையில் இவர்கள் இருவருக்கும் இலை போடப்பட்டது, நீண்ட வெள்ளைத்தாடி பிரகாசமான முகம் நல்ல உயரம் இலை முழுவதும் உணவுகள் அதை ரசித்து உண்டு கொண்டிருந்த அந்தப் பெரியவரிடம் அமர்ந்தான் பூதுகன்.

இலையில் முதலில் தேன் அப்பம் வைக்கப்பட்டது. பின் ஹோலிகை எனும் இனிப்புப் பண்டமும் நெய்யில் வறுத்த முந்திரியிட்ட பலாப்பழ பாயசம், பின் ராகி முத்தே என்று அழைக்கப்படும் ராகி உருண்டை போன்ற பல உணவுகளும் வைக்கப்பட்டிருந்தது.

"ஆஹா என்ன ருசி!" என்று கூறிய கோபாலனை நோக்கி உணவு நன்றாக இருக்கிறதா? என்று கேட்டார் அருகில் இருந்த பெரியவர். "நன்றாக உள்ளது ஐயா! சோழ தேசத்தின் உணவுகள் மிகவும் அருமையானவை. இவை அதற்கு எவ்விதத்திலும் சளைத்தவை அன்று. மிக மிக அருமையாக உள்ளது எனக்கு மிகவும் பிடித்திருக்கிறது" என்றான் கோபாலன்.

"ஆம் ஐயா உங்கள் பெயரென்ன?" என்று கோபாலன் கேட்க, "எனது பெயர் எனது பெயர்" என்று அந்தப்

பெரியவர் கூறிச் சிரிக்க கோபாலன் அருகே இருந்த பூதுகன், "அவர் பெயர் கிருஷ்ணன்" என்றான்.

அத்தியாயம் - 30

அருகில் அமர்ந்திருப்பது மாமன்னர் கிருஷ்ணன் என்பதை அறிந்து பதறி எழுந்தான் கோபாலன். "ஆஹா நண்பரே! எங்கே எழுந்து செல்கிறீர்கள்? உணவு பிடிக்கவில்லையோ? சோழ தேசத்து உணவுகள் போல இங்கே உணவுகள் கிடைக்காது அங்கே பல வருடங்கள் இருந்ததனால் நமது உணவுகளை வெறுக்கிறீர்கள் போல" என்று கிருஷ்ணன் சிரித்துக்கொண்டே கூற, "அப்படியெல்லாம் இல்லை மன்னா. மன்னருடன் எப்படி நான் உணவுண்பது" என்ற கோபாலனை நோக்கி, "உணவின் முன் அனைவரும் சமம். மன்னரானாலும் மக்கள் ஆனாலும் தெய்வமானாலும் இதே உணவை அல்லவா உண்கிறோம் படைக்கிறோம். உணவின் முன் எந்த ஏற்றத்தாழ்வும் பார்க்கக் கூடாது நண்பனே! வந்து உண்ணுங்கள்" என்று கிருஷ்ணன் ஆசையோடு அழைக்க அவரருகே அமர்ந்தான் கோபாலன். அனைத்தும் அவனது வாயிற்குள் சென்று வயிறு திருப்தி என்பதை வாய் வழியே ஏப்பமாகக் கூற அந்த ஏப்ப சத்தம் அறையில் எதிரொலித்தது.

பூதுகனுக்குச் சிரிப்பு வந்துவிட்டது. "என்ன இலையை மிச்சம் வைத்திருக்கிறாயா? இந்த இலையை உண்ண எருமைகள் காத்திருக்கின்றன. நீ அதையும் உண்டுவிட்டால் பாவம் அதற்கு உணவில்லாமல் போய்விடும் கோபாலா!" என்றான் பூதுகன்.

"கொஞ்சம் வெற்றிலையும் பாக்கும் கிடைத்தால் நன்றாக இருக்கும்" என்றான் கோபாலன்.

வெற்றிலையும் பாக்கும் சேர்த்து மடித்து ஒரு கை அவன் முன்னே வர அதை வாங்கி வாயில் போட்டான் கோபாலன். அது ஒரு பெண்ணின் கை என்பதை அவன் கவனிக்கத் தவறவில்லை, அந்தப் பெண் வேறு யாருமில்லை பட்டத்து மஹிஷி கிருஷ்ணனின் அன்பு மனைவி. இவரின் கையிலா நாம் சுவைக்கும் வெற்றிலை மடிக்கப்பட்டது. இந்த அரசி மிகவும் நல்லவராகத் தெரிகிறார். மன்னர் இப்பொழுது கோபாலன் தோள்களைத் தன் கையால் தொட்டார்.

"ஒற்றரே! சோழ தேசத்தில் அனைவரும் நலமா? சுந்தர சோழ சக்கரவர்த்திகள் நலமா? அவரின் குழந்தைகள் நலமா? அந்த வீரபாண்டியனின் தலையைக் கொண்ட வீரனின் பெயர் என்ன?" என்று கேட்க, "ஆதித்த கரிகாலன்" என்றான் பூதுகன். "ஆம் ஆம் அவர் நலமா? வந்தியத்தேவனை ஒப்படைத்து மாபெரும் தொண்டு செய்து விட்டீர்கள். முன்பொரு நாள் அவனிடம் நமது படை சிக்கிக்கொண்டது. அந்தக் கதை உங்களுக்குத் தெரியுமா?" என்று கிருஷ்ணர் கேட்க, "இல்லை அரசே" என்றான் கோபாலன்.

"நமது வீரர்கள் சிலர் சில தினங்களுக்கு முன்னே காஞ்சிக்கு அருகே ரகசிய ஆலோசனைச் சபை ஒன்றை நடத்தினர். அந்தக் கூட்டம் ஒரு குகைக்குள் நுழைய அந்தக் கூட்டத்திலிருந்து ஒருவன் அங்கேயிருந்த கல் மேடை மீது அமர்ந்தான் மீதி இருந்த அனைவரும் கீழே அமர்ந்தனர்.

மேடை மீது அமர்ந்தவன் பேசத் தொடங்கினான். "சோழ தேசம் அசுர வளர்ச்சி அடைந்துவிட்டது, ராஷ்டிரகூடர்களைக் கொஞ்சம் கொஞ்சமாக அழித்துக்

காஞ்சியைத் தனக்குச் சொந்தமாக்கி விட்டது. பாண்டிய தேசமும் இப்பொழுது இல்லை. இலங்கையிலும் சில இடங்களில் புலிக்கொடி பறப்பதாக அறிகிறேன், இதற்கெல்லாம் முக்கிய காரணம் சோழ இளவரசன் ஆதித்த கரிகாலன் தான். அவனை வெல்லும் வீரன் நமது கூட்டத்திலும் இல்லை வேறு தேசத்திலும் இல்லை ஏன் இந்த உலகத்திலே இல்லை. அதனால் அவனிடம் போர் புரிந்து அவனை வெல்வது கனவிலும் சாத்தியமில்லை, நமது வீரர்கள் சிலரை அவனுக்கு நெருக்கமாகப் பழக விட்டு அவனைக் கொலை செய்வதைத் தவிர வேறு ஒரு வழியும் இல்லை. ஆனால் அதிலும் ஒரு சிக்கல் இருக்கிறது அவனுடன் எப்பொழுதும் அந்த வாணர்குல வீரனும் பல்லவ இளவரசன் பார்த்திபேந்திரனும் இருக்கிறார்கள். அதிலும் அந்த வாணர் குல வீரன் மிகவும் சாமர்த்தியசாலி" என அவன் பேசிக் கொண்டிருக்கும் பொழுது கூட்டத்தில் ஒருவன் பேசத் தொடங்கினான்.

"வாணர் குல வீரனா! அந்த வம்சம் இன்னும் இருக்கிறதா? அதில் வீரர்கள் எல்லாம் இன்னும் இருக்கிறார்களா? அவன் பெயர் என்ன? அவனை நான் பார்க்க வேண்டும்" என்று கூற, கூட்டத்தில் இன்னொருவன் எழுந்து நின்றான்.

"ஏன் எழுந்து நிற்கிறாய்? ஆம் நீ யார் புதியதாக இருகிறாய்?" என்று அந்தக் கல் மேடை மீது அமர்ந்திருந்தவன் கேட்க, "ஐயா நான் உங்களிடம் ஒரு தகவல் கூற வேண்டும். நீங்கள் கூறிய அந்த வீரன் பெயர் வல்லவரையன் வந்தியத்தேவன். அவன் வெகு நேரமாக வெளியே காத்திருக்கிறான்" என்று கூற, "நீ யார்?" என்ற சத்தம் குகை எங்கும் எதிரொலித்தது.

தீப்பந்தம் மொத்தம் அங்கே நின்றவன் முகத்தைப் பார்க்க அவன் பக்கம் திருப்பப்பட்டது. இருளில் ஒளிவீசும் முகம்! அந்த முகத்தைப் பார்த்த நொடி, கல்மேடை மேல் அமர்ந்திருந்தவன் எழுந்து நின்றான். கூட்டத்தில் இருந்த வேறொருவன் "நீ யார்?" என்று மீண்டும் கேட்க, பதில் அந்தக் கூட்டத்தின் தலைவரிடமிருந்து வந்தது. "இது... ...இது... "ஆதித்த கரிகாலன்".... இது அவன் தான் கொல்லுங்கள் அவனை...!" என்று ஆணையிட, வாளும் வேலும் அவர் கழுத்தைச் சுற்றி மொய்க்கத் தொடங்கின.

அவர் முகத்தில் ஒரு மாற்றமும் இல்லை. தன் கைகள் இரண்டையும் ஓசை வரும்படி தட்டினார். அவ்வளவுதான் காற்றைக் கிழித்துக்கொண்டு வந்த அம்புகள் அந்த வாளும் வேலும் ஏந்திய கூட்டத்தில் உள்ளவர்களைத் தாக்கியது. ஒரு வினாடி இடைவேளையில் அம்புகள் மழையென பொழிய வில்லும் அம்பும் ஏந்தி குகைக்குள் பிரவேசித்தவனைப் பார்த்து, "உன் வேகம் நன்றாகக் கூடிவிட்டது வந்தியத்தேவா" என்றார் ஆதித்த கரிகாலர்.

பின் அந்தக் கூட்டத்தில் இருந்தவர்களைச் சிறை பிடித்துக் கொண்டு காஞ்சி நோக்கிச் செல்லும் சாலையில் இருவரும் முன்னே செல்ல, புலிக்கொடி ஏந்திய வீரர்கள் அந்தக் கைதிகளுடன் பின்னே சென்றனர்.
இந்த நிகழ்வு எங்களை மிகவும் பாதித்துவிட்டது நமது தலைமை தளபதிகள் சிலர் அந்தக் கூட்டத்தில் இருந்தனர். அவர்களைக் கரிகாலனும் வந்தியத்தேவனும் சிறைபிடிக்க இந்த நிகழ்வின்

முடிவாக எங்களுக்கு வடக்கே தோல்வியே பரிசாகக் கிடைத்தது." இதையெல்லாம் கேட்ட கோபாலனுக்குச் சற்று வியர்த்தது.

பருந்து ஒன்று அந்த மண்டபத்தின் அருகே இருந்த மரத்தில் வந்து அமர்ந்தது. அதன் காலில் ஏதோ செய்தி இருப்பது போலத் தெரிந்தது. அதைக் கண்ட வீரன் ஒருவன் ஒரு மாமிசத் துண்டைக் கையில் வைத்துக் காத்திருந்தான். அந்தப் பருந்து அந்த மாமிசத்தைச் சுவைக்க எண்ணி கீழே வந்தது. அப்பொழுது அதன் காலில் இருந்த ஓலையை எடுத்தான் அந்த வீரன். ஓலை மன்னருக்காக என்று அதை மன்னரிடம் எடுத்துச் செல்ல இன்னொரு வீரன் வந்தான்.

மன்னருக்கு ஓலை ஒன்று வந்துள்ளது என்று அந்த வீரன் ஓலையை நீட்ட அதை வாங்கினார் மன்னர் கிருஷ்ணன். அந்த ஓலையில் மணலீரனை ஆதித்த கரிகாலன் சிறை பிடித்துவிட்டார் என்று எழுதியிருந்தது. அதைப் படித்த மன்னர், "அவர்கள் நம் மீது தாக்குதல் நடத்தியுள்ளனர் யுத்தம் ஒன்றே இதற்குத் தீர்வு. இந்த யுத்தம் மீண்டும் வரலாற்றை மாற்றி எழுதும் படி அமையப்போகிறது.

அதற்கு முன் மணலீரனை மீட்க ஒரு பேச்சுவார்த்தை நடத்தி அவனை அழைத்து வரவேண்டும். நமது பலம் பலவீனம் எல்லாம் அவனுக்கு நன்றாகத் தெரியும். அவன் மிகவும் முக்கியமானவன்" என்ற மன்னர் பூதுகனை நோக்கி, "நீ இரண்டு நாட்களுக்குப் பிறகு மீண்டும் காஞ்சிக்குச் செல்" என்றார். கோபாலன் எதுவும் பேசாமல் நிற்க, "வெகு நாட்களுக்குப் பிறகு நமது தலைநகருக்கு வந்திருக்கிறாய் உன்னைச் சரியாக உபசரிக்க முடியவில்லையே என்று வருத்தமாக

இருக்கிறது" என்று பூதுகன் கூற, "அதெல்லாம் ஒன்றும் இல்லை அரசே அந்தக் கவலையே வேண்டாம்." என்று கூறி அவரைக் கட்டித்தழுவினான் கோபாலன்.

மயில் ஒன்று அகவும் ஒலி கேட்டு அந்தத் திசையைப் பார்த்து நின்றான் கோபாலன், மிகவும் அழகான மயில் ஒன்று பாம்பு ஒன்றைக் காலில் வைத்து இறுக்கிப்பிடிக்க, பாம்பு அந்த மயிலைக் கொத்த மயில் பிடியை இன்னும் இறுக்கியது. சற்று நேரத்திற்குப் பிறகு அந்தப் பாம்பு மடிந்தது. அதை அந்த மயில் கொத்தித் திங்க இதைப் பார்த்து நின்றான் கோபாலன்.

"உயிருக்குப் போராடுவது போல கொடுமை வேறொன்றுமில்லை, என் உயிரை எடுத்துவிடாதீர்கள் என்று இன்னொருவரிடம் யாசிப்பதை விடக் கொடுமை இந்த உலகில் வேறொன்றும் இல்லை. ஆனால் இந்தப் பாம்பு வீரமரணம் அடைந்துள்ளது. தன்னை விட பலசாலி என்று தெரிந்தும் மயிலுடன் போராடி தோற்றுப்போனது. தன்னை விட பெரிய எதிரியை வென்றால் வெற்றி கிடைக்கும் ஆனால் அவனிடம் தோற்றுப் போனால் அவனைப் போல நூறு பேரை வெற்றிகொள்ளும் அனுபவம் கிடைக்கும்" என தனக்குத் தானே பேசிக் கொண்டிருந்தான் கோபாலன்.

அத்தியாயம் - 31

"சோழ மரபில் வந்த முன்னோர்களில் கரிகாலனுக்கு இருக்கும் சிறப்பு வேறு யாருக்கும் இல்லை. சிறுவனாக இருந்த பொழுதே அவருக்குப் பதவி கிடைத்து விடுவது போல இருந்தது. அவரைக் கொல்லும் நோக்கத்தில் பல சதிகள் நடந்தது. அப்படி நடத்தப்பட்ட சதி தான் அவருக்குக் கரிகாலன் எனும் பெயரைப் பெற்றுத் தந்தது.

அன்று அமாவாசை. இரவு ஒளியிழந்து இருளில் அகப்பட்டிருந்தது. அன்றைய நாள் வரலாற்றில் ஒரு திருப்புமுனையாக அமையும் என்று அந்தச் சிறுவன் எதிர்பார்க்கவில்லை, தனது படுக்கையறையில் படுத்திருந்த அந்தச் சிறுவனுக்கு ஏதோ தீ பிடித்து எரிகிறது என்ற உணர்வு. அதற்குத் தகுந்தாற் போல காற்றில் மணமும் வர அந்த மாளிகையின் வெளிப்புறத்தில் சமையலறை அருகே யாரோ தீ பற்ற வைத்துவிட்டனர். இதை அந்தச் சிறுவனின் கண்கள் பார்க்க, கந்தகத்தை அந்த மாளிகையின் எல்லா இடத்திலும் பூசியுள்ளனர் என்பதை அந்தத் தீ எரிந்தது வைத்துக் கூறலாம். அப்படி வந்த மனம் தான் அந்தச் சிறுவனை உறக்கத்திலிருந்து எழுப்பியது.

யாருமில்லை அந்த மாளிகையில். அந்தத் தீ மிகவும் வேகமாக அவனின் அறையை நெருங்கியது, மிகவும் அமைதியாகத் தனது கண்களை மூடிய அந்தச் சிறுவன் மேல்மாடத்திலிருந்து இடது புறமாகச் சென்றால் அங்கே வளர்ந்து நிற்கும் ஆலமரத்தைப் பிடித்து நாம் கீழே இறங்கிவிடலாம் என்ற மனக்கணக்கில் அவ்வறையை விட்டு ஓடத்தொடங்கினான்.

சிறிது தூரம் ஓடிய பிறகுதான் தனக்கு மிகவும் பிடித்த தந்தையின் ஓவியத்தை அந்த அறையிலே விட்டுவிட்டு ஓடுகிறோம் என்பது நினைவில் வர, அந்தச் சிறுவன் மீண்டும் அவனது அறையை நோக்கி ஓடினான். அந்த அறையைத் தீ முழுவதுமாக விழுங்கவில்லை. தனது அலமாரியில் இருந்த அந்த ஓவியத்தை எடுத்த சிறுவன் தட்டுத் தடுமாறி கீழே விழ, அவ்னருகே தீ வந்துவிட்டது, அந்தத் தீ அவனது காலைச் சுட்டுவிட்டது. பின் முன்பு கூறியது போலவே அவன் அந்த ஆலமரத்தைப் பிடித்துக் கீழே இறங்கி மறைந்து வாழ்ந்தான்.

"பிடர்த்தலை" என்னும் பெயர் பெற்ற பட்டத்து யானையால் அடையாளம் கண்டு மாலை சூட்டப்பட்டு அரியணை ஏறிச் செங்கோல் செலுத்தினார். இந்த நிகழ்வில் அவரது கால் கருகியதால் கரிகாலன் என்ற பெயரோடு அழைக்கப்பட்டார். ஜாதகத்தில் ஒன்பதில் குரு அல்லது சுக்கிரன் இருவரில் ஒருவர் அமர்ந்திருந்தாலும் அல்லது இருவரும் சேர்ந்து அமர்ந்திருந்தாலும் (5 பாகை இடைவெளியுடன்) அதோடு அவர்கள் ஒன்பதாம் அதிபனின் பார்வை பெற்றிருந்தாலும் ஜாதகன் அதிர்ஷ்டம் உடையவனாக வாழ்வான். அவருடைய வாழ்க்கை சிறப்பாக இருக்கும். அப்படி கரிகாலனின் ஜாதகத்தில் சேர்க்கை இருந்தது. பின்பு நடந்த அதிசயங்கள் எல்லாம் உங்களுக்கேத் தெரியுமல்லவா தேவி. கரி என்றால் தமிழில் யானை என்று பொருள் கரிகாலன் என்றால் யானை போன்ற வலிமையான பகைவர்களுக்குக் காலன் என்ற பொருளும் உண்டு.

இப்பொழுது நம் ஆதித்த கரிகாலனின் ஜாதகத்தைப் பற்றி பேசுவோம். ஜோதிடத்தில் எட்டாம் இடம் என்பது ஒருவரது ஆயுளைக் குறிக்கும் ஸ்தானம் ஆகும். அத்துடன்,' ஒருவரது வாழ்க்கையானது எப்படி முடியும்?' என்பதைச் சூசகமாகச் சொல்லக் கூடிய ஸ்தானமும் கூட... எனவே, தான் இதனை 'துர்ஸ்தானம்' என்கிறோம்.

இதனை இன்னும் தெளிவாக விளக்க வேண்டும் எனில், பொதுவாக ஒருவர் ஜாதகத்தைக் கொண்டு அவருக்கு மரணம் இயற்கையாக நேருமா இல்லை விபத்து அல்லது இயற்கைக்கு மாறான விதத்தில் மரணம் நேருமா என்பதை நாம் அறிந்து கொள்ளலாம். இதற்கு எட்டாம் இடமும், எட்டாம் இடத்தில் உள்ள கிரகங்களையும், எட்டாம் அதிபதியுடன் சேர்ந்து ஜாதக கட்டத்தில் வீற்று இருக்கும் கிரகங்களையும் கொண்டு நாம் அறிந்து கொள்ள இயலும். ராகு பகவான் சுப கிரக பார்வைகள் இல்லாமல் அல்லது சுப கிரகங்களுடன் சேர்க்கை பெறாமல் எட்டாம் இடத்தில் இருந்தால் அவர்களுக்கு எதிரிகள் மூலமாக மரணம் ஏற்படும், இப்பொழுது கரிகாலனின் ஜாதகத்தில் சனிதிசை நடக்கிறது. மகர ராசி சனிக்குரிய ராசி அதனால் சனியால் அவருக்குப் பாதுகாப்பே தவிர எந்த தொல்லையும் கிடையாது. ஆனால் முன்பே கூறியது போல எட்டாவது இடத்தில் ராகு வந்துள்ளார். இதுவே இவரை வீழ்த்தச் சரியான சமயம். சனியை நேருக்கு நேராக வெல்ல முடியாது. ஆனால் இவரைச் சூழ்ச்சியால் வீழ்த்த முடியும்" என்று அந்த ஜோதிடன் கூற, தலையை மெல்ல அசைத்தாள் நந்தினி.

"கரிகாலனின் ஜாதகம் ஒரு அதிசிய ஜாதகம். இந்தக் கண்டத்தைக் கடந்துவிட்டால் அவனை அவனது

வாழ்நாளில் யாராலும் வெற்றிகொள்ள முடியாது. சூரியனே திருவுருவான கர்ணனின் ஜாதகமும் இந்த ஆதித்த கரிகாலனின் ஜாதகமும் ஒரே போல அமைப்பை உடையது. இருவரும் வீட்டின் மூத்தவர்கள், கேட்பதைக் கொடுக்கும் பழக்கம் உடையவர்கள். இன்னும் பல ஒற்றுமைகள் உள்ளன" என்று ஜோதிடர் கூற, "அவனின் ஆயுளை முடிக்க ஒருநாளைக் குறித்துத் தாருங்கள்" என்றாள் நந்தினி.

"சொல்கிறேன் அதற்கு எனக்கு நீங்கள் ஒரு உதவி செய்யவேண்டும். அவரின் வஸ்திரம் ஒன்றை எனக்குக் கொடுங்கள். அதை வைத்து நான் பூஜை செய்யவேண்டும். அந்தப் பூஜையில் அந்த வஸ்திரத்தை இங்கே சுற்றித் திரியும் துர்சக்திகளுக்குப் படைக்க அவைகள் எனக்குத் தேதியைத் தரும்" என்றான் ஜோதிடன்.

அது ஒரு குகை. அவன் பின்னே பெரிய காளியின் சிலை அந்தக் குகையின் பாறையில் வடிக்கப்பட்டிருந்தது. அந்தக் காளிக்குப் பத்து கைகள், அந்தக் காளிக்கு முன்பு ஒரு பெரிய பலிபீடம் இருந்தது. அந்தப் பலிபீடத்தில் ரத்தக் கறைகள் இருப்பது தெரிந்தது. அது ஒரு நரபலி கொடுக்குமிடம் அதுவும் சூல்பலி.

சூல் பலி என்பது கருவுற்ற பெண்ணையோ அல்லது பெண் மிருகத்தின் வயிற்றைக் கிழித்து அதனுள் இருக்கும் கருவையோ பலிகொடுக்கும் சடங்காகும். போர்களில் வெல்லவும், களத்தில் வெற்றிபெறவும் எனப் பல்வேறு காரணங்களுக்காக இந்தப் பலியிடுதல் நடந்து வந்துள்ளது.

ஆனால் இன்று சுந்தர சோழர் ஆட்சியில் இதெல்லாம் குறைந்துவிட்டது. மக்கள் சிந்திக்கத் தொடங்கிவிட்டனர், சிந்தனையே மாற்றத்தின் விதை. அந்த விதை விதைக்கப்பட்டுவிட்டது பின் வரும் நாட்களில் ஜீவகாருண்யம் என்ற ஒழுக்கத்தின் வழி இதெல்லாம் முற்றிலுமாக அழிந்துவிடும் என்று நம்புவோம்.

நந்தினி மிகவும் அமைதியாக இருந்தாள். அவளின் மவுனத்தைக் கலைக்கும் வகையில் அந்த ஜோதிடன் பேசத்தொடங்கினான். "வேண்டுமென்றால் அவனுக்கு எதிரே ஏதாவது ஏவல் தேவதையை ஏவி விடவா?" என்றான்.

"இல்லை அது எல்லாம் அவர்களிடம் நடக்காது, ஏவல்களின் தேவதைகளுக்கு அரசன் என்று மக்கள் கொண்டாடும் கருவூர்த்தேவர் அவர்கள் பக்கம் உள்ளவரை இது ஒன்றும் அவர்களைச் செய்யாது" என்றாள் நந்தினி.

"கருவூர்த்தேவரா?" என்று அவரின் பெயரைக் கேட்ட நொடி அந்த ஜோதிடரின் கைகள் நடுங்கத் தொடங்கின, "அவரை உங்களுக்குத் தெரியுமா?" என்று ஜோதிடர் கேட்க, "நன்றாகத் தெரியும்" என்றாள் நந்தினி.

"இந்தக் காளி அவர் பிரதிஷ்டை செய்தது. அவர் முன்பு இங்கே இருந்ததாகக் கூறுவார்கள் ஆனால் நான் இதுவரைக் கண்டதில்லை" என்ற ஜோதிடன் கண்கள் விரிந்தன.

"சென்றுவிடுங்கள் தேவி! நான் உங்களுக்கு உதவ வேண்டிய கட்டாயத்தில் இருக்கிறேன். ஆனால் அவரை எதிர்த்து இந்தக் குகையில் ஒன்றும் செய்ய முடியாது. அவரின் உருவம் இங்கே இல்லையென்றாலும் அவரின் அருவம் இங்கே தான் உள்ளது. இந்தக் குகை அவரின் பிறப்பிடம் என்றே கூறலாம்" என்றான் ஜோதிடன், "கொல்லிமலையில் ஏதாவது ஒரு இடத்தைப் பாருங்கள் நான் அங்கே வந்து உங்களுக்கு இந்தப் பூஜையை முடித்துத் தருகிறேன்" எனக்கூறி நந்தினியை அங்கே இருந்து வெளியே அழைத்து வந்தான்.

வெளியே சில வீரர்கள் மற்றும் ஒரு பல்லக்கு இருந்தது. நந்தினி பல்லக்கில் ஏறிய நொடி அவளை வீரர்கள் தூக்கினர். கரிகாலனின் மரணம் தன் கையில் தான் நடக்கவேண்டும் என்பதில் மிகவும் அழுத்தமாக இருந்தாள் நந்தினி. பல்லக்கு ஆடி ஆடி சென்றது. அவளின் மனதில் பல நினைவுகள் மீண்டும் மீண்டும் வந்து கரிகாலனைக் கொல்லும்படி கூறிக்கொண்டே இருந்தது.

அத்தியாயம் - 32

மெல்ல நடை பயிலும் குழந்தை போல மேகங்கள் மெதுவாக நகர்ந்தது. இதைப் பார்த்துக்கொண்டே நின்றான் பூதுகன். "என்ன பூதுகா எதைப் பார்த்துக் கொண்டிருக்கிறாய்" என்று கிருஷ்ணன் கேட்க,

"அரசே நகர்ந்த காலத்தை இந்த மேகக்கூட்டம் வழியே மீண்டும் பார்க்கிறேன், மணலீரன் நம்முடைய முக்கியமான தளபதி. அவன் தளபதி என்பதை விட அவனளவுக்கு நமது ரகசியங்கள் தெரிந்த ஒருவன் இந்த நாட்டிலே இல்லை.

என்னுடைய நாய் நினைவிருக்கிறதா? அதை அவன் பெற்றான், அந்த நாயைக் கொண்டு அவன் வேட்டைக்குச் சென்றான். அந்த நாய் ஒருநாள் வேட்டையில் ஒரு காட்டுப் பன்றியொடு சண்டையிட்டு மரணித்தது. அதுவும் வீர மரணம் என்று அந்த நாய்க்கு நடுகல் எடுத்தான் அவன். அது மட்டுமா அந்த நாய் எப்படி அவனிடம் கிடைத்தது என்பதைக் கல்வெட்டாகவும் பொறித்தான், நாயின் வரலாறையே கல்வெட்டில் பொறிக்கும் அவன் நமது ரகசியங்களைக் கூறாமலா இருப்பான்" என்றான் பூதுகன்.

"பூதுகா அதிகம் யோசிக்காதே, நீ சென்று நான் கூறியவற்றை மட்டும் செய்." என்று அன்பு கட்டளையிட்டார் கிருஷ்ணன்.

"இன்று இரவே புறப்படுகிறோம்" என்று கூறி அந்த இடத்தை விட்டு நகர்ந்தான் பூதுகன்.

"என்ன நேர்ந்தது கங்க அரசே ஏன் அமைதியாக இருக்கிறீர்கள்" என்று கோபாலன் கேட்க.

"இந்த மணவீரன் நமது ரகசியங்களை எதிரிகளிடம் கூறிவிட்டான் என்றால் நமது தோல்வி உறுதியாகிவிடும், ஆதித்த கரிகாலனை வெல்லும் ஒரு வியூகம் நம்மிடம் உள்ளது" என்றான் பூதுகன்.

"அவரை வெல்லும் வியூகம் என்று ஒன்று உள்ளதா" என்று கோபாலன் கேட்க,

"ஆம் அதைத் தானே நாம் அமைத்துக் கொண்டிருக்கிறோம்." என்றான் பூதுகன்.

"எனக்குப் புரியவில்லையே"

"கூறுகிறான் கேள்! காஞ்சியில் ஆதித்த கரிகாலன் இருக்கிறான் என்பது உனக்குத் தெரியும். அவன் காஞ்சியில் இருந்தால் தென்னகத்தை யார் பாதுகாப்பார்கள்? அங்கே யாரும் இருக்க மாட்டார்கள். அதனால் சுலபமாகக் கடல் வழியே தென்னகத்தைத் தாக்குவதே என்னுடைய திட்டம்"என்றான் பூதுகன்.

"அப்படியா?" என்று கேட்டுக்கொண்டே மௌனமாக நின்றான் கோபாலன்.

"என்னுடன் வா உன்னை ஒரு இடத்திற்கு அழைத்துச் செல்கிறேன்" என்று கோபாலனின் கைகளைப் பிடித்து இழுத்துச் சென்றான் பூதுகன். அங்கே யானை ஒன்று நிற்க அந்த யானை மேல் இருவரும் ஏறினர். யானைப் பாகன்

யானையை ஒரு அடர்ந்த புதருக்குள் செலுத்தினான். அந்த யானை தடைகளை எல்லாம் தாண்டி உள்ளே சென்றது.

நீர்க்கோழிகள் யானையின் காலடி சத்தத்தில் பயந்து பறக்க தொலைவில் அமைதியாக ஒரு நதி ஓடிக்கொண்டிருந்தது. அந்த நதிக்குள்ளே இந்த யானை இறங்க அந்த யானையின் கால்கள் நான்கும் நீருக்குள் மூழ்கின. "என்னை எங்கே அழைத்துச் செல்கிறீர்கள் அரசே?" என்று கோபாலன் கேட்க,

"இது பீமா நதி. கிருஷ்ணன் என்று நம் மன்னரின் பெயரால் ஓடும் நதியின் முதல் கிளை நதி. இந்த நதிக் கரையில் தான் நமது துறைமுகம் அமைந்துள்ளது. அங்கே தான் செல்கிறோம்" என்று கூறி அவனது வாயடைத்தான் பூதுகன்.

பீமா நதிக்கரை மிகவும் அமைதியாக இருந்தது அது பெரும் புயல் வீசப் போகிறதோ? என்று கோபாலன் மனதில் ஒரு கேள்வியை விதைக்கச் சுற்றும் முற்றும் பார்த்தான் கோபாலன். நீர் மிகவும் அமைதியாக ஓட அதன் உள்ளே மீன்கள் துள்ளிவிளையாடின. அதைப் பிடிக்க கொக்குகள் ஒற்றைக்காலில் தவம் புரிய அந்தக் காட்சி அவனுக்கு மேலும் பதற்றத்தை ஏற்படுத்தியது.

"வாழ்க்கை என்பது நதியின் மேல் செல்லும் இலை போன்றது அந்த இலைமேல் ஊரும் சிறு எறும்புகள் நாம். அந்த நீரோட்டத்தோடு ஓட கற்றுக்கொள்ள வேண்டும் இல்லையென்றால் கால வெள்ளத்தில் மூழ்கி மடிய நேரிடும் என்று என் மைத்துனர் எப்பொழுதும் கூறுவார்" என்றான் பூதுகன்.

"காலம் காலன் போன்றவன் அவனைப் பகைத்துக்கொண்டு வாழ முடியாது என்று என் குருவும் கூறுவார்" என்றான் கோபாலன். இருவரும் பேசிக்கொண்டே இருக்கையில் அந்த நதி ஆக்ரோஷமாகப் பாயும் இடம் வந்தது, "நதியைப் பார் இந்த இடம் வரை அமைதியாக ஓடியது. ஆனால் இப்பொழுது பார் அங்கே இருக்கும் பாறைகள் மேல் மோதி மிகவும் ஆக்கிரோஷமாகப் பாய்கிறது" என்ற பூதுகனைப் பார்த்து, "நமது வழியில் தடைகள் வந்தால் அதை இப்படித் தான் எதிர்கொள்ள வேண்டும். இந்தப் பாறை நிச்சயம் ஒருநாள் அந்த நதியின் நீரோட்டத்தில் உடைந்து போகும். அன்று அந்த நதிக்கு மீண்டும் அமைதி கிடைக்கும், மனிதர்கள் வாழக்கையில் இதே போன்ற தடைகள் வருவது வழக்கம் அதை எப்படிக் காணுகிறோம் என்பதில் தான் உள்ளது வெற்றியின் சூத்திரம்" என்றான் கோபாலன். "உனது குரு ராஜவிஷ்ணு போன்றே பேசுகிறாய்" என பூதுகன் கூற நதியை அவர்கள் கடந்துவிட்டனர்.

மெதுவாக அந்த யானை அசைந்து அசைந்து சென்றது. தூரத்தில் ஒரு இடத்தில் மண்டபம் ஒன்று தெரிந்தது. அதைச் சுட்டிக்காட்டி "அங்கே தான் நாம் செல்கிறோம்" என்றான் பூதுகன். "அங்கே? எதற்கு" என்று கோபாலன் கேட்க, "அந்த இடத்திலிருந்து பரிசல் ஏறி நமது படகு கட்டும் தொழிற்சாலைக்குச் செல்லப் போகிறோம்" என்றான் பூதுகன்.

"மண்டபம் மிகவும் பழைமை வாய்ந்து காணப்படுகிறதே" என்றான் கோபாலன்.

"அந்த மண்டபம் முதலாம் அமோகவர்ஷன் காலத்தில் கட்டப்பட்டது. அன்று இந்த நதிக்கரையில் இருந்து நாவாய் மூலம் தூரதேசங்களுக்கு வணிகம் நடத்தப்பட்டது. இன்று அந்த வணிகம் நமது வணிகத் தலைநகரத்திலிருந்து நடக்கிறது" எனச் சொல்லி முடிக்கும் முன்னே அந்த மண்டபம் அவர்கள் அருகே வந்தது. இல்லை அவர்கள் தான் மண்டபம் அருகே சென்றனர்.

"எனக்குத் தாகமெடுக்கிறது" என்றான் கோபாலன்,

"கடலில் இருந்து கொண்டு உப்பைத் தேடுகிறாய், செல்! அங்கே நல்ல தண்ணீர் கால்வாய் உள்ளது" என்று ஒரு திசையைச் சுட்டிக்காண்பித்தான் பூதுகன். அவன் சுட்டிக் காண்பித்த திசையில் ஒரு குமுழித்தூம்பு இருந்தது.

ஆஹா குமிழித்தூம்பு! இதைப் பார்க்கும்போது தான் நம் முன்னோர்களின் அறிவைப் பாராட்டத் தோன்றுகிறது, குமிழித்தூம்பு, மதகு என்பது தேக்கிவைக்கும் நீரைப் பாசனத்திற்குத் திறக்க அறிவியல் பூர்வமாக அமைத்த ஓர் அமைப்பு ஆகும். இது தேவையான அளவு மட்டும் தண்ணீரை வெளியேற்ற உதவ, ஒரு கற்பெட்டி போன்று அமைத்திருக்கும். இந்த கல்பெட்டி மேலே விட்டத்தில் துளை இருக்கும். இந்த துளைக்குப் பெயர் நீரோடி ஆகும். இந்தத் துளையைக் குழவி போன்ற ஒரு கல் கொண்டு மூடி இருப்பார்கள். பெட்டியின் தரை மட்டத்திலும் சிறிய அளவிலான இரண்டு மூன்று துளைகள் இருக்கும் இவற்றைச் சேறோடி என்பர். நீரோடி வழியே நல்ல குடிநீரும் சேறோடி வழியே அந்த நதியில் உருவாகும் பாயலும் சேரும் வெளியே வரும்.

இந்த குமுழித்தூம்பு தான் இங்கே உள்ள நீர்நிலைகளின் காவலன்.

நீரோடி அருகே சென்று கோபாலன் நீரைப் பருகினான், பின் அந்த நதியைப் பார்த்தான் அவன். பூதுகன் ஒரு படகிலிருப்பது தெரிந்தது. வா இந்தப் படகில் ஏறு என்றான் பூதுகன். "வருகிறேன் அரசே! இந்தப் படகு கவிழ்ந்து விடாதே? என் உயிர் மிகவும் முக்கியம். எனக்கு நீச்சலும் தெரியாது அரசே" என்று பேசிக்கொண்டே கோபாலன் படகில் ஏற ஊஞ்சலில் ஆடும் கூந்தலைப் போல நிலையற்ற கோபாலனின் எடையால் படகு இடதும் வலதுமாக ஆட படகை கெட்டியாகப் பிடித்துக்கொண்டு "கோபாலா ....." என்றான் பூதுகன்.

கோபாலன் ஒன்றும் பேசவில்லை. "ஏன் மௌனமாக இருக்கிறாய்" என்று கேட்டான் பூதுகன்,

"என்னை அழைக்கிறீர்களா? இல்லை அவனை அழைக்கிறீர்களா என்று எனக்குத் தெரியவில்லை. அதனால் அமைதியாக இருந்தேன்" என்று அவன் கூற வாய்விட்டுச் சிரித்தான் பூதுகன்.

"எத்தனை நாள் ஆகிவிட்டது இப்படி வாய்விட்டுச் சிரித்து. நீ ஒரு கோமாளி" என்று பூதுகன் கூற, கோபாலனுக்குக் கோபம் பொத்துக்கொண்டு வந்தது, "யாரைக் கோமாளி என்கிறீர்கள். என்னைப் பற்றி உங்களுக்கு ஒன்றும் தெரியாது நான்...." என்று அவன் கூறும் முன்னே, "கோபத்தைப் பார், அமரு இல்லையென்றால் நீ இந்த நதியுடன் கடலுக்கும் பின் வைகுண்டத்திற்கும் செல்வாய்" என்று கூற முகத்தைத் தூக்கி வைத்துக் கொண்டு அமர்ந்தான் கோபாலன்.

"கோபாலா இந்த நதி நேராகச் சென்று கிருஷ்ணா நதியை அடைகிறது. அங்கிருந்து நேராகக் கடலுக்குச் செல்கிறது, கடல் என்று கூறும் பொழுது எனக்கு நாலாயிர திவ்ய பிரபந்தத்தில் வரும் பாடல் ஒன்று நினைவிற்கு வருகிறது

பேரே உறைகின்ற பிரான் இன்று வந்து
பேரேன் என்று, என் நெஞ்சு நிறையப் புகுந்தான்
கார் ஏழ், கடல் ஏழ், மலை ஏழ், உலகு உண்டும்
ஆரா வயிற்றானை அடங்கப் பிடித்தேனே.

ஏழு மேகங்கள், ஏழு கடல்கள், ஏழு மலைகள் உள்ள இந்தப் பூமியை அப்படியே உண்டும், நிறையாத, வயிற்றை உடைய அப்பெருமானை நான் உள்ளத்தில் சிறைப்படுத்தி விட்டேன். அதே போல நான் உன்னை என் உள்ளத்தில் சிறை பிடித்துவிட்டேன் நண்பா! என்னை இதுவரை கேலியாக யாரும் பேசியதில்லை. உன்னைப் போல வீரனை நான் பார்த்ததுமில்லை." என்றான் பூதுகன்.

"நான் என் நாட்டிற்கு விசுவாசமாக இருக்கிறேன். நீங்கள் அரசர் நான் சாதாரண ஒற்றன். வேறு எந்த நோக்கமும் எனக்கு இல்லை அரசே." என்று கூறி அந்த பீமா நதியின் நீரில் கையை வைத்தான் கோபாலன்.

"கடல் என்றும் ஒரு அதிசியம் என்றைக்கும் அதன் ஆழத்தைப் போன்றது மனிதனின் மனம். எத்தனை ரகசியங்கள், கோப தாபங்கள், வெறுப்பு, காதல், அன்பு, பழி என்று எண்ணற்ற எண்ணங்களைத் தனது ஆழத்தில் மறைத்து வைத்துள்ளது" என்றான் பூதுகன்.

"உண்மைதான் அரசே எனக்கு ஒரு பாடல் ஞாபகம் வருகிறது நான் எழுதிய பாடல்,

காதலின் ஆழம் தேடினேன் கடலின் ஆழம் காணாத நான்..... இப்படித் தான் அந்தப் பாடல் தொடங்கும்" என்றான் கோபாலன்.

"எங்கே அந்தப் பாடலைப் பாடு"

"இல்லை வேண்டாம் அரசே!" என்று கூறி மீண்டும் நீரில் கையை வைத்தான் கோபாலன்.

சிறிது நேரத்திற்குப் பிறகு, எங்கே செல்கிறோம் என்று தலையை மேல் உயர்த்திக் கேட்டான் கோபாலன். நமது துறைமுகத்திற்கு என்று கூறி ஒரு திசையைச் சுட்டிக் காண்பித்தான் பூதுகன். அந்த இடத்தில் ஒரு பெரிய மண்டபம் தெரிந்தது. அது தான் நமது கப்பல் தொழிற்சாலை என்றான் பூதுகன். தமிழர்கள் இந்த உலகிற்கு அளித்த மிகப்பெரிய பரிசு கப்பற்கலை.

இங்கே வணிக கப்பல்கள், பின் போர்க்கப்பல் கட்டும் பணி நடக்கிறது.

"அதோ பார் முன்துறை தெரிகிறது" என்று ஒரு இடத்தைச் சுட்டிக்காட்டினான் பூதுகன்.

முன்துறை என்ன என்பதை வாசகர்களுக்கு விளக்கும் அவசியம் ஆசிரியருக்கு உள்ளது. முன்துறை என்பது கழிமுகங்களின் வெளிப்படையில் காணப்படும் துறைமுகம் இதைப் பற்றி சங்க இலக்கியங்கள் கூறுகின்றன.

229

இன்ப பிரபஞ்சன்.ஜெ

(முன்துறை இலங்குமுத்து உறைக்கும் எயிறுகெழு துவர்வாய் என்னும் வரிகளின் மூலம் அறியலாம். மேலும் இம்முன்துறையில் நாவாய் நங்கூரமிட்டு பாய்மரத்தை மடக்கி வைத்திருக்கும் என்பதை தூங்கு நாவாய், துவன்று இருக்கை என்று பட்டினப்பாலை குறிக்கிறது.)

கழிமுகங்களில் வெளிப்பகுதியில் நீரோட்டம் குறைவு என்பதால் அங்கே உள்ள முன்துறையில் நங்கூரமிட்டுப் பாய்மரம் இறக்கி நிறை அதிகம் கொண்ட பொருட்களை இறக்கிவிட்டு, கழிமுகத்தின் வாய்ப்பகுதியில் நீரோட்டம் அதிகம் என்பதால் அங்கே பாய்மரத்தை ஏற்றி மிக வேகமாக கழிமுகத்தின் உட்பகுதியான பெருந்துறையை அடையுமாம் தமிழர் கலங்கள் இதையும் சங்கப் பாடல் ஒன்று கூறுகிறது.

இருவரும் வந்த படகு இப்பொழுது முன்துறையில் வந்து நின்றது. வாய்பிளந்து பார்த்தான் கோபாலன். அந்த நதிக்கரையே சமுத்திரம் போன்று பெரியதாக இருந்தது. அதை நல்ல தண்ணி சமுத்திரம் என்றே அழைத்தான் கோபாலன். மிகப்பெரிய அளவிலான போர்க்கப்பல் கூட்டம் அங்கே நின்றது. கோபாலனுக்கு உடலெல்லாம் வியர்த்துவிட்டது.

இந்தக் கப்பல்கள் மிகவும் எளிதாகக் காஞ்சியை அடையும். அப்படி அடைந்தால் மாமல்லபுரம் அழிந்துவிடும் என்பது கோபாலனுக்கு நன்கு தெரியும். எப்பொழுது நமது கப்பற்படை காஞ்சியை அடையும் என்று கேட்டான் கோபாலன்.

அத்தியாயம் - 33

சந்தி பொழுது சூரியன் அந்த நல்லதண்ணி கடலுக்கு அருகே மறையத் தொடங்கினான். "கோபாலா காஞ்சிக்குப் படைகளை அனுப்பும் பொறுப்பு நம்முடைய மன்னருடையது. நமக்கு இங்கே வேறொரு பணி இருக்கிறது" என்றான் பூதுகன்.

"வேறொரு பணியா?" என்று ஆர்வத்தோடு கேட்டான் கோபாலன்.

"ஆம் கோபாலா. நமது எதிரிகளை அழிக்க நமது அரசருக்குச் சிறப்பு ஆயுதமொன்று தேவை. அதைத் தான் எடுத்துச் செல்ல வந்திருக்கிறோம்" என்று பூதுகன் கூற,

"என்ன ஆயுதமது என்ன சிறப்பு அதில்?" என்று கேட்டான் கோபாலன்.

"கூறுகிறேன் கேள்! அதற்கு முன் நீ தெரிந்து கொள்ள வேண்டிய விஷயம் நிறைய உள்ளது. நமது சிறையில் இருக்கும் வந்தியத்தேவனை மீட்க கரிகாலன் வருவானல்லவா? அங்கேயே அவனைக் கொல்ல இந்த ஆயுதம் நமக்குத் தேவைப்படும்" என்று கோபாலன் கேட்ட நொடி அவன் முகத்தில் அதிர்ச்சி.

"இந்தத் திட்டம் எப்பொழுது தீட்டினீர்கள்"

"இங்கே வரும்பொழுது தான். நீ தானே அவனைக் கொலை செய்யப்போகிறாய்" என்று பூதுகன் கூற,

"நானா? என் கையால் அவரைக் கொலை செய்யச் சொல்கிறீர்களா?" என்று மீண்டும் மீண்டும் கேள்வி மேல் கேள்விகளை அடுக்கினான் கோபாலன்.

"ஆம் நீ தான்! ஏன் உடல் நடுங்குகிறது அவன் பெயரைக் கேட்டா?"

"ஆம்! அவர் பெயரைக் கேட்டு நடுங்கினாலே அவன் மனிதன் அவனின் உடல் சரியாகச் செயல்படுகிறது என்று பொருள். உங்களுக்கு உடல் நடுங்கவில்லை என்றால் மருத்துவரைப் பாருங்கள்" என்றான் கோபாலன்.

"உன்னை நினைத்தால் சிரிப்பாக வருகிறது நண்பா. உன்னைப் போன்ற வீரன் ஆதித்த கரிகாலனைக் கண்டு அஞ்சுவதா?"

"அவரை என்ன நீங்கள் விரித்த வலைகளில் விழும் எலி என்று நினைத்தீர்களோ? அது புலி அதுவும் சோழ கோடியில் உள்ளது போல ஆகாயம் நோக்கிப் பாயும் புலி. அதைக் கொல்லவும் இயலாது வெல்லவும் இயலாது" என்று கூற, "என்ன கூறினாய்" என்று கோபமாகக் கேட்டான் பூதுகன்.

"ஆம் உண்மையைத் தான் கூறுகிறேன். ஆதித்த கரிகாலனைக் கொல்லும் திட்டத்தை விட்டுவிட்டு வெல்லும் திட்டம் இருந்தால் கூறுங்கள் அதை நானே முன்னிருந்து செயல் படுத்துகிறேன்" என்றான் கோபாலன்.

இந்த மடையன் என்ன கூற வருகிறான் என்று புரியாத பூதுகன் ஒன்றும் பேசாமல் நிற்க, வீரன் ஒருவன் ஓடிவந்து "இது தான் ஐயா அந்த ஆயுதம்" என்று கூறி ஒரு பெட்டியைக் கொடுக்க அதைத் திறந்த பூதுகனின் கண்கள் விரிந்தன.

"ஆஹா! இந்த ஆயுதம் அவன் உயிரை நிச்சயம் பறிக்கும் இதைவிடச் சிறந்த ஆயுதம் இந்த அகிலத்தில் இல்லை" என்று கூறி அந்தப் பெட்டியைக் கோபாலனிடம் கொடுத்தான்.

"எரிசிரல் ஆயுதம் அல்லவா இது! மிகவும் கொடிய ஆயுதமாயிற்றே?"

"கையம்பு போன்ற கையால் எறியும் ஆயுதம் எரிசிரல் இதில் ஆலகால நஞ்சிற்கு இணையான நஞ்சு எங்கள் மருத்துவர்களால் உருவாக்கப்பட்டு அதனால் இந்த எரிசிரல் உண்டாக்கப்பட்டுள்ளது.

இதை வைத்து அவன் உடலில் ஒரு சிறு கொடு போட்டாலும் போதும் அவன் மடிந்துவிடுவான். மருத்துவர்களால் கூட நஞ்சு தாக்கித்தான் இறந்தான் என்று கண்டு பிடிக்கமுடியாது இந்த விஷத்திற்கு பெயர் ஆலகாலம் என்றே வைக்கப்பட்டுள்ளது. ஒன்றுமில்லை இந்த நீரில் இந்த அம்பை எறிந்தால் நீர் மொத்தம் விஷமாகிவிடும் மிகவும் ஆபத்தான ஆயுதம்" என்று கூறிக்கொண்டிருக்கும் பொழுதே
கோபாலன் கண்களில் நீர்வந்தது, "பார்த்தாயா! அந்த விஷத்தின் சக்தியை. அது உன் கண்களிலிருந்து நீரை வரவழைத்துவிட்டது பார்" என்றான் பூதுகன்.

"ஆம் அரசே இதை நான் என் கையிலே வைத்துக் கொள்கிறேன், இப்படி ஒரு ஆயுதம் இருக்கிறது என்றால் எதிரிகள் சிதறி ஓடுவர்" என்றான் கோபாலன்.

"நீ கூறுவது உண்மைதான் அவர்களை அழிக்க இந்த ஆயுதம் போதும்" என்று குதூகலித்தான் பூதுகன்.

"நல்வழியில் சண்டையிட கற்றுக்கொள்ளுங்கள் அரசே!" என்ற பேச்சு பூதுகனுக்குக் கோபத்தை ஏற்படுத்தியது. வா போகலாம் என்று அவனை அழைத்துக்கொண்டு நடக்கத் தொடங்கினான் பூதுகன்.

காந்தளூர் சாலை...

இலங்கையின் அரசன் மகிந்தன் அன்று காந்தளூரில் நடந்த சபையில் மவுனமாகவே இருந்தான், சேர நாட்டை ஆண்ட பாஸ்கர ரவிவர்மனும் ரவிதாசனும் இன்னும் சில நாடுகளின் அரசர்களுடன் மகிந்தனும் அந்தச் சபையில் இருந்தான்.

"ராஜசிம்மனை பராந்தக சோழர் மதுரையை விட்டு ஓட விட்டபிறகு அடைக்கலம் தேடி அவன் வந்த இடம் அவனின் மனைவியின் நாடான மலைநாடு. அன்று முதல் ஒரு பகை சோழர்கள் மீது காந்தளூர்சாலை ஆட்களுக்கு உண்டு. எந்த ராஜ்யத்தில் யார் அரசாள வேண்டும், யார் எந்த பதவி வகிக்க வேண்டும் என்பதை அவர்கள் தீர்மானித்தனர்.

ஆனால் அவர்களின் எந்தத் திட்டமும் நடக்கவில்லை. காரணம் ஆதித்த கரிகாலன், சுந்தர சோழனை வெல்ல

வீரபாண்டியனுக்கு உதவிய பொழுது கரிகாலன் முன்னே நின்று ஒரே ஆளாக அந்த யுத்தத்தை வென்றான். இனியும் தாமதித்தால் சுந்தர சோழர்களில் புதல்வர்கள் வைத்ததே சட்டமாகிவிடும் பின் நமக்கு எந்த மதிப்பும் இருக்காது, இதற்கெல்லாம் தீர்வு ஆதித்த கரிகாலனைக் கொன்று, அங்கே உள்ள மதுராந்தகனை அரசனாக்குவது என்று முடிவெடுத்தோம் என்பது அனைவரது நினைவிலுமிருக்கும்" என்றான் ரவிதாசன்.

"காந்தளூர்சாலை பிராமணர்களுக்குக் கல்வி கற்றுத் தருமிடம் என்பது போல தோன்றினாலும் அது உண்மையில் ஒரு ஆயுத பயிற்சிக்கூடம் என்று யாருக்கும் தெரியாது. அதனால் இங்கிருந்து நமது மக்களில் சிலரைச் சோழ தேசத்திற்குள் ஊடுருவ ஆணையிடுங்கள். கொஞ்சம் கொஞ்சமாக அங்கே மக்களோடு மக்களாக வாழ்ந்து அங்கேயே தங்கி அந்நாட்டின் அரசியலை மாற்றியமைப்போம்" என்று பாஸ்கர ரவிவர்மன் கூற அதைச் சபையோர் அனைவரும் ஆமோதித்தனர்.

"இலங்கையின் அரசனுக்கும் நமது உதவி தேவைப்படுகிறது, சிறியவனை அங்கேயே தீர்த்துக்கட்ட நமது படையில் சிறப்பான வீரர்களை அங்கே அனுப்பி வையுங்கள்" என்று ரவிவர்மன் கூற, அதையும் சபை ஆமோதித்து அவரின் உத்தரவை நிறைவேற்ற சாசனமும் வழங்கியது காந்தளூர் சாலை.

எட்டு வீட்டில் பிள்ளைமாரும் இதற்குச் சம்மதித்தனர், இவர்களே மன்னருக்கு அடுத்தபடியாக இருந்த எட்டு பிரபுக்கள். இவர்களே இந்தக் கல்லூரியின் ஆசான்களாகத் திகழ இவர்களிடம் பயிற்சி

இன்ப பிரபஞ்சன்.ஜெ

பெற்றவர்களே அருள்மொழியைக் கொல்ல செல்லப்போகிறார்கள்.

மருத்துவத்திலும் சாலை வீரர்கள் வல்லுநர்களாகத் திகழ்ந்தனர். வாக்பாட்டா என்ற ஆயுர்வேத மருத்துவரின் மருத்துவக் குறிப்புகளே இவர்கள் பயன்படுத்துகின்றனர், அதனால் எந்தச் சூழ்நிலையையும் எந்த மாற்றத்தையும் கையாளும் பக்குவம் அவர்களுக்கு இருந்தது.

அத்தியாயம் - 34

வானில் இருந்து பார்க்க அந்த இடம் ஒரு பெரிய மைதானம் போலக் காட்சியளித்தது, அந்த மைதானத்தைச் சுற்றி பெரிய பெரிய மதில் சுவர்கள் இருந்தன. அந்த மைதானத்தின் நடுவே ஒரு பெரிய வானுயர்ந்த கற்றளி இருந்தது, அதுவே காஞ்சியின் உயரமான கட்டிடம். அது தான் இன்றைக்கும் புகழோடு விளங்கும் காஞ்சி கைலாசநாதர் ஆலயம்.

"தூரத்தில் இருந்து பார்க்க யாரோ ஒருவர் கைலாயத்தைப் பெயர்த்து எடுத்துக் காஞ்சியில் வைத்தது போலப் பிரமிப்பாக இருக்கிறதே இந்தக் கோவில். எத்தனை முறை பார்த்தாலும் எதையோ விட்டுவிடுகிறோம். இத்துடன் ஆயிரம் முறையாவது இந்தக் கோவிலுக்கு வந்திருப்பேன் ஆனால் இந்த ராஜசிம்ம பல்லவேஸ்வரம் ஒரு பிரமிப்பு" என்று ஆதித்த கரிகாலன் பார்த்திபேந்திரனைப் பார்த்துக் கூற,

"ஆம் இளவரசே இது படைப்பின் உச்சம்!" என்றான் பார்த்திபேந்திரன்.

"சோமாஸ்கந்தர் இருக்கும் அழகைப் பார், இப்படி ஒரு சிலையை நான் என் வாழ்நாளில் பார்த்ததில்லை, அறுபத்தி நான்கு சிவனின் திருவுருவங்களில் இந்த சோமாஸ்கந்த மூர்த்தி சிலையே சிறப்பாக விளங்குகிறது. இதன் காரணம் இந்தக் கோவிலாகத்தான் இருக்கும்.

எதைத் தேடுகிறாய் கந்தமாறா?" என கரிகாலர் கேட்க, "இங்கு எங்கோ ராஜசிம்ம பல்லவரின் கல்வெட்டு உண்டு அதைத் தான் தேடுகிறேன்."

"அங்கே இருக்கும் யாழிக்குக் கீழே பார்" என்று ஒரு யாழியைச் சுட்டிக்காட்ட, 'அதிமானம் அதி அற்புதம்' என்ற வரிகள் அவனின் கண்ணில் பட்டன. "இதைத் தான் தேடினேன், இந்த விமானம் அதிமானம் என்று அழைக்கப்படுகிறது. இந்த விமானம் மேலே மேகங்கள் உரசும்! அத்தனை உயரத்தில் இருக்கிறது. அதனால் தான் இதற்கு அதிமானம் என்று பெயர் என்ற விளக்கமும் சரியாகத்தான் இருக்கிறது."

"அருள்மொழியோடு ஒரு முறை இந்தக் கோவிலுக்கு வரவேண்டும். அவன் இந்தக் கோவிலின் கட்டிட கலையைப் பற்றிப் பேசாத நாளே இல்லை. காஞ்சியின் பெருங்கற்றளி என்றல்லவா அவன் இந்தக் கோவிலை அழைக்கிறான். உண்மையில் பல்லவர்கள் கட்டடக்கலையின் முன்னோடிகள் என்பது மறக்கமுடியாத உண்மை" என்ற கரிகாலர் கோவிலின் பிரம்மாண்டத்தை மென்மேலும் ரசித்தார்.

"இங்கே உள்ள ஓவியங்கள் எல்லாம் எத்தனை அழகாக இருக்கிறது, இந்த ஓவியங்கள் போல நம் பொன்மாளிகையில் தீட்ட வேண்டும். கலைகளின் ரசிகன் நான். ராஜசிம்மன் போன்ற படைப்பாளிகளே என்னை ஊக்குவிக்கின்றனர்" என்றார் கரிகாலர்.

"இளவரசே! அநிருத்த பிரம்மராயர் வந்துவிட்டார்" என்று வீரன் ஒருவன் கூற, "சரி வரச் சொல்லுங்கள்" என்று அந்த வீரனை அனுப்பிவிட்டு அந்த விமானத்தைப் பார்த்து நின்றார் ஆதித்த கரிகாலர்.

முதல் மந்திரி வேகமாக நடந்து வந்தார். அவரின் காலடிச் சத்தம் அனைவரது காதுகளிலும் கேட்டது. ஏதோ அசம்பாவிதம் நடக்கவுள்ளது என்பது அனைவருக்கும் புரிந்தது, என்ன என்பது தான் அனைவரது வினாவும்.

"வணங்குகிறேன் இளவரசே!" என்று முதல் மந்திரி அன்பில் அநிருத்தர் கூற வணக்கம் ஐயா என்றார் ஆதித்த கரிகாலன்.

"நலமாக உள்ளீர்களா" என்று அன்பில் அநிருத்தர் கேட்க, "நலம் நலமறிய ஆவல்" என்றார் ஆதித்த கரிகாலர். இதைக் கூறும்போது முகத்தில் ஒரு புன்சிரிப்பு மலர்ந்தது. அப்படியே சிரித்துக்கொண்டே வானைப் பார்த்தார் அங்கே பறவை ஒன்று பறந்தது.

"அடடே! அந்தப் பக்ஷியின் பார்வையில் இந்தக் கோவில் எப்படி இருக்கும் என்பதைப் பார்க்க வேண்டும்" என்ற கரிகாலனை நோக்கி, "என்னோடு வாருங்கள்! நான் உங்களுக்கு இதை விடச் சிறந்த கோணத்தைக் காட்டுகிறேன்" என்று அநிருத்தர் கூற இருவரும் அந்த இடத்தை விட்டு நடக்கத் தொடங்கினர்.

"மன்னித்துவிடுங்கள் இளவரசே! அனைவரும் அங்கே இருந்தனர், அதனால் தான் தனியாக அழைத்து வந்தேன்" என்றார் அநிருத்தர்.

"எனக்கும் தெரியும் ஐயா அதனால் தான் எங்கோ போகும் பக்ஷியை உபயோகித்துக் கொண்டேன்."

"அடடே பிரமாதம்" என்ற அநிருத்தர் முகத்தை இப்பொழுது சாந்த நிலையில் வைத்துக்கொண்டார்.

"இளவரசே! உங்கள் தந்தைக்குப் பிரேத பயம் வந்துவிட்டது. தினமும் இரவு உறங்காமல் ஏதோ காற்றில் ஆடும் துணியைப் பார்த்துப் பேசுகிறார்." என்ற பிரம்மராயர் மேலும் தொடர்ந்தார், "அதேப் போல சோழ சிங்காதனத்தில் ஏறவேண்டும் என்ற எண்ணம் மதுராந்தகன் நெஞ்சில் விதைக்கப்பட்டுள்ளது. அதை விதைத்தவருக்கு நமது தன தானிய அதிகாரியும் கூட்டு என்பது நான் அறியும் செய்தி. உங்களைக் கொன்று மதுராந்தகனுக்குச் சிங்காதனத்தைப் பெற்றுத்தருவதாகப் பெரியவர் வாக்குக் கொடுத்தார் என்றும் இதைப் பற்றி விவாதிக்க வெகு விரைவில் கடம்பூர் செல்கிறார் என்பதும் தான் நம்பமுடியாத செய்தி.

அங்கே ராஜாங்கத்தின் மற்ற முக்கிய பிரமுகர்களிடம் இதைப் பற்றிக் கூறி அவர் நினைத்ததைச் சாதிக்க ஒரு மந்திராலோசனை சபை நடக்கப் போகிறது என்பது நான் கேள்விப்பட்ட தகவல். குந்தவை தேவி பழையாறை சென்றுவிட்டார். இங்கே எந்த நேரமும் போர் நடக்கும் என்ற காரணத்தினால் நானே நேரடியாக வந்துவிட்டேன்" என்றார் பிரம்மராயர்.

ஆதித்த கரிகாலர் மௌனமாக நின்றார், என்ன நடக்கிறது என்பதை ஆராய முயற்சித்தார். "சரி ஐயா நான் பார்த்துக் கொள்கிறேன் தந்தை, தாயை நீங்கள் பத்திரமாகப் பார்த்துக் கொள்ளுங்கள்" என கரிகாலர் கூறிக் கொண்டிருக்கையில் வீரன் ஒருவன் ஓடிவந்தான்.

ஓடி வந்தவன் கையில் ஒரு சிறிய ஓலை இருந்தது. அந்த ஓலையை நேராகக் கரிகாலரிடமே கொடுத்தான், "என்ன இளவரசே ராஷ்டிரகூடர்களின் கதையை முடித்துவிடலாமா?" என்று பிரம்மராயர் கேட்க, "கதையே இப்பொழுது தான் ஆரம்பமாகிறது" என்றார் ஆதித்த கரிகாலர்.

ஓலையை முதல் மந்திரியிடம் கூட காண்பிக்காமல் அதைச் சுருட்டி கச்சத்தில் வைத்தார். பின் வான் அதிரச் சிரித்தார். "பூதுகா....! பூதுகா..! உனக்காகத் தானே காத்திருக்கிறேன் விரைந்து வா! இந்த அகிலத்தில் யாருக்கும் கிடைக்காத மரணத்தை உனக்குத் தர உன் காலன் காத்திருக்கிறேன் விரைந்து வா" என்றார் கரிகாலர்.

'உன்னைப் போன்ற ஒரு சதி காரனை மதிவைத்துத் தான் வெல்ல வேண்டும். என் வீரத்தைப் பார்த்த உலகம் இம்முறை விவேகத்தையும் பார்க்கும். என் நண்பர்களின் விசுவாசத்தையும் சோழ தேசத்தின் வலிமையையும் பார்க்கும்" என்று சிங்கம் போல கர்ஜித்தார் ஆதித்த கரிகாலன்.

இதைக் கேட்டுக் கொண்டிருந்த முதல் மந்திரி இப்பொழுது பேசத் தொடங்கினார், "இளவரசே! கருவூர்த்தேவர் உங்களைக் காண வருவதாக எனக்குச் செய்தி வந்தது, அவர் இன்று அல்லது நாளை வந்துவிடுவார் என்பது என் கணிப்பு."
"ஆஹா! அவரை நான் சிறியவனாக இருந்த பொழுது கண்டேன், நன்றாக ஞாபகம் இருக்கிறது. பாண்டிய ஆபத்துதவிகள் நமது பழையாறை மாளிகையில் மாந்திரிகம் செய்த பொழுது அதைச் செயலிழக்க அவர்

அல்லவா அன்று வந்தார். என்னை நோக்கி மகனே இவர்களின் அழிவு உன் கையிலிருந்தே தொடங்கும் என்றார். அதே போல நான் வீரபாண்டியனை வென்றேன். இன்று அவர் என்ன கூறப் போகிறாரோ என்று ஆர்வமாக இருக்கிறேன் முதல் மந்திரி" என்றார் கரிகாலர்.

"ஆம் அந்த நிகழ்வுகள் என்னை இன்னும் இரவில் உறங்க விடுவதில்லை. செய்வினை எப்படி நம்மைச் சுற்றும் என்பதை நான் அன்று இரவு நடந்த நிகழ்வுகளின் வழியே அறிந்தேன். அதை இப்பொழுது நினைத்தாலும் என் உடல் சிலிர்க்கிறது, நெற்றியில் வியர்க்கிறது. அன்று நமது காவல் படைகள் எல்லாம் மிரண்டு போய் நின்றனர்.

சுந்தரி என்ற அந்தப் பணிப்பெண் என் கண்முன்னே நிற்கிறாள், பழிக்குப் பழி! என்று அவள் கூறிக்கொண்டு ஒரு பெரிய வாளுடன் நமது சுந்தர சோழரை நோக்கி ஓடியதை நான் மறவேன். நமது மெய்க்காவல் படை அவளைச் சூழ்ந்ததும், 'நான் அந்தக் காளியின் பணிப்பெண் ருத்ரதேவி! இவன் உயிரை எடுத்துப் படையல் போடும்படி காளிதேவிக்குக் கோரிக்கை வைத்துள்ளனர். என்னைத் தடுத்தால் உங்களையும் கொன்றுவிடுவேன்' என்று கூறி அந்தப் பெண் அவளை நெருங்கியவர்களைக் கொன்றாள்.

பின் அவளால் அரசனை நெருங்க முடியவில்லை என்பதை அறிந்ததும் உடலில் தீயைப் பற்ற வைத்துக்கொண்டு அரசரை நோக்கி ஓடினாள், அன்று மட்டும் பெரிய பழுவேட்டரையர் இல்லாவிட்டால் அரசரின் மரணம் அன்றே நடந்திருக்கும்" என்று கூற

கரிகாலரின் மனக்கண்ணில் இந்தக் அக்காட்சிகள் எல்லாம் படமாக ஓடின.

அதற்குப் பிறகு நான் சென்று கருவூர்த்தேவரை அழைத்துவர அரசரின் படுக்கைக்கு அடியில் ஒரு பொம்மை இருந்தது. அதில் கொஞ்சம் மனித முடியும் அதன் உடலில் குருதியும் பூசப்பட்டிருந்தது, இதைத் தொட்ட அந்த பணிப்பெண் உடலில் தான் அந்த சக்தி இறங்கி உங்களைக் கொல்ல வந்துள்ளது, எட்டுத் திக்கிலும் இருந்து நான் கொடுக்கும் யந்திரங்களைப் பிரதிஷ்டை செய் என்றார்.

'உண்மையில் பேய் பூதகங்கள் என்றெல்லாம் இருக்கிறதா?' என்று குந்தவை கேட்க, அதற்கு அவர் 'அம்மாவாசை தினமன்று நிலவில்லை என்பதை நீ ஒப்புக்கொள்கிறாய் அல்லவா?' என்றார். 'ஆம் நிலவிருக்காது' என்ற குந்தவையை நோக்கி, 'அது உன்னுடைய புரிதல். நமது முன்னோர்கள் கூற்றுப்படியும் எனது புரிதல் படியும் நிலவும் சூரியனும் ஒன்றாக வரும் தினமே அமாவாசை. அன்று நிலவிருக்கும் அது நம் கண்களுக்குத் தெரியவில்லை. அதைப் போல் தான் இதுவும். புரியும் வரை இல்லை புரிந்தால் உண்டு!' கருவூர்த்தேவரின் இந்தப் போதனையே அவளைச் சிறந்தவளாக மாற்ற அடித்தளமாக அமைந்தது" என்றார் கரிகாலர்.

"நாம் இருவரும் பேசிக்கொண்டே இருப்போம். நான் செல்கிறேன் உங்களுக்குப் பணிகள் இருக்கும்" என்றார் முதல் மந்திரி.

"அதெல்லாம் ஒன்றுமில்லை ஐயா! என் நண்பன் என்னுடன் இல்லாத வருத்தமே அதிகமாக இருக்கிறது, அன்று உண்மையில் ராஜாதித்தர் எப்படித் துடித்திருப்பார் என்பதை என்னால் கற்பனை செய்து பார்க்க முடிகிறது" என்றார் கரிகாலர்.

"நடப்பவை எல்லாம் நன்மைக்கே என்று நினைத்துக் கொள்ளுங்கள். நாம் மிக விரைவில் சந்திப்போம்" என்று கூறிக் கரிகாலனைக் கட்டி அணைத்துக் கொண்ட பிரம்மராயர் அங்கிருந்து நடக்கத் தொடங்கினார்.

அத்தியாயம் - 35

இருள் வானில் மெதுவாகப் பரவத்தொடங்கியது. இருள் சூழ்ந்ததும் கூகைகள் அதன் இருப்பிடங்களை விட்டு வெளியே வரத் தொடங்கின. அதே போன்ற ஒரு கூட்டம் இருளில் உலாவத் தொடங்கியது அதுவும் மனித வடிவில். இந்த மனிதக் கூட்டம் நேராகக் கொற்றலை ஆற்றங்கரையில் குழி தோண்டிக் கொண்டிருந்தது.

"சீக்கிரமாக தோண்டு இளவரசர் வந்துவிடுவார்." என்று ஒருவன் அதட்ட, இன்னொருவன் "தோண்டிக்கொண்டு தான் இருக்கிறேன் ஆனால் தோண்டத் தோண்ட நீர் வருகிறது" என்றான். "அப்படியா சரி அந்த மரத்தடி சரியாக இருக்கும்" என்று கூறி ஒரு இடத்தைச் சுட்டிக் காட்டினான் அந்த வீரன்.

அவன் சுட்டிக்காட்டிய இடத்தில் சென்று மண்வெட்டியை வைத்து மண்ணை வெட்டினான் மற்றொருவன். அந்த இடத்தில நீர் வரவில்லை. சதுர வடிவில் அந்தக் குழி அமைக்கப்பட்டிருந்தது. அதனுள்ளே நன்கு காய்ந்த சுருளிகள் இடப்பட்டன. பின் தீ மூட்டப்பட்டது. சற்று நேரத்திற்கெல்லாம் ஆதித்த கரிகாலன் வந்தார். அவருடன் மூன்று நான்கு காவல் வீரர்களும் கந்தமாறனும் பார்த்திபேந்திரவர்மனும், மணலீரனும் ஒரு குதிரையும் வந்தனர்.

ஆதித்த கரிகாலன் அங்கே மூடிவைக்கப்பட்டிருந்த சுருளிகளைப் பற்றவைத்தார். தீ நன்றாகப் பற்றிக்கொண்டது. அதன் பின் அங்கிருந்த ஒரு மரத்தின் வலுவான கிளையில் மணலீரனின் கால்கள் கட்டப்பட்டது, பின் அவனது கைகள் கட்டப்பட்டு அது

அந்தக் குதிரையோடு பிணைக்கப்பட்டது, அந்தக் குதிரையை இரண்டு தினங்களாகப் பட்டினி போட்டிருந்தனர், அந்தக் குதிரைக்கு முன் சோளம் கட்டித் தொங்கவிடப்பட்டிருந்தது. குதிரை முன்னோக்கிச் செல்ல மணவீரனின் கையும் காலும் தனியாகப் பிய்த்து எடுப்பது போன்ற வேதனை. அவனுக்குக் கீழே தான் அந்தத் தீ எரிந்து கொண்டிருந்தது.

அதையும் இடுங்கள் என்று கூற ஒருவன் சுத்தம் செய்யாத கந்தகத்தை அந்தத் தீயில் இட்டான் ஒருவன். தீ கொழுந்துவிட்டு எரிந்தது, கந்தகத்தின் மனம் காற்றெங்கும் பரவத் தொடங்கியது, அந்த மனம் சுவாசிப்பவரின் மூச்சை நிறுத்துவதாய் இருந்தது. குதிரை முன்னோக்கிச் சென்றால் கையும் காலும் தனித்தனியே வந்துவிடும். குதிரை பின்னோக்கி வந்தால் தீயில் விழுந்து சாம்பலாகிவிடுவோம் என்ற ஒரு நிலை மணவீரனுக்கு.

சற்று நேரத்திற்குப் பிறகு ஆதித்த கரிகாலர் பேசத் தொடங்கினர். "நீ அல்லவா குதிரையை வைத்து ராஜாதித்தரின் வழியை மறைத்தது. அதே குதிரையை வைத்து உன்னைச் சித்திரவதை செய்கிறேன் பார்! கவலைப்படாதே உன்னை நான் கொல்லப்போவதில்லை. அதை உன் அரசன் பூதுகன் செய்வான். மதியின் உதவியோடு சதி செய்யும் கிருஷ்ணனை நான் நேரில் சந்திக்கும் பொழுது கூறுவேன் உன்னைப் பற்றியும் உன் அரசன் பூதுகன் பற்றியும். சோழ தேசம் நான் உள்ளவரை மேலோங்கியே இருக்கும் இது என் தாய் நிசும்பசூதனி மீது சத்தியம்" என்று கூற மௌனம் அந்த இடத்தைச் சூழ்ந்தது.

பார்த்திபேந்திரன் ஆதித்த கரிகாலனின் கரங்களைப் பற்றினான், "என்ன நண்பரே என்ன நேர்ந்தது" என கரிகாலர் கேட்க, "எனக்குத் தெரியவில்லை இளவரசே ஏதோ என் மனம் பதறுகிறது" என்றான்.

"என் மரணமும் ராஜாதித்தரின் மரணம் போன்று நிகழும் என்ற அச்சமோ?" என கேட்டு, "நடந்தால் நடக்கட்டும் காலம் உள்ள வரை சோழ தேசத்திற்காகத் தன் இன்னுயிர் கொடுத்தான் கரிகாலன் என்று வரலாறு பேசும். நாளை நம்மை வைத்துக் கூட சிலர் கதைகள் எழுதக் கூடும்" என்று கூறிச் சிரிக்கத் தொடங்கினர் கரிகாலர்.

"என் பிறப்பின் காரணம் இந்த சோழதேசம் என்னால் மேன்மையடைய வேண்டும் என்று ஒருமுறை எனது தாத்தா கூறினார். அப்படி மேன்மையடைந்த சோழதேசத்தை நான் ஆண்டால் என்ன என் தம்பி ஆண்டால் என்ன இல்லை என் சித்தப்பா அந்தச் சிவனடியார் மதுராந்தகன் ஆண்டால் என்ன? பொறாமை போட்டி எண்ணம் கொண்டவர்களை அந்தச் சிம்மாசனம் தானே கீழே தள்ளிவிடும் இது நான் அறிந்த உண்மை.

போட்டி, தீய எண்ணங்கள் உள்ளவர்கள் அந்தச் சிம்மாசனம் மீது அமர்ந்தால் அது புலி வாலைப் பிடித்த கதை தான் நண்பரே" எனக் கூறி மீண்டும் சிரிக்கத் தொடங்கினார்.

மௌனம் அவ்விடத்தைச் சூழ்ந்தது.

"இன்று மூன்றாம் பிறையா?" என வினாவினார் ஆதித்த கரிகாலர்.

"ஆம் ஐயா!" என்றான் கந்தமாறன்.

"சரி அப்படியானால் அடுத்த மாதம் வரும் மகா சிவராத்திரி அன்று நமது யுத்தத்தைத் தொடங்குவோம்" என்றார் ஆதித்த கரிகாலன்.

"சரி அப்படியே செய்யலாம் ஆனால் நவகண்டம் யார் கொடுப்பார்" என்று பார்த்திபேந்திரன் கேட்க, "இந்த வந்தியத்தேவனை முதலில் பத்திரமாக அழைத்து வரவேண்டும். அதன் பின்னர் நாம் ஆக வேண்டிய காரியங்களைப் பற்றி விவாதிப்போம்" என கூறிக்கொண்டிருக்கையில், "அம்மா! எரிகிறது.. உடல் எல்லாம் எரிகிறது.. ஐயா என்னை விட்டு விடுங்கள் இல்லையென்றால் என்னைக் கொன்றுவிடுங்கள் இந்தச் சித்திரவதை மட்டும் வேண்டாமைய்யா! தயவு செய்து என்னைக் கொன்று விடுங்கள்" என்றான் மணவீரன்.

"உன்னை விடுவதைப் பற்றி நான் சிந்திக்கிறேன் ஆனால் உன் உயிரை நான் எடுக்கமாட்டேன். ஏற்கனவே சொன்னது போல அதை உன் அரசன் பூதுகன் தான் எடுப்பான். உன்னைக் கொன்ற அந்த வேதனையில் அவன் இருக்கும் பொழுது அவனுக்கு என்ன நடக்கிறது என்பது புரியும் முன்னர் அவனை நான் வதைப்பேன்" என்றார் கரிகாலர்.

"இவனை அவிழ்த்து விடுங்கள் அதன் பின் இவன் உடல் முழுவதும் பாக்குச்சி தைலத்தைத் தேயுங்கள்" என்றார் கரிகாலர். பாக்குச்சி தைலம் வெண்குஷ்டத்தைக் குணப்படுத்தப் பயன்படுத்துவது, அதைத் தேய்த்த இடமெல்லாம் தோல் கொப்பளித்து அதனுள்ளே நீர்

இறங்கும். பின் அந்த கொப்பளித்த இடத்தை இலவம்பஞ்சு மரத்தின் முள் கொண்டு குத்துவர். அந்த நீர் வெளியே வரும். அந்த இடம் ஒரு ரணமாகும் பின் அதனை ரணம் மாற்றும் மருந்துகளை வைத்து சிகிச்சை கொடுப்பர். ஆனால் இதைத் தண்டனையாகக் கொடுக்கும் பொழுது ரணம் மாற்றும் மருந்துகளை உபயோகிக்க மாட்டார்கள். அந்த ரணம் மிகவும் கொடிய வேதனையை ஏற்படுத்த வல்லது.

இலங்கை

மூன்றாம் பிறை வானில் அழகாக இருந்தது. அதை ரசித்தபடியே அருள்மொழி ஒரு தேவாரப் பாடலைப் பாடினார்.

"பித்தா! பிறை சூடீ! பெருமானே! அருளாளா! எத்தால் மறவாதே நினைக்கின்றேன்? மனத்து உன்னைவைத்தாய்; பெண்ணைத் தென்பால் வெண்ணெய் நல்லூர் அருள் – துறையுள் அத்தா! உனக்கு ஆள் ஆய் இனி அல்லேன் எனல் ஆமே?
நாயேன் பலநாளும் நினைப்பு இன்றி, மனத்து உன்னைபேய் ஆய்த்திரிந்து எய்த்தேன்; பெறல் ஆகா அருள் பெற்றேன்வேய் ஆர் பெண்ணைத் தென்பால் வெண்ணெய் நல்லூர் அருள் – துறையுள் ஆயா! உனக்கு ஆள் ஆய் இனி அல்லேன் எனல் ஆமே?"

"நன்றாகப் பாடுகிறாய்! இது சுந்தரர் அருளிய தேவாரத் திருப்பதிகங்கள் தானே?" என்று பூதி விக்ரமகேசரி கேட்க,

"ஆம் ஐயா! இது அந்தப் பாடல்கள் தான். சிவனைப் பற்றிய இந்தப் பொக்கிஷங்கள் எல்லாம் தில்லையில் பூட்டி வைத்துள்ளனர் என்று நம்பியாண்டார் நம்பி அக்காவிடம் கூறியுள்ளார். அதை எப்படியாவது மீட்டாக வேண்டும் என்று என் மனதில் ஒரு எண்ணமும் உள்ளது" என அருள்மொழி கூறினார்.

"சரியாகப் போய்விட்டது இதையெல்லாம் அங்கே பூட்டிவைப்பதன் பயன் தான் என்ன? அந்தத் திருமுறைகளை அங்கே பாதுகாக்கின்றனர். எப்படி பாதுகாக்கின்றனர் என்றால் அவர்களே அந்த அறைக்குள்ளே நுழைவதில்லை போலும் அப்படிப் பாதுகாக்கின்றனர்" என்று பேசிக்கொண்டிருக்கும் பொழுதே அருள்மொழியின் குதிரை கனைத்தது. யாரோ வந்துவிட்டார்கள் என்று நினைக்கிறன் என்று கூறி வாளைக் கையில் எடுத்தார் அருள்மொழி.

இவர் கூறி முடிக்கும் முன்னே அவர்களைச் சுற்றி இருந்த தீப்பந்தங்கள் அணைந்து விட்டன. இருள் சூழ்ந்தது. நீங்கள் இங்கேயே அமருங்கள் என்று கூறித் தனது வாளைச் சுழற்றி நின்றார் அருள்மொழி. யாரோ ஒருவன் அருகே வருவது போலத் தெரிந்தது, அவனைப் பிடிக்கும் பொருட்டு அவன் கையைப் பற்றினார். அது மிகவும் சுலபமாக வழுக்கிச்சென்றது, அவர் கையில் ஒரே எண்ணெய்ப் பிசுக்கு. அதை முகர்ந்து பார்த்தார், விளக்கெண்ணெய் வாசனை.

இவர்கள் உடல் முழுவதும் விளக்கெண்ணெய் பூசிக்கொண்டிருக்கிறார்கள் என்று கூறி வாளை இறுக்கிப் பிடித்தார், இன்னொரு கையில் கீழிருந்து மண்ணை எடுத்தார் அவரை நோக்கி ஒருவன் ஓடி

வருவது போல் தெரிந்தது. லாபகரமாக அவனது தோள்பட்டையை மண் இருந்த கையால் பிடித்து அதை அவன் மாணிக்கட்டுவரை தேய்த்தார், இப்பொழுது அவனால் ஒரு அடிகூட நகர முடியவில்லை. உடும்புப்பிடியாக அருள்மொழி அவனைப் பிடித்து பின் தள்ளி முன்னோக்கி இழுத்து அவனது மார்பைத் தனது வாளால் கிழித்தார்.

"ஐயோ! அம்மா!" என்ற அலறல் மட்டுமே கேட்டது. இதே போன்று சில வினாடிகளுக்கு ஒரு முறை அந்த ஐயோ அம்மா சத்தம் கேட்டது.

அதற்குள்ளே சோழ வீரர்கள் தீப்பந்தத்தோடு அந்த இடத்தை முற்றுகையிட்டனர். வெளிச்சம் அந்த இடத்தின் இருளை விரட்ட பதினைந்து வீரர்கள் மண்ணோடு மண்ணாகக் கிடந்தனர். அவர்கள் உடல் எல்லாம் ரத்தம். அருள்மொழி மூச்சிரைக்க அந்த வாளை மண்ணில் சொருகிவிட்டு இன்னும் சிலர் இங்கே தான் இருக்கிறார்கள் அவர்களை உயிருடன் பிடித்து வாருங்கள் என்றார்.

சோழ வீரர்கள் அவர்களைத் தேடிக்கொண்டு தீப்பந்தங்களோடு சென்றனர். அவர் நின்று கொண்டிருந்த இடத்தின் நேர் எதிரே ஒரு தென்னை மரம் இருந்தது, அதன் மேலே ஒருவன், அம்பு விட அருள்மொழியைக் குறி பார்த்தான். அந்த வீரன் சரியான சமயம் இது என்று தனது அம்பை எய்ய அங்கே நின்று கொண்டிருந்த குதிரை வேகமாக ஓடிவந்து அருள்மொழியை இடித்தது. அவர் இடதுபுறம் சென்று விழ அம்பு குதிரையின் நெற்றியைப் பிளந்து உள்ளே பாய்ந்தது.

"அம்பா!" என்று அலறினார் அருள்மொழி. அது அருள்மொழியின் குதிரை. அது ஒரு பெண் குதிரை, அவர் குதிரையேறும் பயிற்சி பெற்ற குதிரையிட்ட குட்டி இது. இவரைப் போன்றே மிகவும் புத்திசாலியான குதிரை. அதன் உயிர் கொடுத்து அவர் உயிரைக் காத்தது. தென்னை மரத்தின்மீது இருந்தவனைக் கவனித்துவிட்டார் பூதி விக்ரமகேசரி, தனது வளரியைக் கிழக்குப் பக்கமாக எரிய அது மிகவும் வேகமாகச் சென்று அந்த மரத்தின் மேலிருந்தவன் தலையைத் தாக்கியது.

அவன் அந்த மரத்தின் மேலிருந்து சுயநினைவற்று கீழே விழுந்தான், அவனைக் கொன்று விடாதீர்கள் என்றார் அருள்மொழி, அவனருகே சென்று அவனைப் பரிசோதித்ததில் அந்த அம்புகள் மீது ஏதோ தடவப்பட்டிருந்தது. "ஐயோ! இது சாலை வீரர்கள் பயன்படுத்தும் கூர் மூங்கில் அம்புகள் இதில் நஞ்சு தேய்த்திருப்பர்" என்றார் விக்ரமகேசரி.

"சரிதான் நானும் கேள்விப்பட்டிருக்கிறேன்" என்று கூறி அவரது வாளை மெதுவாக அந்த வீரனின் நெஞ்சில் இறக்கினார் அருள்மொழி, அவரின் மனது போர்க்களத்திலே இருந்து மறுத்துப்போய்விட்டது.

சோழ வீரர்கள் அந்தக் காடு முழுவதும் தேடியும் ஒருவனையும் பிடிக்க முடியவில்லை, அருள்மொழி அம்பா அருகே சென்று அதற்குத் தன் இறுதி வணக்கத்தையும் நன்றியையும் தெரிவித்தார், அதன் கண்கள் கலங்கி இருந்தது அந்தக் கலங்கிய கண்களில் வாழ்க்கையின் பயனை அடைந்த சந்தோஷம், அந்தக்

கலங்கிய கண்களில் அருள்மொழியின் மங்கலான உருவம் தெரிந்தது.

அத்தியாயம் - 36

"திருவருள் புரிந்தா ளாண்டு கொண் டிங்ஙன்
சிறியனுக் கினயது காட்டிப்
பெரிதருள் புரிந்தா னந்தமே தருநின்
பெருமையிற் பெரியதொன் றுளதே
மருதர சிருங்கோங் ககின்மரஞ் சாடி
வரைவளங் கவர்ந்திழி வைகைப்
பொருதிரை மருங்கோங் காவண வீதிப்
பூவணங் கோயில்கொண் டாயே."

என்ற பாடல் ஒரு தேனினும் இனிய குரலில் ஆதித்த கரிகாலன் கூடாரம் அருகே கேட்டது. உறங்கிக்கொண்டிருந்த கரிகாலர் அந்தச் சங்கீதம் கேட்டு எழுந்தார். கருவூர்த்தேவர் வந்திருக்கிறார் என்று தனக்குத் தானே கூறிக்கொண்டு, அருகே இருந்த பட்டுத் துணியைத் தன்மீது போர்த்திக்கொண்டு அந்தக் கூடாரத்தை விட்டு வெளியே சென்றார். மீண்டும் பாடல் ஒலித்தது.

"பாம்பணைத் துயின்றோ னயன்முதற் றேவர்
பன்னெடுங் காலநிற் காண்பா
னேம்பலித் திருக்க வென்னுளம் புகுந்த
வெளிமையை யென்றுநான் மறக்கேன்
தேம்புனற் பொய்கை வானளவாய் மடுப்பத்
தெளிதரு தேறல்பாய்ந் தொழுகும்
பூம்பணைச் சோலை யாவண வீதிப்
பூவணங் கோயில்கொண் டாயே."

பாடல் வந்த திசை நோக்கி நடந்தார் ஆதித்த கரிகாலர். ஒரு அரசமரத்தடியில் ஒரு சிறிய சிவனை வைத்து அவருக்குப் பூஜை செய்துகொண்டிருந்தார் கருவூர்த்தேவர். அவரின் பூஜையைத் தொந்தரவு செய்யாமல் அவர் அருகே சென்று அமர்ந்து அவர் கூறுவதை அப்படியே கூறினார் ஆதித்த கரிகாலர். மிகவும் அமைதியாக அவரது முகம் மாறியது.

சில நிமிடங்களுக்குப் பிறகு அவரை எழுந்து நில் என்றார் கருவூர்த் தேவர். "மகனே! நான் உன்னுடன் இதுவரை அதிகமாக நேரம் செலவழித்ததில்லை, உனக்காக ஒன்று கொண்டு வந்துள்ளேன் அதை அந்த ஈசன் உன்னிடம் கொடுக்கச்சொன்னார்!" என்று கூறி, அங்கிருந்த சிறிய சிவனின் சிலைக்கு முன் வைத்திருந்த பால் சொம்பில் கையை விட்டார். அதனுள்ளே ஒரு ரசமணி இருந்தது. அதை எடுத்து ஒரு கயிற்றில் கோர்த்து ஆதித்த கரிகாலன் கழுத்தில் அணிவித்தார்.

"தங்கத்தோடு சேர்க்கவேண்டும் இது தங்கத்தைக் கொன்றுவிடும். இது அஷ்டஸம்ஸ்கார பாதரத்தில் செய்த ரசலிங்கம். எட்டு முறை வெவ்வேறு முறைகளில் சுத்தி செய்த பாதரசத்தை நான் விரதமிருந்து கருஊமத்தை வைத்தரைத்து மணி உருவத்தில் ரசமணியாக உருமாற்றியுள்ளேன். இதை நீ எப்பொழுதும் அணிந்துகொள்ள வேண்டும்.

நம் உலகத்தில் எத்தனையோ எதிர்மறை ஆற்றல் கொண்ட சக்திகள் இருந்து தான் வருகின்றது. அவற்றிடம் இருந்து நம்மைப் பாதுகாத்துக் கொள்ள இந்த ரசமணிகள் பெரிதும் பயன்படுகிறது. மற்றவர்கள் நமக்கு வைக்கும் பில்லி, சூனியம் போன்ற

பிரச்சனைகளில் இருந்து நம்மால் விடுபட முடியும்" என்று கூறி அவரின் நெற்றியில் திருநீறு பூசினார் கருவூர்த்தேவர்.

கரிகாலனுக்கு என்ன பேசுவதென்றே தெரியவில்லை மௌனமாக நின்றார். பின் கருவூர்த்தேவரின் திருப்பாதங்களைத் தொட்டு வணங்கினார். "நவ கிரகங்களையும் கட்டுப்படுத்தும் பண்பு ரசமணிக்கு உண்டு என்பதால், எல்லாவிதமான ஜாதகத் தடைகளையும் களைந்து உன் வெற்றிக்கு இந்த ரசமணி வழிவகுக்கும்" என்றார் கருவூரார்.

"ஐயா உங்களிடம் எனக்கு நிறைய கேள்விகள் உள்ளது அதைக் கேட்கலாமா?" என்று ஆதித்தர் கேட்க தாராளமாக மகனே என்றார் கருவூர்த்தேவர்.

"இறைவன் இருக்கிறானா இல்லையா என்று எனக்குத் தெரியாது இருந்தால் அவனை அடையும் வழியை எனக்கு நீங்கள் கூற வேண்டும்"

"இறைவன் என்பவன் எல்லா இடத்திலும் நிறைந்துள்ளான், அவன் உன்னிலும் இருக்கிறான் என்னிலும் இருக்கிறான். அவனை நீ உணர்ந்தால் மட்டுமே போதும், இந்த மனித வாழ்க்கை சிக்கலான சிலந்தி வலை போன்றது. அதில் கர்மம் எனும் சிலந்தி இருக்கிறது அந்த வலையில் சிக்கி கர்மத்திற்குப் பலியாகும் பூச்சிகள் தான் நாம். கர்மத்தை அறுக்க சிலந்திவலை அறுபடும். அதன் பின் உன் இறக்கைகளை விரித்து நீ இறைவனை அடையாளம்"

"கர்மம் என்றால் என்ன?" என கரிகாலன் கேட்க,

"இங்கே நீ ஒரு சிறிய செடியைக் கிள்ளினால் கூட அது கர்மத்தின் வாயிலாகத் தான் நடக்கிறது. இந்த உலகில் எல்லாம் ஒன்றுக்கொன்று தொடர்புடையது. கர்மத்தை மனப்பூர்வமாக ஏற்றுக்கொள். அது உன் மரணமாக இருந்தாலும் அதை ஏற்றுக்கொள். அறவழியில் நட! உன் கடமைகளைச் சீராகச் செய்" என்று கூறினார் கருவூர்த்தேவர்.

"அப்படியென்றால் இத்தனை உயிர்களைக் கொன்ற பாவத்தை நான் எங்கே சென்று கழுவுவேன்"

"மகனே உனது பதவி என்ன என்பதை மறந்துவிடாதே! உன் பதவியில் உன் கடமை, உன் கர்மம், எதிரிகளை அழிப்பதும் அறவழியில் ஆட்சி செய்வதும் தான்! அதை நீ சிறப்பாகச் செய்கிறாய். உன் கையால் சாகவேண்டும் என்பது அவர்களது கர்மம் அவர்களைக் கொல்ல வேண்டும் என்பது உனது கர்மம்"

"எனக்கு நீங்கள் கூறுவது புரிகிறது என்னை ஆசிர்வதியுங்கள்" என்று கூறி அவர் காலில் விழுந்தார் ஆதித்தர்.

"வெற்றி உனக்கே!" என்று கூறினார் கருவூர்த்தேவர். ஆதித்தருக்குத் திடீரென்று மனதில் ஏதோ தோன்ற, "ஏன் எனக்கு நீண்ட ஆயுளை நீங்கள் ஆசியாக வழங்கவில்லை" என்று கரிகாலர் கேட்டுவிட்டு உடனே, "இல்லை தெரியாமல் கேட்டுவிட்டேன் ஐயா! வாருங்கள் நாம் சென்று என் தாத்தா மலையமானைச் சந்திப்போம்" என்று கூறினார் கரிகாலர்.

257

"சரி மகனே வா போகலாம்" என்று கூறி இருவரும் நடக்கத் தொடங்கினர்.

"உங்களை எனது குருவாகப் பெற முடியவில்லையே என்று எனக்கு ஒரு வருத்தமுண்டு ஐயா!" என ஆதித்த கரிகாலன் கூற, "உனக்கு நான் குரு எனக்கு நீ குரு நம் அனைவருக்கும் அந்தப் பரமசிவன் குரு. கூட்டிக் கழித்துப் பார் நான் கூறுவது புரியும்" என்றார் கருவூரார்.

தலையை மட்டுமசைத்து முன்னோக்கி நடக்கத் தொடங்கினார் ஆதித்த கரிகாலன். அவரின் மனதில் இருந்த சந்தேகங்கள் எல்லாம் இன்று தீர்ந்துவிட்டன. "மகனே கரிகாலா! நான் உன்னைச் சிறுவனாக இருந்த பொழுது பார்த்துள்ளேன், முறையாக உன்னை தாத்தா வளர்த்துள்ளார். உனக்கு நினைவிருக்கும் நீ முதல் முறையாக வாள் ஏந்தி போருக்குப் போனது, அன்றும் நீ எதிர்த்தது இந்த ராஷ்டிரகூடர் கூட்டத்தைத் தான், சதி செய்வதில் வல்லவர்கள் அவர்கள். அவர்களை எதிர்கொள்ளும் பொழுது வேகம் மட்டும் போதாது விவேகமும் வேண்டும்" எனக் கூறிய கருவூர்த்தேவர் மேலும் ஏதும் பேசாமல் அமைதியானார்.

கரிகாலரின் மனம் ஆனந்தத்திலும் அமைதியிலும் இருந்தது, அவரால் வாய் திறந்து எதுவும் பேசவே முடியவில்லை.

தஞ்சை

வைகறை பொழுது குந்தவை கோவிலுக்குச் சென்றுகொண்டிருந்தார், அவருடன் வானதியும் இன்னும் சில தோழிகளும் இருந்தனர். தஞ்சையில்

இருந்த ஒரு பழைய காளி கோவிலுக்கு அவர் சென்று கொண்டிருந்தார். வானதி, "இந்தக் கோவில் மிகவும் பழமை வாய்ந்த கோவிலா அக்கா?" என்று கேட்க,

"ஆம்! விஜயாலய சோழர் காலத்தில் அவர் வெற்றிக்குப் பரிசாக வடநாட்டிலிருந்து பல்லவர்கள் அவருக்கு வழங்கிய காளி சிலை இந்தக் கோவிலில் பிரதிஷ்டை செய்யப்பட்டு பூஜை நடக்கிறது."

விஜயாலய சோழீஸ்வரம் அருகே உள்ளது இந்த அம்மனின் கோவில். அங்கே தெற்கே உள்ள பழியிலி ஈஸ்வரம் என்ற சிறிய குடைவரை சிவன் கோயில் ஒன்பதாம் நூற்றாண்டில் பல்லவராயர்களின் ஆட்சியின் கீழ் முத்தரையர் தலைவன் சாத்தன் பழியிலி கட்டியது. விஜயாலய சோழீஸ்வரம் சாத்தன் பூதி என்பவரால் கட்டப்பட்டதாகவும், மழையினால் இது இடிந்துவிடவே, மல்லன் விடுமன் என்பவர் இதை விஜயாலய சோழன் காலத்தில் புதுப்பித்தார் என்றும் அறியப்படுகிறது. இது அவர் காலத்தில் கட்டிடக்கலையின் சிறப்பை இன்றளவும் பறைசாற்றுகிறது.

"அங்கே எதற்குச் செல்கிறோம் அக்கா?" என்று வானதி கேட்க,

"இன்று அங்கே காளியாட்டம் இருக்கிறது. அதனால் தான் நாம் அங்கே செல்கிறோம்" என்று குந்தவை கூற ரதசாரதி ரதத்தை முன்னே செலுத்திக் கொண்டிருந்தேன்.

"அம்மா இங்கே பாருங்கள் பழுவூர் இளைய ராணியின் பல்லக்கு செல்கிறது" என்று தேரோட்டி கூறினான்.

"அவள் எங்கே சென்றால் நமக்கென்ன" என்று குந்தவை அவனிடம் கூறினார்.

பின் குந்தவையின் ரதம் தஞ்சையின் எல்லையை நெருங்கியது அங்கிருந்து அந்த ரதம் காளி கோவில் நோக்கிச் சென்றது. வானதி குந்தவையிடம், "அக்கா அவர் என்ன செய்து கொண்டிருப்பார்? என் நினைவு அவருக்கு வந்திருக்குமா?" என்று கேட்க குந்தவை வாய்விட்டுச் சிரித்தார்.

"உன்னைப் பார்க்கையில் எனக்கு சிரிப்பாக வருகிறதடி. எனக்கு ஒரு சங்கப்பாடலும் நினைவில் வருகிறது"

"அது என்ன பாடல் அக்கா?"

"நசைபெரி துடையர் நல்கலு நல்குவர் பிடிபசி களைஇய பெருங்கை வேழம் மென்சினை யாஅம் பொளிக்கும் அன்பின தோழியவர் சென்ற வாறே."

"இதன் விளக்கம் என்ன அக்கா?" என்று வானதி குந்தவையிடம் கேட்க அதற்கு குந்தவை, கூறுகிறேன் கேள் என்று பின்வருமாறு கூறினாள்.

"பயணம் சென்ற எனது காதலர் என்னை மறந்து போய்விட்டால் நான் என்னடி செய்வேன்? என்கிறாள் தலைவி. அதற்குத் தோழி, வருந்தாதே அவர் உன்னை ஒருநாளும் மறக்க மாட்டார். அப்படியே மறந்தாலும் அவர் சென்ற வழி இருக்கிறதே, அது அவருக்கு உனது நினைவினை உண்டு பண்ணும் என்கிறாள்.

அப்படியா! அது எப்படி? என்கிறாள் தலைவி. தலைவன் சென்ற அந்த வழியிலே யானைகள் ஆணும் பெண்ணுமாக ஏராளமாகத் திரியும். வெயில் தாங்க முடியாது நீர் வேட்கை கொண்டு திரியும் பெண் யானையின் தாகம் தீர்க்க வேண்டி, ஆண் யானை மரப் பட்டைகளைப் பிளந்து தன் இணையான பெண் யானைக்கு அன்புடனும் காதலுடனும் ஊட்டி விடும். அதைக் கண்டதும் தலைவனுக்கு உன் நினைவு வந்துவிடும். விரைவில் வருவார் என்கிறது அந்தப் பாடல், அதே போல நீயும் வருந்தாதே! அவனைச் சுற்றி மனிதர்களை விட யானைகள் அதிகமாகவே இருக்கும்" என்று கூறிச் சிரிக்கத் தொடங்கினார் குந்தவை. வானதியின் முகம் வெட்கத்தில் சிவந்து பார்ப்பதற்குப் புதியதாய் மலர்ந்த செந்தாமரை போல ஆனது.

"ஆம்! அவர் தான் யானைப் பாகன் ஆயிற்றே" என வானதி கூற, "ஆம்! உங்களுக்காகவே எழுதிய பாடல் போல இருக்கிறது" என்று கேலியாகக் கூறினார் குந்தவை தேவி.

"சங்க கால காதலுக்கு நிகர் வேறு எந்த காதலுமில்லையடி அவர்கள் வாழ்வல்லவோ வாழ்வு!" என்ற குந்தவையிடம், "இல்லாத காதலனைப் பற்றிய கற்பனையோ?" என்று வானதி கேட்க, "என் கணவன் வீராதி வீரனாக இருப்பார். வல்லவனுக்கு வல்லவனாக இருப்பார், நீ வேண்டுமென்றால் பார் அவர் கரத்தை நான் பிடிக்கும் வேளையில் இந்தச் சோழ தேசம் மொத்தம் அவரைப் பற்றி அறிந்திருக்கும்."

"உங்களை மணம் செய்பவர் பற்றி சோழ தேசம் அறியாமல் இருக்கப்போவதில்லை" என்று வானதி கூற, "உனக்கு நான் கூறுவது புரியவில்லை விடு" என்று குந்தவை முகத்தைத் திருப்பி எதிர்க் காற்றை ரசித்தார்.

"சற்று நேரத்தில் நாம் கோவிலை அடைந்து விடுவோம் தாயே என்றான் தேரோட்டி." அப்படியா நாம் அங்கே சென்று முதல் வேலையாக எனக்கு ஒருவரைப் பார்க்க வேண்டும் என்றார் குந்தவை.

இருவரும் அமைதியாக எதிர்க் காற்றை முகத்தில் வாங்கி ரசித்தனர். அவர்கள் கூந்தல் காற்றில் ஆடியதைப் பார்ப்பதற்குப் பட்டாம்பூச்சியின் பாரம் தாங்காமல் பூ அசைவது போல் இருந்தது.

அத்தியாயம் - 37

விஜயாலய சோழீஸ்வரம் முதல் மூன்று அடுக்குகள் சதுரமாகவும், அதற்கு மேலே உள்ள அடுக்கு வட்டமாகவும், அதற்கு மேலே குமிழ் போன்ற சிகரமும் அதற்கும் மேலே வட்டமான கலசமும் கொண்டு காணப்படுகின்றது. கோபுரத்தில் நடன மங்கைகள் உள்பட பல அற்புதச் சிலைகள் உள்ளன. இது தமிழகக் கோயில் அமைப்பிலே தனித்தன்மை வாய்ந்ததாகக் கருதப்படுகிறது. கோயிலின் முன், மூடு மண்டபம் ஒன்று உள்ளது. சோழர் காலத்திற்கு தனித்துவமான சுவர்களும் அவற்றில் அழகிய வேலைப்பாடுகளும் காணப்படுகின்றன. கூரையின் உட்புறத்தில் சிறு கோயில்கள் (பஞ்சரங்கள்) உள்ளது.

அந்தக் கோவிலுக்குச் சென்று குந்தவை சிவனை வணங்கிவிட்டு நேராக கோவிலுக்கு வட திசையிலிருந்த காளி கோவில் நோக்கி நடக்க அவர் பின்னே வானதியும் இன்னும் சில தோழிகளும் நடந்தனர். காளிக்குப் படையல் படைக்கப்பட்டு குந்தவைக்காகக் காத்திருக்காமல் பூஜைகள் தொடங்கின. ஒருமுறை குந்தவை கோவிலுக்குச் செல்ல தாமதமாகிவிட்டது அன்று பூஜைகளும் தாமதமாகவே நடந்தது, அன்று குந்தவை கோபமாகக் கூறிவிட்டார் தெய்வத்திற்காக மனிதன் காத்திருக்கலாம் மனிதனுக்காக தெய்வம் காத்திருக்கக் கூடாது, இனிமேல் நான் இல்லாவிட்டாலும் பூஜைகள் அந்தந்த சமயத்தில் சரியாக நடக்கவேண்டும் இல்லையென்றால் அவர்கள் பணிநீக்கம் செய்யப்படுவர் என்றார்.

அதிலிருந்து கோவிலில் பூஜைகள் யாருக்காகவும் காத்திருப்பதில்லை, இம்முறை சரியான சமயத்தில் தான் இவர்கள் வந்து சேர்ந்தனர். காளியாட்டம் இன்னும் தொடங்கவில்லை. வெகு நேர பிரயாணம் களைப்பாக இருந்தாலும் குந்தவை ஒரு மூலையில் அமர்ந்தார், காளி ஆட்டம் தொடங்கும் முன் பலிகொடுப்பது வழக்கம். அதே போல பலிகொடுக்க ஒரு ஆடு கொண்டு வரப்பட்டது, அந்த ஆட்டின் மீது மஞ்சள் நீர் ஊற்றப்பட்டது. அந்த ஆடு தலையை குலுக்கியவுடன், பம்பை உடுக்கைச் சத்தம் காதுகளைக் கிழிக்கத் தொடங்கியது.

பத்து கைகளைத் தன்னுடன் இணைத்து கோரப்பற்கள், முகம் எல்லாம் கருப்பு நிறம் பூசப்பட்டு பெரிய பொட்டு வைத்திருந்த காளிக்கு அருகே சென்று பம்பையும், உடுக்கையும் அடிக்க அவள் அமைதியாக நின்றாள். அங்கே இருந்த காளி வேடமணிந்தவர் மேல் காளி வரவில்லை, இந்தச் சத்தம் எல்லாம் வானதிக்குள்ளே என்னமோ செய்ய அவள் ஆடத் தொடங்கினாள்.

குந்தவையே ஒரு நொடி பயந்துவிட்டார். காளி இங்கே இளவரசி மேல் வந்துவிட்டது என்று மக்கள் சத்தமிடத் தொடங்கினர். பெண்கள் குலவை போட்டனர், மிகப்பெரிய கத்தி வானதி அருகே எடுத்து வரப்பட்டது. அதைப் பெற்ற வானதி, "இல்லை எனக்கு ஆட்டு ரத்தம் வேண்டாம் எனக்கு மனித ரத்தம் வேண்டும். அதுவும் மன்னர்குல ரத்தம் வேண்டும் என் தாகம் அப்பொழுது தான் தணியும்" என்று அவள் கூற அனைவரும் நடுங்கிவிட்டனர்.

குந்தவைக்கு ஒன்றும் புரியவில்லை அமைதியாக அந்த இடத்திலே அமர்ந்துவிட்டார். இது ஏதோ சரியாகப் படவில்லை என்று தனக்குத் தானே பேசிக்கொண்டார். பூஜைக்கு வந்தவர்கள் வானதி மீது மஞ்சள் நீரை ஊற்ற அவள் சாந்தி அடைந்து அங்கேயே மயங்கி விழுந்தாள்.

குந்தவை அவளைச் சென்று தூக்கினார். குந்தவை மனது முழுவதும் அங்கு நடந்த சம்பவத்திலே இருந்தது. வானதி எழுந்து குந்தவையைக் கட்டி அக்கா என்ன நடந்தது என்று கேட்க, குந்தவை மௌனமாக இருந்தார். சில வினாடிகளுக்குப் பிறகு, "ஒன்றும் இல்லை கண்ணு நீ சாமி ஆடிவிட்டு அப்படியே விழுந்துவிட்டாய்" என்று கூற வானதி ஒன்றும் புரியாமல் நின்றாள்.

சரி வா பிரசாதம் வாங்கிவிட்டு செல்வோம் என்று அவள் கையைப் பிடித்துக் கோயிலருகே இழுத்துச் சென்றார். அவர் மனது தெளிவாகவே இல்லை. குடந்தை ஜோதிடர் சில மாதங்களுக்கு ஊரில் இருக்க மாட்டார் அவர் வந்தவுடன் நாம் முதலில் அவரைச் சென்று காண வேண்டும் என்று தனக்குத் தானே பேசிக்கொண்டு வானதியை அழைத்துச் சென்றார்.

காலத்தில் கோபாலன் மற்றும் பூதுகன் இருவரும் பெரிய படையோடு காஞ்சி நோக்கிப் புறப்பட்டனர். அழகான மாலை வேளையில் குதிரை இரண்டு முன்னே செல்ல ஆயிரம் ஆயிரம் யானைகளும் காலாட்படை வீரர்களும் அவர்களைப் பின் தொடர்ந்தனர்.

"இந்த வந்தியத்தேவனை எப்படியாவது கொன்று விட வேண்டும்" என்றான் பூதுகன்.

"ஏன் அவ்வாறு கூறுகிறீர்கள் அரசே!" என்று கோபாலன் கேட்க, "அது ஒன்றும் இல்லை அவன் சாமர்த்தியசாலியாக இருக்கிறான். நானே அவனை இருமுறை கொலை செய்ய முயற்சி செய்தேன் என்னால் கூட அவனைக் கொல்ல முடியவில்லை."

"அப்படியா! இதைப் பற்றி நான் அறியவே இல்லையே, இது எப்பொழுது நடந்தது"

"ராஜாங்க காரியங்கள் ரகசியமாகவே நடக்கும். அதைப் பற்றி வந்தியத்தேவன் கூட அறிந்திருக்கமாட்டான்" என்றான் பூதுகன்.

"ஆம்! ஆம்! எனக்குக் கூடத் தெரியவில்லையே! நீங்கள் கெட்டிக்காரர் தான்" என்றான் கோபாலன்.

"இந்தக் கொலை முயற்சி பற்றி எனக்குக் கூறுங்களேன்! பயணத்தின் களைப்புத் தெரியாமல் பேசிக்கொண்டு போகலாம்" என்றான் கோபாலன்.

"தாராளமாகக் கூறலாமே" என்று அந்த கதையைக் கூறத் தொடங்கினான் பூதுகன். "காஞ்சியின் எல்லையில் நாங்கள் படை வீடு அமைத்துத் தங்கியிருந்தோம். எங்களின் வீரர்கள் தொலைநோக்கியில் ஒரு மலைக்குன்றில் இருந்து பார்த்துக் கொண்டிருந்தனர். அப்பொழுது ஒரு இடத்தில் மட்டும் புழுதிப் படலம் தெரிந்தது. அந்தப் படலத்தை நோக்கி அந்தத் தொலைநோக்கி வழி என் கண்கள் நோக்க,

நான் கண்ட காட்சி, ஒருவன் எங்களது வீரர்களைக் கொன்று குவித்துக் கொண்டிருந்தான், அவன் வைத்திருந்த ஆயுதம் உறுமி! பலர் கூறிக் கேட்டிருக்கிறேன் ஒரு உறுமி உன் கையிலிருந்தால் அதை வைத்து நூறு வீரர்களைக் கூட எதிர்க்கலாம் என்று. அதை முதல் முறையாக நேரில் பார்த்தேன். நான் பிரமித்து அவன் சண்டையை ரசிக்கத் தொடங்கிவிட்டேன். அவனைக் காண வேண்டும் என்று என் மனதில் எண்ணம் வந்தது, ஆனால் அவன் எதிரி. அவனைக் கொன்றுவிடும்படி ஆணையிட்டு மேலும் ஐம்பது வீரர்களை அவனைக் கொல்ல அனுப்பிவைத்தேன்" என்றான் பூதுகன்

"அதற்கு பிறகு என்ன நேர்ந்தது என்று கூறுங்கள்" என கோபாலன் ஆர்வமாகக் கேட்க,

"அதற்குப் பிறகென்ன. யானைப்பசிக்கு விருந்து போட்டது போல அவன் எங்கள் வீரர்களைச் சிறை பிடித்துவிட்டான், அவன் மீது அளவற்ற மதிப்பு எனக்கு வந்துவிட்டது"

"ஆம் அவன் ஒரு மாவீரன் இது நடந்து எத்தனை வருடங்கள் ஆகின்றன?"

"வெகு நாட்கள் இல்லை. ஒரு வருடம் இருக்கும்" என்றான் பூதுகன். பிறகு ஏதோ நினைவு வந்தவனாக, சரி நான் உன்னிடம் ஒன்று கேட்க வேண்டும் என்று பூதுகன் பின்வருமாறு கேட்டான் "ராஷ்டிரகூட படையின் வீராதி வீரர்கள் எல்லாம் நினைத்தும் முடியாத காரியத்தை நீ எப்படி முடித்தாய் அந்த வந்தியத்தேவனை எப்படிச் சிறை பிடித்தாய்?"

இன்ப பிரபஞ்சன்.ஜெ

"அதைப் பற்றி நான் நாளைய சபையில் கூறுகிறேன் இதோ காஞ்சியின் எல்லை வந்து விட்டது" என்றான் கோபாலன்.

"நீங்கள் கரிகாலருக்கு எழுதிய ஓலையில் என்ன இருக்கிறது என்று கூறுங்கள்" என்று கோபாலன் கேட்க,

"அதையும் நீ நாளையே தெரிந்துகொள்" என்று கூறி குதிரையை முன்னே செலுத்தினான் பூதுகன். படையோடு அவர்கள் காஞ்சியை வந்தடைந்தனர்.

அத்தியாயம் - 37

மணல் தூசி காற்றுக்கு உருவம் கொடுத்துக் கொண்டிருந்தது. இருண்ட மேகங்கள் திரண்டு வானில் கச்சேரி தொடங்கியது, மழை பாடும் பாட்டில் இடி இசையமைக்க மின்னல் நடனமாடியது, இந்த நேரத்தில் தான் ஆதித்த கரிகாலன் முதல் முறையாக பூதுகனைச் சந்திக்க காஞ்சியின் தென் எல்லையில் இருந்த மணி மண்டபத்திற்குச் சென்று கொண்டிருந்தார்.

அது ஒரு பழைய பல்லவ கால மண்டபம். சுந்தர சோழர் அதைப் புதுப்பித்து அதில் மந்திராலோசனை கூட்டங்களை நடத்தினார். அது ஊரை விட்டு வெகு தொலைவில் காட்டின் நடுவே இருந்தது, முன்பு அங்கே காடுகள் கிடையாது அது பல்லவர் காலத்தில் முக்கிய சாலைகளாகத் திகழ்ந்து விளங்கியது. பின் காலத்தின் மாற்றத்தால் இப்பொழுது காடுகளாக உருமாற்றி நிற்கின்றன.

ஒரு சிறு படையுடன் யானை மேல் அமர்ந்து அந்தக் கொட்டும் மழையில் ஆதித்த கரிகாலன் அந்த மண்டபத்தை நோக்கிச் சென்றுகொண்டிருந்தார். அவரது யானையின் தந்தங்கள் நீண்டு இருந்தன. அந்தத் தந்தங்களில் ஒரு மனிதன் உடல் எல்லாம் காயத்துடன் சுயநினைவின்றி கட்டப்பட்டிருந்தான். ஒவ்வொரு முறை யானை துதிக்கையைத் தூக்கும் பொழுதும் யானையின் துதிக்கையில் பொருத்தப்பட்டிருந்த முள் கவசம் அந்த மனிதனின் முதுகைக் கிழித்தது, அந்த மனிதன் வேறு யாருமில்லை மணலீரன் தான். பாக்குச்சி தைலம் அதன் வேலையைச் சிறப்பாகச் செய்திருந்தது. அவனின் உடல் முழுவதும் காயம். ஆதித்த கரிகாலன்

மிகவும் சந்தோஷமாகச் சென்று கொண்டிருந்தார். தனது நண்பன் வந்தியத்தேவனைக் காணப்போகிறோம் என்ற ஆனந்தம், தனக்காக உயிரையும் கொடுக்கும் வீரனை மீட்கப் போகிறோம் என்ற கர்வம் அவர் உடல்மொழியில் வெளிப்பட்டது. திடீரென்று அவர் மனதில் ஒரு கேள்வி, ஒருவேளை நாம் இவனைச் சித்தரவதை செய்ததைப் போல் அவர்கள் அவனைச் சித்திரவதை செய்திருப்பார்களோ? இல்லை இருக்காது அப்படியானால் நமக்குத் தெரிந்திருக்கும் என்று தனக்குத் தானே பேசிக்கொண்டிருந்தார்.

இதே போன்று கோபாலனும் பூதுகனும் பேசிக்கொண்டே அந்த கொட்டும் மழையில் மண்டபத்தை நோக்கி நடந்தனர். போகும் வழியில் பூதுகன் கோபாலனைப் பார்த்துக் கூறினான், "நண்பா! அரசர் கிருஷ்ணன் என்னிடம் ஒரு ஓலையைக் கொடுத்தார் அதைக் கரிகாலன் முன்னே வாசித்துக் காட்டக் கூறினார். அதுவரை அந்த ஓலையைப் படிக்கக்கூடாது என்றும் கூறினார். என்ன எழுதியிருப்பார் என்று தெரியவில்லையே" என்றான்.

"என்ன எழுதியிருப்பார்? போருக்கான அறைகூவலாக இருக்கும்" என்று கோபாலன் கூற, "இல்லை எனக்கு அப்படித் தெரியவில்லை. என்னவாக இருந்தாலும் இன்னும் சில மணி நேரத்தில் தெரிந்துவிடும்" என்றான் பூதுகன்.

"ஆம்... ஆம்... இம்முறையும் உங்களிடமிருந்து வந்தியத்தேவன் தப்பித்துவிட்டானே. என்ன செய்யப்போகிறீர்கள்?" என்று கோபாலன் கேட்க, "அவன் இன்று இரவு தாண்டமாட்டான் அதற்கு நான்

ஏற்பாடு செய்துவிட்டேன், அதைப் பற்றி நீ கவலைப்படாதே" என்றான் பூதுகன்.

"அப்படியா! என்ன திட்டம் வைத்துள்ளீர்கள்?" என்று கோபாலன் வினவ, "அது ஒன்றுமில்லை நமது வீரர்கள் சோழர் படையுடன் கலந்து வெகு வருடங்களாகிவிட்டது. அவர்கள் தான் இன்று கரிகாலனின் மெய்க்காவல் படையில் வருகின்றனர். அவர்களை வைத்து வந்தியத்தேவனைக் கொன்று விடுவது எனது திட்டம்" என்றான் பூதுகன்.

இருவரும் பேசிக்கொண்டே அந்த மண்டபத்தை அடைந்திருந்தனர். அவர்கள் பின்னே ஒரு சிறிய வீரர்கூட்டம் ஒருவனைத் தூக்கி வந்தது. அவனது கை கால்களைக் கட்டி முகத்தை மூடி அழைத்து வந்தனர். மண்டபத்திற்குக் கரிகாலனும் அவரின் படைகளும் மணலீரனும் வந்திருந்தனர்.

கரிகாலனுக்கு இடது புறமாகப் பூதுகன் அமர ஆசனம் இடப்பட்டிருந்தது. "என்ன கரிகாலனுக்குப் பக்கத்தில் ஆசனமுள்ளது. அவனுக்கு எதிரே ஏன் நாற்காலி இடப்படவில்லை" என்று கோபாலனிடம் கேட்டான் பூதுகன்.

"எதிரிகளுக்கு மட்டுமே அவருக்கு எதிரே இடம் கொடுக்கப்படும் என்று வீரர்கள் கூறி கேட்டுள்ளேன்" என்றான் கோபாலன்.

"வணக்கம் இளவரசே! நலமாக உள்ளீர்களா?" என்று கோபாலன் கரிகாலரைக் கேட்க, "நலமாக இருக்கிறேன். இதோ உங்களுடைய தளபதி!" என்று உடல் எங்கும்

காயம் நிறைந்த மணவீரனைச் சுட்டிக் காட்டினார் ஆதித்த கரிகாலன்.

"மிகவும் துன்பப்பட்டுள்ளான். கட்டாயம் உண்மைகளை எல்லாம் கூறியிருப்பான்" என்று கோபாலன் முனகியது பூதுகன் காதில் விழுந்தது.

"எங்கே வந்தியத்தேவன்?" என்று ஆதித்தர் கேட்க, இதோ என்று நான்கு தடியர்கள் ஒருவனைத் தூக்கிக்கொண்டு வந்தனர், அந்த வீரனின் கைகால்கள் உடைக்கப்பட்டு நடக்க முடியாத நிலைமை! இப்படி ஒரு நிலையை யாருமே எதிர்பார்க்கவில்லை.

"முதலில் வந்தியத்தேவனை அனுப்புங்கள்" என்று கரிகாலன் கூற, "இல்லை இல்லை முதலில் மணவீரனை நீங்கள் அனுப்புங்கள்" என்றான் கோபாலன். ஆதித்தர் அதற்குச் சம்மதித்தார்.

"நடக்க முடியாத அவனை யாராவது தூக்கிக்கொண்டு வாருங்கள்" என்றான் கோபாலன்.

பூதுகனோடு வந்த நான்கைந்து தடியர்கள் அவனைத் தூக்கச் சென்றனர். அவர்கள் கைகள் அவனைப் பிடித்த நொடி மணவீரனின் தோல் உரிந்து வந்துவிட்டது, சுய நினைவிழந்து இருந்த அவன், "நான் உண்மைகளைக் கூறிவிடுகிறேன்" என்று கூறினான்.

"வேகமாக அவனை இங்கே தூக்கிக்கொண்டு வாருங்கள்" என்றான் பூதுகன், பிறகு ஆதித்த கரிகாலன் சார்பில் இருவர் சென்று வந்தியத்தேவனைத் தூக்கிக்கொண்டு வந்தனர். இரண்டு ஆட்களும்

இடம்மாறினர், கரிகாலன் தனது வாளை எடுத்து வந்தியத்தேவன் எதிரே நீட்டி,

"திறமையற்றவன் நீ! அதனால் தான் நீ மாட்டிக்கொண்டாய். உன்னை நான் கொன்று விடுகிறேன்" என்று கூறிக்கொண்டிருக்கும் பொழுதே, "உன் நிலையை நீ இழந்து விட்டாய் நண்பா! உன்னை என் கையால் கொல்ல வேண்டுமென்று தான் வந்தேன். நீ இங்கே இருக்கத் தகுதியில்லாதவன் நமது ரகசியங்களை எல்லாம் கூறியிருப்பாய்" என்று பூதுகன் பேசுவதைக் கேட்டு அப்படியே ஓங்கிய வாளோடு நின்றார் ஆதித்த கரிகாலர்.

இவ்வாறு பேசிக்கொண்டே பூதுகன் தனது வாளை மணவீரனின் நெஞ்சில் சொருகினான். பூதுகனின் வாள் அவன் நெஞ்சைப் பிளந்து மறுபுறம் வந்தது. மணவீரனின் ரத்தம் பூதுகன் முகத்தில் தெறித்தது அவன் கண்கள் கலங்கின. கலங்கிய கண்களோடு கோபாலனைப் பார்த்தான் பூதுகன்.

கோபாலன் ஆதித்த கரிகாலரை நோக்கி மிகவும் ஆக்ரோஷமாகச் சென்று கொண்டிருந்தான், அவன் கரிகாலனை நெருங்கினான் தனது இடுப்பில் சுருட்டி வைத்திருத்த உறுமியை ஆதித்த கரிகாலனை நோக்கிச் சுழற்றினான். அந்த உறுமி அவரைத் தொடாமல் அவருக்குப் பின் நின்றவன் கழுத்தை நெறிக்க, கீழே கைகள் கட்பட்டிருந்தவனை எட்டி உதைத்து, தனக்குப் பின் நின்றவன் நெஞ்சில் வாளை இறக்கினார் ஆதித்த கரிகாலர். பின் அவர் வாளுக்கு அவர் எட்டி உதைத்தவனும் இறையானான்.

"கோபாலா....! என்ன செய்கிறாய் நீ?" என்று அலறினான் பூதுகன்.

"கோபாலனா? நான் வல்லவராயன் வந்தியத்தேவன்!" என்றவனை இமைக்காமல் பார்த்துக் கொண்டிருந்தான் பூதுகன்.

"சாத்தியமே இல்லை நீ! என்னை ஏமாற்றிவிட்டாய்" என்றான் பூதுகன்.

"மித்ர துரோகம் என்பதன் வலி இப்போது புரிகிறதா?" என்று ஒரு குரல் கேட்க, குரல் வந்த பக்கம் பூதுகன் பார்த்தான். அங்கே வெள்ளங்குமரன் நிற்க, பூதுகனின் வாய் குழற அவன் வாயிலிருந்து ஒரு சொல்லும் வரவில்லை. என்னை நீ கொலை செய்வதைப் பற்றி என்னிடமே கூறினாயே! என்று கூறி வந்தியத்தேவன் சிரிக்க கரிகாலரும் சிரித்தார்.

"உன் அரசன் ஏதோ ஓலை கொடுத்தாரே அதை வாசித்துப் பார்" என்றான் வந்தியத்தேவன். கைகள் நடுங்க அந்த ஓலையை எடுத்து வாசிக்கத் தொடங்கினான் பூதுகன்.

"வீர பாண்டியன் தலை கொண்ட ஆதித்த கரிகாலனின் அறிவை எண்ணி நான் வியக்கிறேன். நீங்கள் புத்தியைப் பயன்படுத்தியது சரி தான் ஆனால் அது என்னை வீழ்த்தும் என்று எண்ணியது தவறு, கோபாலன் யாரென்றும் நான் அறிவேன், கோபாலனை இங்கே அனுப்பியது யாரென்றும் நான் அறிவேன். கேள்விப்பட்டுள்ளேன் உங்களின் எதிரிகளுக்கு மட்டும்

தான் உங்கள் எதிரில் இடமென்று. விரைவில் எதிருக்கு எதிர் நேருக்கு நேர் சந்திப்போம்!

இப்படிக்கு கிருஷ்ணன்."

ஓலையைப் பூதுகன் படித்து முடித்த பிறகு, "எதிருக்கு எதிர் நேருக்கு நேர் சரியான எதிரி தான்! வருகின்ற மஹாசிவராத்திரி தினத்தன்று சோழப்படைகள் ராஷ்டிரகூடர்கள் மீது தாக்குதல் நடத்தும். அந்தப் போரில் உன்னைக் கொன்று உன் அரசனை வென்று "ராஷ்டிரகூட குல காலன் இந்த கரிகாலன்" என்பதை உலகரிய செய்வேன்.

உன்னை நான் கொல்லப்போவதில்லை, உனது மரணம் என் கையில் இல்லை. ஆனால் உன் மரணம் என்னால் தான் நிகழும். உன் மரணத்திற்குப் பின் உன் ரத்தத்தை எடுத்துக் காளிக்கு அபிஷேகம் செய்து அதன் அடுத்த நாள் போரில் கிருஷ்ணனை வென்று ராஷ்டிரகூட குலகாலன் என்று பெயர் சூட்டிக்கொள்வேன். இது நிசும்பசூதனி மீது ஆணை!" என்று அங்கிருந்த அனைவரின் உடலும் நடங்கும் குரலில் கூறினார் கரிகாலர்.

பூதுகன் கண்கள் விரிந்தன, நெஞ்சை யாரோ பிழிந்து கசக்குவது போன்ற வேதனை. "கோபாலா" என்று அவன் கூற, "கடவுளைத் தானே அழைத்தாய்?" என்று கேலியாக வந்தியத்தேவன் கேட்டான். உயிரற்ற உடலாக நின்று கொண்டிருந்தான் பூதுகன். அந்த மண்டபம் மொத்தம் வந்தியத்தேவன் கரிகாலரின் சிரிப்புச் சத்தம் தான் கேட்டது.

"என் தாத்தா மலையமானின் திட்டம் அப்படியே நடக்கும் என்று நான் நினைக்கவில்லை வந்தியத்தேவா!" என்று கூறி வந்தியத்தேவனைக் கட்டித் தழுவினார் ஆதித்த கரிகாலர். அவர்கள் இருவரையும் எரித்து விடுவதுபோல பார்த்துக் கொண்டிருந்தான் பூதுகன்.

அத்தியாயம் - 38

மெதுவாக ஒரு சிறு அதிர்வாகத் தொடங்கி அதிர்வு நடுக்கமாக மாறி அது நிலத்தைப் பிளப்பது போல, அதிர்ச்சிகள் ஒன்றன் பின் ஒன்றாக பூதுகனைப் பிளந்து கொண்டிருந்தன. என்ன நடந்தது என்பதை நினைவு படுத்திக்கொண்டான், "முதல் முறை இவன் தான் வந்தியத்தேவன் என்று ஒருவனைக் காட்டி கூறியதும், அவன் தனது நாக்கைத் துண்டித்துக்கொண்டது முதல் துங்கபாத்ரா நதிக்கரையில் கோபாலா என்றவுடன் யாரையோ அழைப்பது போல் நின்றதும், மன்னர் கிருஷ்ணன் அவனைக் கண்டதும் அவன் ஒற்றன் என்பதை அறிந்தே ஒற்றன் என்று அழைத்ததும், நேற்றுகூட எனக்குத் தெரியாமலே எப்படி என்னைக் கொல்லப் பார்த்தீர்கள் என்றதும், ஆதித்த கரிகாலனின் புகழ் பாடியதும், சோழ தேசத்தின் புகழ் பாடியதும்" அவன் நினைவில் நாடகம் போல வந்து சென்றது. நான் தான் முட்டாளாக இருந்துள்ளேன் என்று பூதுகன் உணர்ந்தான்.

கர்மா என்பது கடலின் அலை போன்றது. கரைவந்த நீர் கடலுக்குச் சென்றாக வேண்டும். கடலுக்குச் சென்ற நீர் மீண்டும் கரைக்கு வந்தாக வேண்டும். நீ ஒருவனை முட்டாளாக்கினால் இன்னொருவன் உன்னை முட்டாளாக்குவான் என்பது கிருஷ்ணன் பூதுகனுக்குக் கொடுத்த உபதேசம். அதை அவன் முழுவதாக உணர்ந்தான். அவரின் வாக்கில் இருந்த உண்மைகளை அறிந்தான்.

எதிரே நின்ற வந்தியத்தேவனை நோக்கி, "துரோகத்தின் வலியை நீ எனக்குக் கொடுத்துவிட்டாய் மரணத்தின் வலியை நான் உனக்குக் கொடுத்துவிடுவேன். இந்தப் போரில் நீ மடிவது நிச்சயம்! உன்னைக் கொன்ற பிறகே நான் என் தாய் நாட்டிற்குத் திரும்புவேன்" என்றான் பூதுகன்.

வந்தியத்தேவன் மிகவும் கேலியாகச் சிரித்தான், "முடிந்தால் உன் சபதத்தை முடித்துக்காட்டு" என்பது போல ஆதித்தரும் சிரித்தார். பூதுகனின் வீரர்கள் மண்டபத்திற்குள் ஓடிவந்து பூதுகனை அழைத்துச் சென்றனர். வந்தியத்தேவன் ஆதித்த கரிகாலனைக் கட்டி அணைத்துக்கொண்டு, "பசிக்கிறது வாருங்கள் ஏதாவது உணவருந்துவோம். நம் ருசி இந்த உலகில் வேறு எங்கேயும் கிடைக்காது" என்று கூறி அவரின் கையைப் பிடித்து இழுத்துச் சென்றான்.

"அங்கே கிருஷ்ணன் கொடுத்த உணவை வயிறு முட்ட உண்டாய் என்று கேள்விப்பட்டேனே? அது பொய்யோ" என்று சிரித்துக்கொண்டே ஆதித்த கரிகாலன் கேட்க இருவரும் ஒருவரது முகத்தை ஒருவர் பார்த்துச் சிரிக்கத் தொடங்கினர்.

"ஆம் இளவரசே கேட்க மறந்துவிட்டேன் இந்த பார்த்திபேந்திரன் எங்கே?"

"பார்த்திபேந்திரன் இன்று போர்ப்பயிற்சி கற்றுத்தரும் சாலைக்குப் பாடமெடுக்கச் சென்றிருக்கிறான்" என்று கூறினார் ஆதித்த கரிகாலன்.

"இந்தத் திட்டம் எப்படி செயல்பட்டது என்பதை மலையமான் ஐயாவிடம் தெரிவிக்க வேண்டும், இதற்கெல்லாம் முழு முதற்காரணம் இங்கே நிற்கும் இந்தக் கிழவர் தான்" என்று வந்தியத்தேவன் வெள்ளங்குமரனைச் சுட்டி காட்டினான். ஆதித்த கரிகாலர் முகத்தில் குழப்ப ரேகை படர வந்தியத்தேவன் தொடர்ந்தான்.

"நீங்கள் தஞ்சையில் இருக்கும்பொழுது. இவர் நம் மலையமான் தாத்தாவைச் சந்தித்து ஏதோ பேசினார். அதன் பிறகு மலையமான் ஐயா என்னை அழைத்து நீ உடனடியாக ஒற்றனாக ராஷ்டிரகூட தேசம் செல்லவேண்டும், பூதுகனோடு நட்பை வளர்த்துக்கொள்ள வேண்டும். நீ வந்தியத்தேவனைப் பிடித்து விட்டதாக நமது கைதி ஒருவனை அழைத்துச் செல். அவனை, அவனது நாவைத் துண்டித்துக் கொள்ளும் படி கூறு. இந்தச் செய்தி கரிகாலனின் காதுகளுக்குச் சென்றால் போதும். பின் நடக்கவேண்டியவை தானாக நடக்கும்" என்றார்.

"அந்தக் கிழவருக்கு இருக்கும் புத்திக் கூர்மையைப் பார், எப்பொழுதும் என்னைப் பகடையாக வைத்து அவர் விளையாடுகிறார்" என்று கூறிச் சிரிக்கத் தொடங்கினார் கரிகாலர்.

சோழர் காலத்தில் போர்க்கலை கற்றுத்தர கல்விக்கூடங்கள் இருந்தன. அந்தக் கல்விக்கூடங்களில் வீட்டில் ஒருவராவது பயிற்சி பெற்றனர், அங்கே பாடங்கள் எடுத்தவர்கள் எல்லாம் பெரிய பெரிய போரில் செயல் இழந்தவர்கள், வயதான தளபதிகள், கைகால்களை இழந்த வீரர்கள். சில சமயங்களில்

இன்ப பிரபஞ்சன்.ஜெ

அரசர்களும், இளவரசர்களும் அவர்களது தோழர்களும் பாடம் கற்பிப்பது வழக்கம். அவ்வாறாகக் காஞ்சியில் இருந்த ராஜசிம்ம சாலையில் இன்று பார்த்திபேந்திரன் யானைப் படையைப் பற்றி பாடம் கற்பிக்கச் சென்றான். யானைகளைப் பற்றிய பாடம் அல்லவா அந்த சாலையின் பயிற்சி மைதானத்தில் மாணவர்கள் அமர்ந்திருந்தனர்.

"படைகளிலே மிகவும் வலிமையான படை கரிப்படை. கரியென்பது தமிழர் யானைகளுக்கு வழங்கிய பெயர்களில் ஒன்று. தமிழரின் அறுபத்தி நான்கு கலைகளில் கரியறிதல் என்பது ஒரு கலையாகச் சேர்க்கப்பட்டது, பின் இதை நம்மிடமிருந்து வெளி தேசத்தைச் சேர்ந்தவர்கள் கற்றுச்சென்றனர். கஜசாஸ்திரம் என்று வடமொழியில் ஒரு நூல் உண்டு. நாம் அதைக் கரிநூல் என்று அழைத்தோம். காலப்போக்கில் அதை இழந்துவிட்டோம்! சரி பாடத்திற்கு வருவோம்" என்று சிறிய முன்னுரை கொடுத்துவிட்டு வகுப்பிற்குள் சென்றான் பார்த்திபேந்திரன்.

"யானைகள் ஐராவதம் என்ற யானையின் வழியே புண்டரீகம், புட்பதந்தம், வாமனம், சுப்பிரதீகம், அஞ்சனம், சார்வபௌமம், குமுதம் என்று ஏழுவகை யானை இனங்கள் இருந்தன. இவை ஒவ்வொன்றும் பார்ப்பதற்கு ஒன்றுக்கு ஒன்று வித்தியாசமாக இருந்ததுடன் அதன் பண்புகளும் வேறுபட்டிருந்தன.

உதாரணமாக புண்டரிக வகைக்கு வளைந்த மயிர், நீண்ட பருமனான உடலமைப்பு, சுருக்கமற்ற நீண்ட துதிக்கை

இருந்தது. இதுவே குமுதம் என்ற வகையைச் சேர்ந்த யானைக்கு சிவந்த கண்கள், விரிந்த துதிக்கை ஆம்பல் நிறமாகும். யானைகள் மட்டுமல்ல யானைப் பாகனையும் நாம் மூன்று வகைகளாகப் பிரித்திருந்தோம். ரேகாயுதன், பாலயுதன், யுக்தியுதன் என்று மூன்று வகை. தன் அறிவினால் யானையை வசப்படுத்துபவன் பாலயுதன், தன் அறிவிற்கும், திறமைக்கும் யானையை வழிநடத்துபவன் யுக்தியுதன், யானையின் போக்கில் அதை வழிநடத்துபவன் ரேகாயுதன்" என்றான் பார்த்திபேந்திரன்.

மாணவர்கள் அனைவரும் உன்னிப்பாகக் கவனிப்பதை உறுதிப்படுத்திக்கொண்டு தொடர்ந்தான்,

"யானையின் மேலேறுவது எட்டுவிதம். அதிலிருந்து இறங்குவது பத்துவிதம், யானை மேல் அமருவது மூன்று விதம். யானைப் போர்கள் மட்டும் பதினான்கு விதம்" என்றவன் மாணவர்களை நோக்கி,

"அந்தப் பதினான்கு போர்களும் யாருக்காவது தெரியுமா?" என்று கேட்க, "அதை நான் கூறுகிறேன்" என்று எழுந்தான் ஒரு மாணவன்.

"உனது பெயர் என்ன?"

"என் பெயர் அரையன்!" என்ற மாணவன் அந்தப் பதினான்கு வகைப் போர்களையும் கூறத் தொடங்கினான்.

"இரு யானைகள் ஒன்றுக்கொன்று முகங்களால் உராய்ந்து கொள்ளும் இதற்குப் பெயர் சங்காதம்.

முகத்தால் தந்ததால் குத்தி தடுப்பதற்கு உல்லோகம் என்றும் தந்தத்தைக் குறுக்காகக் கொடுத்துத் தூக்கிக் குத்துவதற்குப் பரிலோகம் எனப்பெயர். இரு பக்கங்களிலும் இரு தந்தங்களாலும் குத்துவதற்குக் கர்தரீ என்றும்..." வரிசையாக அந்தச் சிறுவன் பேசிக்கொண்டே, "கடைசியாகப் பதினான்காவது முறை உடலைப் பின் சுருக்கி முன் வந்து பாயுவதற்கு நிற்க என்று பெயர்" என்று அந்தச் சிறுவன் கூறி முடித்ததும் அனைவரும் அவனுக்காகக் கரகோஷம் எழுப்பினர்.

"இந்தச் சிறிய வயதிலே என்ன அறிவு உனக்கு. நீ காஞ்சி உயர் பள்ளியில் படிக்க நான் ஆணை பிறப்பிக்கிறேன். அங்கே உனக்குக் கரிநூல் போதிக்கப்படும்" என்றான் பார்த்திபேந்திரன்.

"இல்லை ஐயா நான் ஆயுதங்களைப் பற்றிப் படிக்க ஆசைப்படுகிறேன்" என்றான் அச்சிறுவன். "அப்படியே ஆகட்டும் தஞ்சையில் உள்ள ஆராய்ச்சி பள்ளியில் உனக்கு இடம் உண்டு உடனடியாக நீ செல்" என்றான் பார்த்திபேந்திரன்.

மேலும் வகுப்புகள் தொடர்ந்தன, "இதே போன்று குதிரைகளில் ஏழு வகைகள் உள்ளன. காலட்படையிலும் நிறைய பிரிவுகள் உள்ளன. இதைப் பற்றிய தெளிவான பாடம் வேறு ஆசிரியர்களால் எடுக்கப்படும்." என்று மாணவர்களிடம் கூற அனைவரும் பார்த்திபேந்திரனுக்கு நன்றி தெரிவித்தனர்.

பார்த்திபேந்திரன் அவனது வகுப்பை முடித்துவிட்டு குதிரையேறி அரண்மனையை நோக்கிச் செல்லத்

தொடங்கினான். அவன் செல்கின்ற வழியெல்லாம் மழை நீர் ஆறாக ஓடத்தொடங்கியது. யுத்தத்திற்கு நாள் குறித்தாகிவிட்டது இனி இந்தப் போர் தொடங்கும் முன்னே நவகண்டம் தொடங்க வேண்டும் என்று மலையமான் கூறிவிட்டார். இனி அதன் பணிகளைத் தொடங்க வேண்டும் என்று நினைத்துக்கொண்டு குதிரையை வேகமாகச் செலுத்தத் தொடங்கினான்.

அத்தியாயம் - 39

காவேரி ஆற்றின் போக்கில் கொள்ளிடம் மிகவும் சிறப்பான ஒரு இடம். வெள்ள காலத்தில் பெருகி வரும் நீரானது கொள்ளிடத்தில் திருப்பி விடப்பட்டு காவிரி டெல்டாப்பகுதி பாதுகாக்கப்படுகிறது. கொள்ளிடம் காவிரியின் வெள்ள வடிகாலாக இருப்பதால் பெரும்பாலும் வறண்டே காணப்படும்.

தில்லை நகர் இவ்வாற்றின் கரையில் உள்ள புகழ்பெற்ற இடமாகும். இவ்வூரானது தில்லை என்று பழங்காலத்தில் வழங்கப்பட்டுள்ளது. இத்தலம் இரண்டாயிரம் ஆண்டுகளுக்கு முன்பாகவே தோற்றம் பெற்றதாக நம்பப்படுகிறது. நம் கதை நடக்கும் காலத்தில் அங்கே நமது கருவூர்த்தேவரின் சீடர்கள் வந்திருந்தனர். இன்று புலிமடு தீர்த்தத்தில் தீர்த்தம் எடுக்க அவர்கள் வந்திருந்தினர், அந்தத் தீர்த்தம் கொண்டு இன்று தில்லை நடராஜருக்கு அபிஷேகம் செய்து நடன நிகழ்ச்சி ஒன்றையும் ஏற்பாடு செய்திருந்தனர்.

கருவூர்த்தேவரின் சீடர்கள் அழைப்பை ஏற்று இன்று நடராஜனின் நாட்டியத்தை விளக்கும், நாட்டியத்தின் முடிசூடா அரசி பஞ்சவன் வள்ளி எனும் ஆடல் மங்கையின் நாட்டியம் ஏற்பாடு செய்யப்பட்டிருந்தது. இந்த நாட்டிய விழாவிற்கு நமது ஆழ்வார்க்கடியான் வந்திருந்தான், இன்று அவனது குரு அநிருத்த பிரம்மராயர் அவனை அங்கே வரும்படி ஆணை பிறப்பித்திருந்தார்.

ஆழ்வார்க்கடியான் சில மாதங்களுக்கு முன்னே இளவரசர் அருள்மொழியைக் காண இலங்கை சென்றிருந்தான் என்பது நம் நினைவிலிருக்கும். அங்கே நடந்ததைப் பற்றித் தன் குருவிடம் கூறவே அவன் இப்பொழுது இங்கே வருகை தந்திருந்தான். நாட்டியம் தொடங்கியது. பரதநாட்டியம் ப - பாவம், ர - ராகம், த - தாளம் என்ற மூன்றையும் குறித்து நிற்பதாகவும் சொல்லப்படுகிறது. பரதநாட்டியம் என்ற சொல்லில் இருக்கும் "ப" "பாவம்" (வெளிப்படுத்தும் தன்மை) என்ற சொல்லிலிருந்தும், "ர", "ராகம்" (இசை) என்ற சொல்லிலிருந்தும், "த", "தாளம்" (தாளம்) என்ற சொல்லிலிருந்தும் வந்தவையாகக் கருதப்படுகிறது.

அந்தப் பெண்ணை அவன் எங்கோ சந்தித்திருந்தான் எங்கே என்பது மட்டும் அவன் நினைவில் வரவில்லை. இந்தப் பெண்ணின் பெயர் என்ன என்று அருகிலிருந்தவனிடம் கேட்டான் ஆழ்வார்க்கடியான்.

"நீ வெளியூர் ஆள் போலத் தெரிகிறது, இது பஞ்சவன் வள்ளி! ஆடல் கலையின் நாயகி. நாங்கள் அனைவரும் இவளை அந்த நடராஜரின் மகள் என்று எண்ணுவதுண்டு. நடராஜரின் ஆனந்த தாண்டவத்தை இப்பொழுது ஆடுகிறாள் இவளின் ருத்ர தாண்டவத்தைப் பார்த்தல் அந்த சிவனே நம் கண்முன்னே பெண் உருவில் நிற்கின்றாரோ என்று பிம்பம் தோன்றும்" என்றான் அருகிலிருந்த வாலிபன்.

"உன் பெயர் என்ன?" என்று ஆழ்வார்க்கடியான் கேட்க,

"என் பெயர் சேந்தன் அமுதன்" என்றான் அந்த வாலிபன்.

"வாணி தாயின் மகனே! உன்னை நான் நன்கறிவேன்" என்று தனது மனதிற்குள்ளே பேசிக்கொண்டான் ஆழ்வார்க்கடியான். ஆனந்த தாண்டவம் தொடங்கியது.

சிவபெருமான் ஆக்கல், காத்தல், அழித்தல், மறைத்தல், அருளல், ஆகிய ஐஞ்செயல்களை எப்போதும் இடைவிடாமல் செய்து கொண்டேயிருக்கிறார். இவ்வைந்து செயல்களையும் ஒருங்கே காட்டுகின்ற தாண்டவமே ஆனந்த தாண்டவம். ஒரு வைஷ்ணவனாக இருந்தாலும் இந்தச் சிவதாண்டவம் எனக்கு மிகவும் பிடித்திருக்கிறது என்று ஆழ்வார்க்கடியான் முணுமுணுக்கையில் யாரோ அவனைப் பின்னிருந்து அழைத்தனர்.

"ஆதிபரன் ஆட அங்கைக்கனல் ஆட
ஓதும் சடை ஆட உன்மத்தமுற்றாட
பாதிமதி ஆடப் பாரண்டமீதாட
நாதமோ டாடினான் நாதாந்த நட்ட மே.!"

என்று மக்கள் அனைவரும் ஒரு குரலில் பாடத் தொடங்கினர். இதே சமயம் நமது ஆழ்வார்க்கடியான் தன்னை அழைத்தவனோடு சென்றான். அந்த நபர் அவனை நேராக அநிருத்தர் இருந்த இடம் நோக்கி அழைத்துச் சென்றான்.

ஒரு ஊஞ்சல் மீது அமர்ந்து அநிருத்தர் எதையோ சிந்தித்துக் கொண்டிருப்பது அவனுக்கு நன்றாகப் புரிந்தது. குருவின் மனதை உணராத சீடன் இல்லையே, மெதுவாக எதைப் பற்றி சிந்திக்கிறீர்கள் குருவே என்றான் ஆழ்வார்க்கடியான். உடனே அநிருத்தர் சுந்தர சோழரின் கனவைப் பற்றி எடுத்துக் கூற, "அவர் கனவு

பலிக்கத் தொடங்கிவிட்டது" என்று இலங்கையில் அருள்மொழி மீது நடந்த தாக்குதலைக் கூறினான் ஆழ்வார்க்கடியான்.

"சரியாகப் போய்விட்டது. யார்? காந்தளூர்ச் சாலையைச் சேர்ந்தவர்களா?" என்றார் அநிருத்தர்.

அவர்கள் தான் என்று தலையசைத்தான் ஆழ்வார்க்கடியான். "நான் அறிந்த செய்தியை உங்களிடம் கூறிவிட்டுச் செல்லவேண்டும் என்று தான் அவசர அவசரமாக வந்தேன். இலங்கையில் அருள்மொழிக்குப் பாதுகாப்பு உள்ளது. ஆனால் இங்கே ஆதித்த கரிகாலனைச் சுற்றி நடப்பதாக நான் அறியும் செய்திகள் தான் என்னை அச்சப்பட வைக்கின்றன.

நந்தினி ஆதித்த கரிகாலனைப் பழிவாங்க முழு முயற்சியில் ஈடுபட்டுள்ளாள். அவளை நிச்சயம் நாம் தடுத்தாக வேண்டும் மற்றும் நடக்கவிருக்கும் போரில் நாம் இந்தச் சாலை வீரர்கள், சேனைக்குள் ஊடுருவாது பாதுகாக்க வேண்டும். அவர்களில் சிலர் சோழ தேசத்திலே உயர் பதிவில் இருக்கிறார்கள் என்று நான் அறிந்துகொண்டேன்" என்றான் ஆழ்வார்க்கடியான்.

சற்று நேரம் சிந்தித்த அநிருத்தர், "திருமலை உடனடியாக நீ செய்ய வேண்டியது காஞ்சிக்குச் செல்வது. அங்கிருந்து நடப்பவற்றை எனக்கு உடனுக்குடன் தகவல் அனுப்பு"

"ஆகட்டும் குருவே. உடனடியாகக் காஞ்சிக்குச் செல்கிறேன். அங்கே நடப்பதை உங்களுக்குத் தெரிவிக்கிறேன். பூதுகனை வெல்ல ஏதாவது ஒரு

வழியை நாம் கண்டுபிடிக்கவேண்டும்" என்றான் ஆழ்வார்க்கடியான்.

"நானும் இதைப் பற்றி தான் உன்னிடம் கூற வந்தேன்" என்று கூறி ஒரு பை நிறைய பொற்காசுகளை அவனிடம் வழங்கினார் முதல் மந்திரி. "இதை செலவிற்கு வைத்துக்கொள். அதோடு பூதுகனை வெல்வதைப் பற்றி நாம் கவலை கொள்ளத் தேவையில்லை. காலன் பார்த்துக்கொள்வான். புரியவில்லையா ஆதித்த கரிகாலன் பார்த்துக்கொள்வான்!" என்றார் முதல் மந்திரி.

"ஆம் அங்கே இருக்கும் ஆடல் மங்கை யார்? நான் எங்கோ பார்த்திருக்கிறேன்" என்று ஆழ்வார்க்கடியான் கூற, "அவளைத் தெரியவில்லையா, உன்னுடன் தான் அவள் சாலையில் பயின்றாள், நமது தலைமை ஒற்றன் பஞ்சவனின் மகள். அவளும் நமக்கு ஒற்று செல்லும் பணியில் ஈடுப்பட்டுள்ளாள். மிகவும் கெட்டிக்காரி, குதிரை ஏறுதல், வாள்சண்டை போன்றவற்றில் தேர்ச்சி பெற்றவள், நடனமாடுவதில் அந்தச் சிவனுக்கு நிகரானவள். பரத முத்திரைகள் மூலமும் கண்ணசைவுகள் மூலமும் செய்திகளைச் சொல்லுவதில் வல்லவள்" என்று அநிருத்தர் கூற,

"அப்படியா எனக்குச் சரியாக நினைவில்லை ஐயா" என்று கூறி விடை பெற்றான் ஆழ்வார்க்கடியான்.

அவன் சென்றதற்குப் பிறகும் நடனம் தொடர்ந்தது. அநிருத்தப் பிரம்மராயர் நடன மேடைக்கு அருகே சென்று முன் வரிசையில் அமர்ந்து அவளின் நடனத்தைப் பார்த்தார். அவள் இப்பொழுது நடனத்தின் வழியாக செய்தி சொல்லத் தொடங்கினாள். தன் கைகளில் கிரீடம்

இருப்பது போலவும் அதை அவள் அணிவது போலவும் சைகை செய்ய அது முடி இளவரசன் என்று புரிந்துகொண்டார் அநிருத்தர். பின் அவள் தனது கைகளைக் கூப்பி அபாய முத்திரையைக் காட்டினாள், பின் கருடன்போன்று காண்பித்து கிருஷ்ணன் குழல் ஊதுவது போல நிற்க பிரம்மராயர் புரிந்து கொண்டார்.

முடி இளவரசன் ஆதித்த கரிகாலனுக்கு ராஷ்டிரகூட மன்னர் கிருஷ்ணன் எனும் கன்னரதேவனால் ஆபத்து என்பதைக் கூறுகிறாள் என்று மனதிற்குள் நினைத்துக்கொண்டார். அதன் பின் சரி என்பது போல கண்களைச் சிம்மிகை செய்து அங்கிருந்து நடக்கத் தொடங்கினார்.

அத்தியாயம் - 40

கடலின் ஆழத்தில் முத்தெடுத்து கதிரவன் வானை நோக்கிச் சென்று கொண்டிருந்தான். இந்த விடியல் ஒரு புதியவிடியலாக மாறும் என்று அருள்மொழி தனக்குள்ளே நினைத்துக்கொண்டு கடற்கரையோரம் நின்று கொண்டிருந்தார். இலங்கையை நோக்கிச் சோழர்களின் பெரிய பெரிய கலங்கள் வந்துகொண்டிருந்தன. அதில் தானியமும், ஆயுதமும் இருந்தது.

அதைப் பத்திரமாகச் சுத்தர சோழரின் மெய்க்காவல் வீரர்களில் ஒருவரான பாராக்கிரம மாராயன் என்பவர் எடுத்து வந்திருந்தார். அருள்மொழியைப் பார்த்து, "வணக்கம்! இளவரசே உங்களைச் சந்தித்ததில் எனக்கு அளவற்ற மகிழ்ச்சி" என்று கூறினார்.

"எனக்கும் உங்களைக் கண்டதில் அளவற்ற மகிழ்ச்சி. தந்தை, தாய், அக்கா அனைவரும் நலமா?" என்று கேட்க, "அனைவரும் நலமாக இருக்கிறார்கள். நான் இந்தத் தானியங்களை உங்களிடம் கொடுத்துவிட்டு இங்கிருந்து சில பொருட்களைப் பெற்றுச் செல்லலாம் என்று வந்துள்ளேன்."

"என்ன பொருட்கள்?"

"நமது குந்தவை தேவியார் ஆதுரசாலை ஒன்றை அமைக்க எண்ணுகிறார். அதற்கான மருந்து பொருட்கள் சில இங்கே பூதத்தீவில் கிடைக்கிறதாம். அதை எடுத்துச் சென்று அவரிடம் கொடுக்க வேண்டும்" என்றார் மாராயன்.

"சரி! வாருங்கள் நானும் வருகிறேன்" என்று அருள்மொழி கூற, "இல்லை இளவரசே! வேண்டாம் நானே சென்று வருகிறேன்" என்று கூறி அவரிடமிருந்து விடை பெற்றான் மாராயன்.

பூதி விக்ரமகேசரி அருள்மொழியை நோக்கி நடந்து வந்தார். "என்ன இளவரசே அனைத்துப் பொருட்களும் வந்துவிட்டன போல?" என்று கேட்க,

"ஆம்!" என்றவர் சட்டென்று நினைவு வந்து, "அவர்கள் உண்மையைக் கூறினார்களா?" என்று வினவினார்.

"இல்லை இன்னும் உண்மையைக் கூறவில்லை. மிக்க மனவலிமை உள்ளவர்களாக இருக்கிறார்கள். எத்தனை சித்ரவதை செய்தும் அம்மா என்று கூட அலறவில்லை" என்றார்.

"எனக்கு மிகவும் ஆச்சரியமாக இருக்கிறது நமக்கும் இலங்கைக்கும் இடையில் இந்தச் சாலை வீரர்கள் ஏன் வருகிறார்கள் என்று எனக்குத் தெரியவில்லை. அவர்களை என்ன செய்வது என்று தான் யோசித்துக் கொண்டிருக்கிறேன்" என்று அருள்மொழி கூற, பூதி விக்ரமகேசரி ஆமாம் என்பது போலத் தலையசைத்தார்.

அன்று இரவு அருள்மொழியைத் தாக்க முயற்சி செய்துவிட்டு அவர்கள் தப்பிக்க முயற்சி செய்த பொழுது அவர்களை அருள்மொழியின் மெய்க்காவல் படையினர் துரத்திப்பிடித்தனர். அவர்களிடமிருந்து உண்மையைப் பெறுவதற்காக அவர்களை இருண்ட சிறையில் அடைத்தனர். பின் அவர்கள் உடலெல்லாம் எரிமருந்து

பூசப்பட்டது, எரிமுகி என்ற செங்கொட்டை பூசப்பட்டது. அதையும் அவர்கள் தாங்கிக்கொண்டனர் இன்று உடல் எல்லாம் உப்பு பூசப்பட்டு, கட்டி வெயிலில் தொங்கவிடப்பட்டும் அவர்கள் உண்மையைக் கூறவில்லை. உடலெல்லாம் உப்பு தேய்த்துச் சுடும் வெயிலில் நின்றால் உடல் மொத்தம் வெந்துவிடும்.

இவர்கள் இருவரும் பேசிக்கொண்டிருக்கையில் ஒரு குதிரை தூரத்திலிருந்து இவர்களை நோக்கி வருவது தெரிந்தது, அந்தக் குதிரை மேலே இலங்கை வீரன் ஒருவன் இருந்தான். அந்தக் குதிரை மெதுவாக அவர்கள் இருவரின் முன் வந்து நின்றது. "இத்தனை நாள் நாம் செய்த இந்த ஒளிந்து விளையாடும் விளையாட்டு போதும் நேருக்கு நேராக உங்களைப் போர் புரிய எங்கள் மன்னர் மகிந்தன் அழைக்கிறார்" என்றான். பின் ஒரு மடலை அவர் கையில் கொடுத்து, "விரைவில் உங்களைக் களத்தில் சந்திப்போம்" என்றான்.

"எங்கிருந்து மகிந்தனுக்கு இத்தனை வீரம் வந்தது" என்று பூதிவிக்ரம கேசரி கேட்க, "அதைப் பற்றித் தான் நானும் சிந்திக்கிறேன்" என்று அருள்மொழி கூறினார்.

காஞ்சி

காஞ்சி நகர் தன்னை ஒரு மாபெரும் போருக்குத் தயாராக்கிக் கொண்டிருந்தது. இந்தப் போரில் என்ன நடக்கப்போகிறது என்ற எதிர்பார்ப்பு அனைவர் மத்தியிலும் இருந்தது. இன்று கொற்றவைக்குப் பூஜை. இன்றிலிருந்து இரண்டு நாட்களுக்குப் பிறகு போர் தொடங்கும். இன்றைக்கு நவகண்டம் கொடுக்க

வேண்டும் என்று மலையமான் ஏற்பாடுகளைச் செய்து கொண்டிருந்தார்.

காஞ்சி காமாட்சி அம்மன் கோவிலுக்கு ஒரு காத தூரம் மேற்கே சென்றால், 'உக்ர ஸ்வரூபினி' என்று பல்லவர்களால் அழைக்கப்பட்ட கொற்றவை கோவில் ஒன்று இருந்தது. ஆதி சங்கரர் இங்கே வந்து பூஜை செய்ததாகக் கூறப்படுகிறது. எப்பொழுதும் இங்கே சோழர்கள் சிறப்பு பூஜைகள் நடத்தி வந்தனர். வீரர்களுடன் வந்தியத்தேவன், ஆதித்த கரிகாலன், பார்த்திபேந்திரன், மலையமான் என்று அனைவரும் ஒரு பெரும் படையாகக் கொற்றவை கோவிலுக்குச் சென்று கொண்டிருந்தனர்.

"தாத்தா உங்களிடம் நான் ஒன்று கேட்க வேண்டும்" என்றார் ஆதித்த கரிகாலன்.

"என்ன கரிகாலா?" என்று மலையமான் கேட்டார்.

"இந்த யுத்தம் மிகவும் கடுமையாக நடக்கப் போகிறது என்பது எனக்குத் தெரியும். ராஜாதித்தரின் பள்ளிப்படைக்கு நான் தனியாகச் சென்று வர எனக்கு அனுமதி வேண்டும்."

மலையமான் இதை எதிர்பார்க்கவில்லை. அவர் முகத்தில் சுருக்கங்கள் தெரிய, "இல்லை கரிகாலா...." என்று ஏதோ கூறத் தொடங்கும் முன்,

"எனது பாதுகாப்பு பற்றி நீங்கள் மிகவும் கவலைப்படுகிறீர்களா. தனியாகச் சென்றால் என்னைக்

கொன்று விட மாட்டார்கள் என்னை அனுப்பி வையுங்கள்" என்றார் ஆதித்தர்.

"கரிகாலா! நீ முடிவெடுத்து விட்டாய் இனி நான் கூறுவதை எப்படியும் நீ கேட்கப் போவதில்லை. அதனால் நீ பாதுகாப்பு வீரர்களை அழைத்துச் செல்லவில்லை என்றாலும் பார்த்திபேந்திரனையாவது உன்னுடன் அழைத்துச் செல்" எனக் கூறினார் திருக்கோவிலூர் மலையமான்.

"நானும் பார்த்திபனும் கொற்றவை தேவியை வணங்கிவிட்டு நேராக அவரின் பள்ளிப்படைக்குச் செல்கிறோம். நீங்கள் நவகண்டம் முடித்துவிட்டு படைவீட்டிற்கு வந்துவிடுங்கள்" என்றார் ஆதித்த கரிகாலன்.

"சரி மகனே அப்படியே ஆகட்டும், இந்த முறை நமது சேனையின் சேனாதிபதியாக வந்தியத்தேவன் இருக்கட்டும்" என்றார் மலையமான்.

"நானும் அதையே தான் நினைத்தேன். நம்மை விட அவனுக்கே அவர்களை நன்றாகத் தெரியும்" என்றான் பார்த்திபேந்திரன்.

"அது மட்டுமல்லாது பூதுகனுக்கும் அவனுக்கும் இருக்கும் நட்புக்குத் தடை யாக நாங்கள் வரவில்லை" என்று கேலியாகப் பேசினார் ஆதித்த கரிகாலர். அனைவரும் சிரிக்கத் தொடங்கினர். வந்தியத்தேவன் மிகவும் மலர்ந்த முகத்தோடு, "ஆம் அவனைக் கோபாலன் பாதத்தில் சேர்த்துவிட்டுத் தான் எனக்கு

உறக்கம், உணவு எல்லாம்" என்றான். கரிகாலர் வெடித்துச் சிரித்தார்.

கொற்றவை கோவில் தூரத்தில் தெரிந்தது. பல்லவர் காலத்து கற்றளி. "சிம்மவிஷ்ணு சாளுக்கியர்களை அடக்கிய பிறகு அந்த வெற்றியைப் பறைசாற்றும் வகையில் அந்த வெற்றிக்கு உதவிய தேவியை சாளுக்கிய நகரிலிருந்து பெயர்த்தெடுத்து இங்கே பிரதிஷ்டை செய்தார். அதற்குப் பிறகு காஞ்சிக்கு வந்த ஆதி சங்கரர் இங்கே இருந்த தேவிக்குப் பூஜைகள் எல்லாம் செய்தார்." என்று ஒருவீரன் இன்னொரு வீரனிடம் கூறினான்.

கோவிலுக்கு அருகே சென்ற பொழுது மிகப்பெரிய மதில் சுவர்கள் இருந்த தடயம் மட்டும் காணப்பட்டது. காலப்போக்கில் அந்தச் சுவர் இல்லாமல் போய்விட்டது. கோவில் மொத்தமும் மணற்கற்களைக் கொண்டு செய்திருந்தனர். பாலைவர்களுக்கே உரித்தான யாழிகள் அவர்களை வரவேற்றன. உள்ளே தேவி எட்டுக்கைகளுடன் சும்பனை வதைக்கும் கோலத்தில் காட்சியளித்தார். இதே போன்ற தேவி நிசும்பன் என்ற அரக்கனை அழிக்கும் கோலமே தஞ்சையில் நம்மால் பார்க்க முடியும் அதுவே சோழர் குலதெய்வம் நிசும்பசூதனி.

கொற்றவை பூஜைக்கு எல்லாம் தயாராக இருந்தது, நமது இளவரசர் ஆதித்த கரிகாலன் அங்கே வந்தவுடன் பூஜைகள் தொடங்கின.

முதலில் தேவிக்குப் பால், தேன், சந்தனம், தயிர் போன்ற பொருட்களால் அபிஷேகம் செய்யப்பட்டு, பின் தேவிக்கு மஞ்சள் சிவப்பு நிற சேலை

அணிவிக்கப்பட்டது. தீபாராதனை முடித்து ஒரு வாள் தேவியின் பாதத்திலிருந்து எடுத்து வரப்பட்டு அதைத் திருக்கோவிலூர் மலையமானிடம் நீட்டினார் அர்ச்சகர். அதைப் பெறாமல் கரிகாலனை நோக்கி, "பெற்றுக்கொள் கரிகாலா" என்ற நொடி கரிகாலர் அதைப் பெற்றார்.

இது நடந்து கொண்டிருக்கும் பொழுதே தேவியின் கழுத்திலிருந்த எலுமிச்சம்பழ மாலையிலிருந்து ஒன்று மட்டும் கீழே விழுந்தது. அதை கரிகாலர் கவனிக்கத் தவறவில்லை. நல்லது நடக்கும்! இந்தப் போரில் வெற்றிகிட்டும்! என்று தெய்வம் அவருக்கு ஆசீர்வாதம் செய்தது போலத் தோன்றியது. அந்தக் கோவிலில் இருந்து பிரியா விடைகொடுத்து ராஜாதித்தர் பள்ளிப்படை நோக்கிச் சென்றார்.

இதே சமகாலத்தில் அருகிலிருந்த ஒரு மைதானத்தில் நவகண்டம் நடக்க ஏற்பாடுகள் செய்திருந்தார் நமது வெள்ளங்குமரன்.

அத்தியாயம் - 41

ராஜாதித்தரின் பள்ளிப்படை மிகவும் அமைதியான ஒரு இடத்தில் அமைந்திருந்தது. சுற்றிலும் காடுகள், நீரோடை ஒன்றும் அதன் வழி ஓடியது. அங்கே அவருக்கும் அவரது யானைக்கும் ஒரு சேர பள்ளிப்படை அமைக்கப்பட்டிருந்தது. ஆதித்த கரிகாலன் அந்தப் பள்ளிப்படை போகும் சாலையில் நண்பன் பார்த்திபேந்திரனுடன் வந்துகொண்டிருந்தார்.

இங்கே தான் அவர் விதைக்கப்பட்டுள்ளார் என்று தூரத்தில் இருந்த கோவிலைச் சுட்டிக் காட்டி அதன் அருகே செல்வதற்குக் குதிரையை முன்னோக்கிச் செலுத்தினார். இரு குதிரைகளும் ஒன்றன் பின் ஒன்றாக அந்தக் குறுகிய சாலையில் நடந்து கோவிலருகே வந்தன.

மிகவும் எளிமையான கற்கோவில், ஒரு சிறிய மண்டபம். அந்த மண்டபத்தில் ஒரு நந்தி அதன் வலது புறத்தில் ஒரு சிறிய ஆலயம் அது ஒரு விநாயகர் ஆலயம். அதைச் சுட்டிக்காட்டி, “அங்கே தான் அவரின் யானை கஜராஜன் துயில் கொண்டுள்ளான்” என்றார் ஆதித்த கரிகாலன்.

மிகவும் இருட்டாக இருந்த அந்தக் கோவில் கருவறையின் கதவை கரிகாலர் திறந்து உள்ளே சென்றார். உள்ளே ஒரு சிவலிங்கம் இருந்தது. அதைப் பார்த்த நொடி அவரையும் அறியாமல் அவர் வாயில் “திருச்சிற்றம்பலம்” என்ற சொற்களும்,

“பூங்கமலத் தயனொடுமால் அறியாத நெறியானே
கோங்கலர்சேர் குவிமுலையாள் கூறாவெண் ணீறாடீ
ஓங்கெயில்சூழ் திருவாரூர் உடையானே அடியேன்நின்

பூங்கழல்கள் அவையல்லா தெவையாதும் புகழேனே.

உற்றாரை யான்வேண்டேன் ஊர்வேண்டேன்
பேர்வேண்டேன்
கற்றாரை யான்வேண்டேன் கற்பனவும் இனியமையும்
குற்றாலத் தமர்ந்துறையுங் கூத்தாஉன் குரைகழற்கே
கற்றாவின் மனம்போலக் கசிந்துருக வேண்டுவனே."

என்ற திருவாசகப் பாடலைப் பாடினார். அவர் பாடி முடித்த பிறகு காற்று மிகவும் பலமாக வீசத்தொடங்கியது. நந்தி அருகே நிறைய வேல் கம்புகள் குத்தி வைக்கப்பட்டிருந்தன. அந்த வேலில் கட்டப்பட்ட மணிகள் காற்றில் அசைந்ததா, இல்லை ராஜாதித்தர் அசைத்தாரா என்று தெரியவில்லை, ஆதித்த கரிகாலன் அந்த வேலில் ஆடும் மணியின் சத்தம் கேட்டு நேராக அந்தக் கருவறை விட்டு வெளியே வந்து அந்த வேலை மண்ணிலிருந்து உருவினார். அதைக் கையில் ஏந்திய சமயம் வானம் இடித்து பெரியதொரு மின்னல் வெட்டியது. பார்த்திபேந்திரன் கருவறை விட்டு வெளியே வந்தான். வானம் வேகமாக இருண்டு மீண்டும் ஒரு பெரிய மின்னல் வெட்டியது. அந்த மின்னல் ஒளியில் கையில் வேலோடு நின்ற கரிகாலனைக் கண்டு பார்த்திபேந்திரன் கண்கள் குழம்பின. எதிரே நிற்பது அந்த பரமசிவன் என்றே அவன் நினைத்துக் கொண்டான். அதன் பிறகு மழை வரத் தொடங்கியது. மனதில் இருந்த பெரிய பாரம் இறங்கியதாக உணர்ந்தார் ஆதித்த கரிகாலர்.

பார்த்திபேந்திரனுக்குக் கரிகாலரின் தோற்றம் மிகவும் ஆச்சிரியத்தைக் கொடுத்தது. அந்த நொடி ஈசனாகவே அவன் கண் முன்னே நின்றிருந்தார் கரிகாலர்.

சோழர்களை, சோழ மக்களை யாரவது துன்புறுத்தினால் அவர்களை அழிக்க ஆதித்த கரிகாலன் வருவார் என்று அவன் மனதிற்குள் எண்ணம் எழுந்தது.

இதே போன்று சில மாதங்களுக்கு முன்பு உத்தமசீலியின் வாள் ஏந்தி அவர் சூளுரைத்ததும் அவன் நினைவில் வந்தது, அவனுக்கு அந்தக் காட்சியை காணும் பாக்கியம் கிடைக்கவில்லை ஆனால் இந்தக் காட்சி அவன் மனக்கண் முன்னே அது எப்படி இருந்திருக்கும் என்பதை நினைவூட்டியது. அவன் கைகள் நடுங்கின, "கரிகாலரே!" என்று வாய் குழறியது.

"பார்த்திபேந்திரா இந்த யுத்தம் முடிந்த பிறகு இந்த இடத்தில் ஒரு நினைவுச்சின்னம் வைக்கவேண்டும்" என்று கரிகாலர் கூறினார்.

இதே சமகாலத்தில் நவகண்டம் செய்யும் சடங்கு தொடங்கியது, இம்முறை நவகண்டம் கொடுக்க வந்தவன் சோழ தேசத்தில் மிகவும் சிறப்பான வாள்சண்டை புரியும் பராந்தக இளையதேவன் என்ற கிழவன். அவன் கொற்றவையிடம் இந்தப் போரில் வெற்றியை வேண்டி தன்னைத் தானே பலிகொடுக்க வந்தான்.

இளையதேவன் ஒரு பழைய சோழவீரன். உடலெங்கும் இருக்கும் வடுக்கள் சோழ தேசத்திற்காக அவன் கொடுத்த காணிக்கைகளாகும், இதே போன்று மனமொத்து ஒரு காரியத்தை ஒருவருக்காக நாம் செய்யும் பொழுது அந்தக் காரியம் நிச்சயம் நன்மையில் முடியும்.

வலிமையான எதிரி நாட்டுடன் போர் புரிய நேரும் போது, வெல்வதற்கு வாய்ப்பே இல்லை என்ற தருணங்களில் தெய்வத்தின் அருள் நாடப்படுகிறது. கொற்றவைக்குப் பலி கொடுத்தால் தெய்வத்தின் அருள் கிட்டும் என்ற நம்பிக்கையில் நவகண்டம் கொடுக்கப்பட்டது.

"இன்று இந்தப் பலி ஒரு மாபெரும் யுத்தத்தில் சோழர்களின் வெற்றிக்கு வழிவகுக்கும்" என்று மலையமான் கூறினார்.

வெள்ளங்குமரன் கொற்றவைக்குப் பூஜையைச் செய்யத் தொடங்கினான். அவனின் கைகளில் ஒரு பெரிய வாள் இருந்தது. அதைக் கையில் பிடித்து அதற்கு மஞ்சள் குங்குமம் வைத்தான். பின் இந்த இளையதேவனின் முடியை ஒரு மெல்லிய மூங்கிலில் கட்டினர் சில வீரர்கள். வாளுடன் இளையதேவனின் அருகே சென்றான் வெள்ளங்குமரன்.

சங்கு, கொம்புகள் சத்தம் காதைக் கிழித்தது. வாளை மேல் உயர்த்தித் தான் ஏதோ பேசவேண்டும் என்பதைப் போல சைகை செய்தான் வெள்ளங்குமரன். வாத்திய சத்தங்கள் ஒடுங்கியது குமரனின் குரல் ஓங்கியது.

"நான் வெள்ளங்குமரன் சேரநாட்டைச் சேர்ந்தவன். இந்தச் சோழதேசத்தை என் தாயகமாக நினைத்து வாழ்கிறவன், மன்னிக்கமுடியாத தவறு ஒன்றைச் செய்தவன், மன்னரைக் காப்பாற்றாமல் போனால் கொற்றவைக்கு என்னைப் பலிகொடுப்பேன் என்று சூளுரைத்தவன். ஆனால் அன்று என் மரணத்தை விட பெரிய தியாகம் வேறொன்று இல்லை என்று நவகண்டம் கொடுக்காமல் நமது ராஜாதித்தர் போருக்குச் சென்றார், இதோ என் தாய் கொற்றவை இந்தச் சோழ

தேசத்திற்கு வெற்றியைக் கொடுக்கட்டும். என் தவறுகளை என் குருதி கொண்டே கழுவுகிறேன்" என்று அவன் பேசிக்கொண்டே, "சோழ பதாகை!" என்று கூறிய அந்த நொடி வானமே கண்ணீர் விட்டது போல அந்த இடத்தில் ஒரு பெரிய இடி மின்னலொடு மழை வந்தது. வெள்ளங்குமரன் தனது கழுத்தை வெட்டிக் கொண்டான், இதைத் தடுக்க வந்தியத்தேவன் முன்னே சென்றான். ஆனால் அதற்குள் தலை தனியாகக் கீழே விழுந்து உருண்டு கொற்றவை தேவியின் காலுக்குச் செல்ல குமரன் உடலில் இருந்து சிந்திய ரத்தம் வந்தியத்தேவனின் முகத்தில் தெறித்தது.

"தவறுகள் செய்ய வாய்ப்பு தரும் வாழ்க்கை அதைத் திருத்தி எழுதவும் வாய்ப்பு தரும். அதை நாம் சரியாகப் பயன்படுத்திக்கொள்ள வேண்டும். இவரைத் துரோகி என்று தூற்றியவர்கள் இனிமேல் தியாகி என்று போற்றப் போகிறார்கள்" என்றான் வந்தியத்தேவன்.

"நவகண்டம் கொடுக்கும் பொழுது அந்த ரத்தம் மன்னன் மீதோ சேனாதிபதி மீதோ விழுந்தால் அவர்களுக்கு வெற்றி நிச்சயம். இந்தப் போரில் வெற்றி கிடைப்பது உறுதி என்று நம்புவோம்" என்று மலையமான் கூறினார்.

"அன்று ராஜாதித்தர் கூறியது போலவே இன்று இந்த வீரனின் தியாகம் நம்மைக் காக்கும் இவர் ஆத்மா சாந்தியடையட்டும். இந்த வீரனுக்கு எல்லையில் ஒரு நவகண்ட நடுகல் எடுத்து அதன் பின்னால் இந்த நிகழ்வைப் பொறிக்கச் சொல்லுங்கள்" என்றார் மலையமான்.

அத்தியாயம் - 42

மழை சற்றும் குறையவில்லை. ராஜாதித்தர் பள்ளிப்படையின் படிக்கட்டில் கரிகாலன் அந்த வேலுடன் அமர்ந்தார்.

"உங்களைக் காண அந்த ராஜாதித்தர் போலத் தோன்றுகிறது. அவரை நான் பார்த்ததே இல்லை ஆனால் உங்களைப் பார்க்கிறேன் அவர் எப்படி இருந்திருப்பார் என்பதை உங்களை வைத்து என்னால் கற்பனை செய்து பார்க்க முடிகிறது" என்றான் பார்த்திபேந்திரன்.

"எதற்கு பார்த்திபா என்னைப் புகழ்கிறாய்? கடலெனத் திரண்ட ராஷ்டிரகூட சேனையை ஒருவராக எதிர்த்துப் போரிட்டு அந்தச் சமுத்திரத்தில் உள்ள சூழ்ச்சி எனும் சுழலில் முழுகி இறந்த ராஜாதித்தரும் நானும் ஒன்றல்ல. அவரைப் போன்ற வீரர்கள் இனி மண்ணில் தோன்றுவார்களா என்பதே எனக்குச் சந்தேகம் தான், அவரின் மனநிலையைச் சற்று சிந்தித்துப் பார். நெருங்கிய நண்பனின் மரணம் போன்று சித்தரிக்கப்பட்டு அவன் சாகவில்லை அவன் ஒரு துரோகி என்று அறிந்த நொடி அவர் உயிர் விட்டு இருப்பார். பூதுகனின் அம்பு நிச்சயம் அவரைக் கொன்றிருக்காது.

அவரை ஒரு அம்பு கொன்றிருக்கும் என்று தோன்றுகிறதா?" என்று கரிகாலர் கேட்க மௌனமாக இருந்தான் பார்த்திபேந்திரன்.

"இந்த வெள்ளங்குமரனின் மரணம் என்று அன்று நடந்த நாடகமே அவரைக் கொன்றது என்று நான் கூறுவேன்.

அவரைக் கொன்றது துரோகம் எனும் நஞ்சு கலந்த அம்பு! அதன் வலி என்னவென்று இந்நேரம் அந்தப் பூதுகனுக்குப் புரிந்திருக்கும் என்றார் ஆதித்த கரிகாலர். பார்த்திபேந்திரன் அவரின் கூற்றை ஆமோதித்துத் தலையசைத்தான்.

ராஷ்டிரகூடர் படைவீடு

ராஷ்டகூடர்களின் படைவீட்டில் நுழைந்து தன்னையும் ஏமாற்ற முடியும் தனக்கு எதிராகவும் சூழ்ச்சி நடக்கும், தனக்கும் தோல்வி உண்டு என்பதைப் பூதுகனின் மணம் ஏற்க முடியாமல் அவனைக் கொன்றது. கப்பறப்படை, காலாட்படை, யானைப்படை பற்றிய எல்லா ரகசியங்களும் அவனுக்குத் தெரியும். ஒரு கல் கொண்டு இரண்டு கனிகளைப் பெற்றுவிட்டனர் சோழர்கள் என்று தனக்குத் தானே பேசிக்கொண்டான் பூதுகன். எதையுமே நான்காம் கோணத்தில் பார்க்க வேண்டும் என்று கிருஷ்ணன் கூறும் வார்த்தைகள் பூதுகன் காதில் ஒலித்துக்கொண்டிருக்க எதிரே அவன் கண்களில் கிருஷ்ணன் தெரிந்தார். முதலில் தனக்குப் பித்து பிடித்துவிட்டது என்று தான் நினைத்தான் பின் உண்மையிலேயே அவன் முன் கிருஷ்ணன் வந்து நின்றார்.

"அரசே! நீங்கள் எதற்காக இங்கே வந்தீர்கள்" என்று பூதுகன் கேட்க, "எனது எதிரியை எதிர்த்துப் போர் புரியவே வந்தேன், இத்தனை நாட்களும் நாம் புரிந்த போரில் எனக்குச் சமமாக ஒருவனை நான் பார்த்ததே இல்லை. அதனால் நான் அந்தப் போர்களில் பங்குபெறாமல் உன்னை அனுப்பினேன். ஆனால் இந்த ஆதித்த கரிகாலன் வீரத்தில் கர்ணனனைப் போன்றும்

விவேகத்தில் கிருஷ்ணனைப் போன்றும் சிறந்தவனாக இருக்கிறான். அதனால் தான் அவனை எதிரியாக மனமார ஏற்றுக்கொண்டேன்" என்றார் கிருஷ்ணன்.

"தகுதியான எதிரிகளே உனது தரத்தை உயர்த்த உதவும் ஏணி, பார்ப்பவனை எல்லாம் எதிரி என்றால் உனக்கு என்று ஒரு தகுதி இல்லாமலே போய்விடும் என்றார்" கிருஷ்ணன். உண்மையான வார்த்தைகள் என நினைத்தான் பூதுகன். அவன் அமைதியைக் கண்ட அரசர் தொடர்ந்து

"என்ன போருக்கான களபலியைக் கொடுத்து போர்க்கொடியைத் தூக்கிப்பிடித்து விடலாமா" என்று கேட்க, "தாராளமாகக் கொடுத்துவிடலாம்" என்றான் பூதுகன்.

"இம்முறை எருமை கிடா எதுவும் வேண்டாம். நரபலியைக் கொடுத்து போரைத் தொடங்குவோம்" என்ற கிருஷ்ணனிடம் அப்படியே ஆகட்டும் என்றான் பூதுகன்.

"இன்று இரவே நமது கள பலி கொடுக்கப்பட வேண்டும், இம்முறை சிவராத்திரி தினமன்றே அம்மாவசை வருகிறது. நான் நாள் குறித்தது போலவே அவர்களும் நாள் குறித்திருப்பார்கள் மிகவும் முக்கியமான போர் இது! கட்சியும் தஞ்சையும் கொண்ட கன்னரதேவன் என்ற பெயரை என்னால் மாற்றிக்கொள்ள முடியாது. அதனால் இந்தப் போரில் வெற்றிபெறுவது மிகவும் அவசியம். ஒருமுறை காயம்பட்ட புலியின் தாக்குதல் மிகவும் பயங்கரமாகவே இருக்கும் அதுவும் இது இளம்புலி வேறு. மீன்களை

வேட்டையாடிய புலி அல்லவா இது அதனால் இன்னும் கவனம் தேவை" என்றார் மன்னர் கிருஷ்ணன்.

பூதுகன் மனதில் ஏகப்பட்ட கேள்விகள் இருந்தன. எப்படி இந்தப் போரில் வெல்லப் போகிறோம். தன்னை வந்தியத்தேவன் முழுமையாக அறிவானே, தனது அசைவுகளை அறிந்த எதிரி எப்பொழுதும் தன்னை விட பலசாலிகளாக இருப்பார்கள் இதைக் கிருஷ்ணனும் அறிவார் அதனால் தான் அவரே நேரடியாக வந்துவிட்டார். இது தான் வந்தியத்தேவனை உயிருடன் விடக் காரணம். அவருக்கு ஆதித்த கரிகாலனைப் பிடித்துவிட்டது. அவனின் ரசிகனாக மாறிவிட்டார் இல்லையென்றால் போர்க்களம் வரும் பழக்கமே அவருகில்லையே இந்த முறை போர் பார்க்க மிகவும் நன்றாக இருக்கும் என்று நினைத்துக்கொண்டான் பூதுகன்.

கிருஷ்ணன் அறையை விட்டு வெளியே வந்தார், அவரைப் பின் தொடர்ந்து பூதுகனும் வந்தான். கிருஷ்ணன் ஒரு மாபெரும் கிருஷ்ண பக்தர். அதனால் தனது சேனையின் ஒரு பிரிவுக்கு நாராயணி சேனை என்று பெயர் வைத்திருந்தார்.

கிருஷ்ணபரமாத்மாவின் சேனையின் பெயரைத் தனது சேனைக்கு வைத்துக்கொண்டார் கிருஷ்ணன், எல்லா போர்களிலும் இந்தச் சேனை பங்குபெறாது. பலசாலியான எதிரிகளை அழிக்க மட்டுமே இந்தச் சேனை வரும். நாராயணி சேனையில் இருந்த ஒவ்வொரு வீரனும் பத்து வீரர்களுக்குச் சமமானவர்கள். அதனாலே இதை இந்தப் போரில் பங்கு கொள்ள அழைத்து வந்தார் கிருஷ்ணன்.

பூதுகன் கண்கள் விரிந்தன. பல காத தூரத்திற்கு வெறும் நீளம் சிவப்பு உடை அணிந்த வீரர்கள். அவர்கள் எழுப்பும் ஒலியே பலமற்ற எதிரிகளைப் புறமுதுகு காட்டி ஓட வைத்துவிடும், இதுவரை இரண்டு முறை மட்டும் தான் நாராயணி சேனை போருக்கு வந்துள்ளது. அந்த இரண்டு முறையும் கிருஷ்ணனுக்கு வெற்றியைப் பெற்றுக்கொடுத்தது. இம்முறையும் இது நடக்கும் என்று நம்புவோம் என்று பூதுகன் நினைத்துக்கொண்டான்.

அத்தியாயம் - 43

ஆதித்த கரிகாலன் பார்த்திபேந்திரன் இருவரும் சோழர் பாசறை நோக்கி வந்து கொண்டிருந்தனர். அப்பொழுது பார்த்திபேந்திரன், "இளவரசே! உங்களிடம் ஒரு சந்தேகம் கேட்கவேண்டும் என்று எனக்கு வெகு நாட்களாக உள்ளது. அதை நீங்கள் தெளிவு படுத்தவேண்டும்" என்றான்.

"கூறு பார்த்திபா" எனக் கணிவுடன் ஆதித்த கரிகாலன் கேட்க,

"இந்த திருவையன் சீர்கண்டன் யார்?"

"அவன் வைதும்பராயர் வம்சத்தைச் சேர்ந்தவன். விக்ரமாதித்தன் இறந்த பிறகு தொண்டை மண்டலத்தைக் கிருஷ்ணன் அவனுக்கு வழங்கி ஆட்சி செய்யக் கொடுத்தான். அன்று அரிஞ்சய சோழர் காலத்தில் பாணரும் அவர்கள் பக்கமிருந்தனர். அன்று அரிஞ்சய சோழர் அரிஞ்சய பிராட்டியாரைப் பாண மன்னனுக்குத் திருமணம் செய்து அவர்களை நம் பக்கம் இழுத்தார். பின் தந்தை ஆட்சிக்கு வந்தார், தொண்டை மண்டலம் நோக்கிய முதல் படையெடுப்பு நடந்தது. அதில் திருவையன் சீர்கண்டன் தோற்று மன்னர் கிருஷ்ணனிடம் அடைக்கலம் புகுந்தான், சோழர் படை முன்னேறி தொண்டை மண்டலத்தில் சில பகுதிகளைப் பிடித்தது.

இன்று அந்தப் போராட்டம் தொடங்கி நான்கு வருடமாகிறது, இம்முறை தொண்டை மண்டலத்தை மீட்க வேண்டும். தக்கோலம் போருக்குப் பிறகு

கிருஷ்ணன் தனது கல்வெட்டுகளில் தன்னை கட்சியும் தஞ்சையும் கொண்டவன் என்று கூறுகிறான். அவன் காஞ்சியைத் தாண்டி உள்ளே வரவில்லை, இன்னும் சில கல்வெட்டுகள் அவன் ராமேஸ்வரம் அருகே வெற்றித்தூண் வைத்தான் என்றும் இலங்கை சென்று கப்பம் வாங்கினான் என்றும் கூறுகிறது."

"இதையெல்லாம் ஏன் செய்கிறார்கள்?" எனக் கேட்டான் பார்த்திபன்.

"அது ஒன்றுமில்லை சில நூறு வருடங்கள் கழித்து வருவோருக்கு இங்கே என்ன நடந்தது என்பது தெரியவா போகிறது? அவர்களை முட்டாளாக்க இப்படி எல்லாம் செய்கிறார்கள்" என்று கூறி ஆதித்த கரிகாலன் சிரித்தார்.

"வரலாறு முக்கியம் என்று நினைக்கும் அவர்கள் உண்மையான வரலாறு என்னவென்று கூற அச்சப்படுகிறார்கள்" என்றான் பார்த்திபேந்திரன்.

இருவரது குதிரைகளும் மெதுவாக நடந்தது, அவை இரண்டும் சோழர் முகாமிட்டிருந்த இடத்திற்கு வருகை தந்தன.

வந்தியத்தேவன் இவர்களுக்காகக் காத்திருந்தான். அவன் சற்றுப் பதட்டமாக நிற்பதைப் பார்த்து, "என்ன வந்தியத்தேவா? என்ன முகமெல்லாம் களையிழந்து இருக்கிறதே" என்றார் ஆதித்த கரிகாலர்.

உடனே அங்கே நவகண்டம் நடந்த இடத்தில் நடந்தவற்றைக் கூறினான். "சரியான முடிவை அவரே

தேர்ந்தேடுத்துத் தன் மேல் சுமத்தப்பட்ட பழியைத் துடைத்துவிட்டார்" என்று பார்த்திபேந்திரன் கூறினான்.

"இல்லை பார்த்திபேந்திரா! இந்தப் போரில் அவரின் பங்கு நமக்கு அவசியமானதாக இருந்தது, பரவாயில்லை ஒரு இரவு அவர் எனக்குச் சில போதனைகளை வழங்கினார், அப்பொழுது அதை ஏன் கூறினார் என்று எனக்குப் புரியவில்லை. ஆனால் இப்பொழுது புரிகிறது. நம்முடன் இருக்கமாட்டார் என்பதைத் தெரிந்தே இதையெல்லாம் நம்மிடம் கூறிவிட்டுச் சென்றுள்ளார். ராஜாதித்தரின் வாக்கையும் உண்மையாக மாற்றிவிட்டார்" என்றார் ஆதித்த கரிகாலன்.

"சரி நமது திட்டங்களை எல்லாம் பற்றி விவாதிக்க வேண்டும் நீங்கள் அனைவரும் ஒரு நாழிகை கழித்து நம்முடைய தளபதிகளை அழைத்துக்கொண்டு நம்முடைய பாசறைக்கு வந்துவிடுங்கள்" என்றார் ஆதித்த கரிகாலர்.

இரவுக்குக் கொஞ்சம் கொஞ்சமாக உயிர்வரத் தொடங்கியது. எட்டுத் திக்கும் இருள் சூழ சோழர்களின் பாசறையில் மட்டும் வெளிச்சம் இரவின் கண்கள் போல ஜொலித்தன. ஆதித்த கரிகாலன் போர்க்களத்தின் தன்மையைப் பற்றி ஆராய்ந்து கொண்டிருந்தார், ஒரு பாத்திரத்தில் போர்க்களத்திலிருந்து மண் எடுத்து வரப்பட்டது. அந்த மண்ணில் கொஞ்சம் நீரை ஊற்றினார் ஆதித்த கரிகாலர். நீரை உடனடியாக மண் உறிஞ்சியது. மண் மிகவும் வறண்டு இருக்கிறது, இன்று அல்லது நாளை மழை நிச்சயம் வரக்கூடும் அப்பொழுது இதன் தன்மை மொத்தமாக மாறிவிடும் சரி, பொறுத்திருந்து பார்க்கலாம் என்று நினைத்துக்கொண்டார் ஆதித்த

கரிகாலர். இந்தப் பரிசோதனை நடந்து கொண்டிருக்கும் பொழுதே ஆதித்த கரிகாலரைக் காண வந்தியத்தேவன், பார்த்திபேந்திரன், கந்தமாறன் ஏனைய படைத்தளபதிகள், உபதளபதிகள் அனைவரும் வந்திருந்தனர். அனைவரும் இளவரசரை வணங்கிவிட்டு அவரவர் ஆசனத்தில் அமர்ந்தனர்.

"அனைவரையும் ஒரு இடத்தில் கண்டதில் எனக்கு மகிழ்ச்சி, நிச்சயம் இந்தப் போர் நமக்கு ஒரு சவாலாக இருக்கும். மண்ணில் துளிகூட ஈரமில்லை, இரண்டு தினங்களாக மழை பெய்கிறது இருந்தாலும் அதில் கொஞ்சம் கூட ஈரமில்லை. சரி இதெல்லாம் இருக்கட்டும் நமது படைகள் எல்லாம் வந்து சேர்ந்து விட்டனவா?" என்று கேட்டார் ஆதித்த கரிகாலர்.

"எல்லாம் வந்துவிட்டன இளவரசே" என்று பார்த்திபேந்திரன் கூற, "நமது படைகளில் உள்ளவர்களுக்கு உற்சாகமும் ஊக்கமும் கொடுப்பது உங்களின் கடமை. இன்று இந்த மந்திராலோசனை எதற்காக என்று அனைவருக்கும் தெரியும், நான் இந்தச் சேனையின் முதல் வீரனாக நின்று சண்டையிடுவேன். இந்தப் படையின் சேனாதிபதியாக வந்தியத்தேவனை நியமிக்கிறேன்" என்று ஆதித்த கரிகாலர் கூற அனைவரும் அதற்கு ஒப்புதல் தெரிவித்தனர். இந்தச் சேனையைப் பத்திரமாகப் பார்த்துக்கொள்ள இந்த நாட்படைகளுக்கும் தளபதிகள் வேண்டுமல்லவா. வீரபாண்டியனுடன் நடந்த போரில் சேனையை வழி நடத்திய நமது வீரசோழனுக்கு வந்தியத்தேவனின் குதிரைப் படையைக் கொடுக்கிறேன், பார்த்திபேந்திரனுக்குத் தேர்ப் படையும், கந்தமாறனுக்குக் காலாட்படையும் கொடுக்கிறேன்.

இன்னும் மீதமுள்ளது யானைப்படை வழக்கம் போல அதை நான் பார்த்துக்கொள்கிறேன். இதில் யாருக்காவது மாற்றுக்கருத்து உள்ளதா?" என்று ஆதித்த கரிகாலன் கேட்டார்.

"இல்லை இளவரசே எந்த மாற்றுக்கருத்தும் இல்லை" என்று அனைவரும் கூறினர்.

"சரி! நாளைய வியூகங்களைப் பற்றி விவாதிப்போம். நம்மிடம் இருக்கும் குதிரைப் படைகளை முன்னே நிறுத்தி யானைகளை அதற்குத் துணையாக நிறுத்தவேண்டும், நாம் போரில் அமைக்கவிருக்கும் வியூகம் சர்ப வியூகம். மூன்று பாம்புகள் சற்று நீண்டு வாலை மட்டும் ஒன்றோடு ஒன்று பிணைத்திருக்கும் வடிவம். இது ஒரு பாதுகாப்பு வியூகம் மட்டுமே. எதிரியின் முழு வலிமையை அறிந்த பின் மூன்று சர்பங்களும் பிரிந்து சென்று தாக்கவேண்டும். யானைகள், குதிரைகள், வாட்படை, வில்படை, வேல்படை இதையெல்லாம் எங்கெங்கே நிறுத்தவேண்டும் என்பது அந்தந்த சர்ப்பத்தில் இருக்கும் தளபதியிடம் ஒப்படைக்கிறேன். முதலில் பகைவர்களின் வலிமையை உன்னிப்பாகக் கவனிக்க வேண்டும்" என்றார் ஆதித்த கரிகாலர்.

அனைவரும் அவரின் பேச்சை உன்னிப்பாகக் கவனித்தனர். பின் அந்தக் கூட்டம் முழு மனதோடு அந்தக் கூடாரத்தை விட்டு நீங்கியது. ஆதித்த கரிகால்ர் மனதில் வேறேதோ ஒரு சொல்லமுடியாத கணம் அதை அவர் கண்கள் காட்டிக் கொடுத்துவிடும். வந்தியத்தேவன் அதைப் பற்றி ஒன்றும் கேட்காமல், "கரிகாலரே! இந்தப் போரில் என்னை நம்பி நீங்கள் இந்த

இன்ப பிரபஞ்சன்.ஜெ

மாபெரும் பொறுப்பை என்னிடம் கொடுத்தவுடன் இதைச் சிறப்பாகச் செய்ய வேண்டும் என்ற கடமை எனக்கு உள்ளது. அது சற்றே பதற்றத்தைக் கொடுக்கிறது" என்றான்.

"அதை நான் நன்கறிவேன். நீ அதைச் சிறப்பாகச் செய்து முடிப்பதை நான் பார்க்கப்போகிறேன். இதை எல்லாம் நன்கு அறிந்து தான் உன்னை நான் தேர்வு செய்தேன், பரிந்துரைகளுக்கும், பாசத்திற்கும் களத்தில் இடம் இல்லை வந்தியத்தேவா! திறமை ஒன்றுக்கே இடம்."

இருவரும் பேசிக்கொண்டே கொற்றலை ஆற்றங்கரைக்குச் சென்றனர். விடியலை எதிர்நோக்கி கிழக்கே பார்த்து நின்றுகொண்டிருந்தார் ஆதித்த கரிகாலர்.

அத்தியாயம் - 44

வெற்றிகரமாக கள பலியைக் கொடுத்துப் போருக்கு தயாராகிக் கொண்டிருந்தனர் ராஷ்டிரகூடர்கள். இம்முறையும் வெற்றி நமக்கே. நமது தளபதிகள் அனைவரையும் வரச்சொல் என்றார் மன்னர் கிருஷ்ணன். அதே போல அனைவரும் அந்தச் சபையில் கூடியிருந்தனர். கிருஷ்ணர் அனைவரையும் பார்த்தார். பூதுகன் முதல் கடைசி உபதளபதி வரை அனைவரும் வந்திருந்தனர். கிருஷ்ணர் பேசத் தொடங்கினார்,

"இந்தச் சேனையின் சேனாதிபதியாகப் பூதுகன் செயல்படுவான். நான் யானைப் படையைப் பார்த்துக்கொள்கிறேன், கருநாடத் தேவன் குதிரைப் படைகளைப் பார்த்துக் கொள்ளட்டும், ராஜவிஷ்ணுவின் மகன் நரசிம்மன் தேர்ப் படைகளைக் கவனித்துக் கொள்ளட்டும், இம்முறை இந்தப் போரில் யாருக்கு வேண்டுமானாலும் வீரசொர்க்கம் வைகுண்ட பிராப்தம் கிடைக்கலாம் ஏன் எனக்கும் அது கிடைக்க வாய்ப்பிருக்கிறது. இத்தனை நாள் நாம் சந்தித்த எதிரிகள் வேறு. இன்று நமது முன்னால் இருக்கும் எதிரியே வேறு. சிறுவன் என்று மட்டும் நினைத்துவிடாதீர்கள், வீரபாண்டியனின் கதை தெரியுமல்லவா உங்களுக்கு?! மிகவும் எச்சரிக்கையாகப் போர் புரிய வேண்டும்.

வெற்றி என்ற பேராசையும் வேண்டாம் தோல்வி என்ற பயமும் வேண்டாம் நாட்டிற்காகப் போர் செய்கிறோம் என்பதை மட்டும் மனதில் வைத்துக் கொள்ளுங்கள்" என்றார் அரசர் கிருஷ்ணன்.

வீரர்களே அந்த வரைபடத்தை இங்கே வையுங்கள் என்ற நொடி மன்னர் முன்பு இருந்த மேடை மீது ஒரு மிகப்பெரிய வரைபடம் வைக்கப்பட்டது.

"இது தான் நமது யுத்தக்களம். இங்கே மலைகள் எதுவும் இல்லை வெறும் நிலப்பரப்பு மட்டும் தான், கொற்றலை ஆற்றங்கரை அவர்கள் பக்கம் தான் உள்ளது. நமக்கு நீர் தேவை தான் பெரிய சவாலாக இருக்கும், நமக்கு நீர் வேண்டும் என்றால் இங்கிருந்து எட்டு காத தூரம் செல்ல வேண்டும். அதனால் நீரை அளவாகப் பயன்படுத்துங்கள், மருத்துவர்கள் தேவைகளைக் கவனித்துக் கொள்ளுங்கள்" என்று கூறினார் கிருஷ்ணன். பூதுகன் அமைதியாக அவர் பேச்சைக் கேட்டுக்கொண்டிருந்தான்.

நாளைய போரில் நமது வியூகம் என்னவாக இருக்கும் என்று பூதுகன் கேட்க, அதை நாளை போர்க்களத்தில் தீர்மானித்துக் கொள்ளலாம். அவர்களின் வியூகத்தை உடைக்கும் வியூகம் போர்க்களத்திலே அமைக்கப்படும் என்றார் கிருஷ்ணன்.

இந்தப் போரில் முதல் தாக்குதலை அவர்களே நடத்தட்டுமென்று கிருஷ்ணன் கூறினார். இவரின் திட்டம் ஒன்றும் புரியாதவனாக பூதுகன் அமர்ந்திருந்தான். பூதுகன் கிருஷ்ணனைப் பார்த்து "அரசே எத்தனையோ போரை என்னை நம்பி பொறுப்பைக் கொடுத்துள்ளீர்கள் அதே போன்று இந்தப் போரையும் என்னிடமே விட விண்ணப்பம் வைக்கிறேன். நிச்சயம் வெற்றி பெறுவேன். நீங்கள் இந்த மேடை மீது அமர்ந்து போரைப் பாருங்கள்" என்றான்.

"நீ சரியான மனநிலையில் இல்லையே பூதுகா! உன்னை இப்படி நான் பார்த்ததே இல்லை, இந்த ஏமாற்றத்தை உன்னால் தாங்க முடியவில்லை இந்த நிலையில் நீ போர் புரிதல் எப்படி சரியாகும்?" என்று கிருஷ்ணன் கேட்க,

"இல்லை அரசே! நான் பார்த்துக் கொள்கிறேன்" என்றான் பூதுகன். காலை விடியல் நமக்காக விடியும் என்று நான் நம்புகிறேன். என்ற கிருஷ்ணன், "நீ செல் நாளை நீயே போரை முன்னிருந்து நடத்து" என்று கூறி அனுப்பினார்.

பிறை நிலவு மறைந்து கதிரவன் ஒளி களமெங்கும் படரத் தொடங்கியது. இந்தப் போரை அரசர் கூறியது போல அவர்களே தொடங்கட்டும் என்று குதிரைப் படையின் தளபதி கருநாடத் தேவனிடம் கூறினான் பூதுகன். சரி அரசே நமது திட்டம் இன்று அவர்களின் பலத்தை முழுவதுமாகப் புரிந்துகொள்வதில் இருக்கவேண்டும் என்று எனக்குத் தோன்றுகிறது என்று கருநாடத்தேவன் கூற, "அதைத் தான் நானும் கூறுகிறேன்" என்று பூதுகன் யானை மேல் இருந்து குதிரை மேல் அமர்ந்திருந்த கருநாடத்தேவனிடம் கூறினான்.

எதிரே ஒரு மாபெரும் புழுதி மண்டலம் காற்றுக்கு உருவம் கொடுப்பது போலத் தெரிந்தது, அந்தப் புழுதி மண்டலம் நெருங்கி வந்துகொண்டிருந்தது. அது அருகே வர வர நிலமெல்லாம் அதிர்ந்தது, புழுதி மண்டலம் அடங்கிய நொடி பூதுகன் தொலைநோக்கி வைத்து எதிரிகள் படையைப் பார்த்துக்கொண்டிருந்தான். அவனையும் யாரோ தொலைநோக்கி வைத்துப் பார்த்துக்கொண்டிருந்தது அவனுக்குத் தெரிந்தது, இது அவனுக்கு ராஜாதித்தரை நினைவூட்டியது, ராஜாதித்தரைப் போன்றே ஆதித்த கரிகாலர் யானை

மேல் அமர்ந்து எதிரே இருந்த பூதுகனைப் பார்த்துக்கொண்டிருந்தார்.

பூதுகன் தொலைநோக்கி வழியே பார்த்த பொழுது அவன் கண்ணுக்கு எட்டிய தூரம்வரை சேனா வீரர்கள் அணிவகுத்து நின்றனர். இந்தப் படையை முறியடிக்க நமக்கு விவேகமும் முக்கியம் என்பது அவன் எண்ணத்தில் உதித்தது.

போருக்கான முரசு கொட்டப்பட்டு சங்கு ஊதப்பட்டது. ஆதித்த கரிகாலனின் படை மெதுவாக இடமிருந்து வலமாக நகர்ந்தனர். அப்படி நடந்து மூன்று வளைந்த சர்ப்பங்கள் வாள்களை ஒன்றோடு ஒன்று பிணைத்திருப்பது போல சர்ப்ப வியூகத்தை அமைத்தனர்.

இந்த வியூகம் நேராகப் பார்க்கும் பொழுது ஒரு சக்கரம் போலத் தெரியும் ஆனால் அதை மேலிருந்து பார்க்கும்பொழுது தான் அது மூன்று பாம்புகள் ஒன்றோடு ஒன்று பிணைக்கப்பட்டுள்ளது என்பது தெரியும். மிகவும் நீளமான அந்தப் பாம்புகள் வளைந்து தங்களை குறுக்கிக் கொண்டன. பூதுகன் இது சர்ப்பம் போன்று தெரிகிறது சரி நம்தரப்பில் இன்று கருட வியூகத்தை வகுத்து இதை அழித்துவிடலாம் என்றான். முரசு கொட்டப்பட்டு ராஷ்டிரகூடர்கள் தரப்பில் கருட வியூகம் வகுக்கப்பட்டது. இரண்டு வியூகங்களும் ஒன்றை ஒன்று நெருங்கி வந்துகொண்டிருந்தன, வந்தியத்தேவன் பார்த்திபேந்திரன் இருவரும் ஒருவரை ஒருவர் பார்த்துச் சிரித்துக்கொண்டனர். இது அவர்கள் எதிர்பார்த்தது தான் ஆனால் பூதுகன் எதிர்பார்க்காத ஒன்று நடக்கப்போகிறது என்பதைக் கூறும் வகையில் இருந்தது அந்தச் சிரிப்பு.

வந்தியத்தேவன் தனது குதிரை ஆழி மீது வேலை ஏந்தி தன் அருகே வந்த ராஷ்டிரகூட வீரர்களைக் குத்தித் தூங்கிக்கொண்டிருந்தான், பார்த்திபேந்திரன் ரதத்தை மிகவும் வேகமாகச் செலுத்தும் படி கூறி, இருமுக அம்புகளை மிகவும் வேகமாக எய்தான். அந்த அம்புகள் எதிரிகள் நெஞ்சைப் பிளந்து அவர்களின் குருதியைப் பூமிக்குப் பாய்ச்சியது.

கந்தமாறன் தரப்பில் வேல் ஏந்திய வீரர்கள் எரியும் வேல் எதிரி சேனையின் மத்தியில் நிற்கும் வீரர்களைத் தாக்கியது. கந்தமாறன் இப்பொழுது காற்றின் திசையில் செல்லும் சுருள் அம்புகளைத் தொடுக்கும்படி ஆணையிட வீரர்கள் அனைவரும் தனது அம்பராத்தூணியில் இருந்து சுருள் அம்புகளை எய்தனர். காற்று சோழர்கள் பக்கமிருந்து ராஷ்டிரகூடர்களின் பக்கம் சென்று கொண்டிருந்தது. அந்தக் காற்றின் திசையிலே அம்புகள் சென்றன. ஒவ்வொரு அம்பும் எதிரியின் உடலில் சொருக அதை உருவ நினைத்த பொழுது அது அவர்களின் சதையோடு கையில் வந்தது. ஆதித்த கரிகாலரை முன்னேற விடாமல் ஐந்து யானைகள் சுற்றி வளைத்தன, தனது யானைப்பாகனிடம் யானையின் காதருகே அங்குசமிட்டுச் சங்கிலியை இழுக்கச் சொன்னார். அவர் கூறியது போலவே அவன் செய்தான், அந்த யானை தன் முன்னே இருந்த சக்கரத்தை எடுத்து இரண்டு கால்களையும் தூக்கி அந்தச் சக்கரத்தை எதிரிப்படை மீது வீசியது. ஒரு யானையின் மேலிருந்தவனை அந்தச் சக்கரம் தாக்கியது. இப்படி யானை மேலுழும்பும் பொழுது ஆதித்த கரிகாலன் யானைமேல் எழுந்து நின்று மூன்று ஈட்டியை மூன்று திசைகளில் எறிந்தார். ஒவ்வொரு ஈட்டியும் யானை மேலிருந்த வீரர்களைக் கொன்றது. இப்பொழுது எதிரே ஒரு யானை மட்டும் தான் இருந்தது. அந்த யானையை

நோக்கி வேகமாகத் தனது யானையைச் செலுத்த சொன்னார் ஆதித்த கரிகாலன், அப்படி சென்ற பொழுது இழுத்துப் பிடி சங்கிலியை என்று கூறிய நொடி யானை பின்னங்கால்களைத் தூக்கி அதன் முகத்தை நிலத்தை நோக்கி நகர்த்தியது, காற்றில் ஒரே பாய்ச்சலாக ஈட்டியை ஏந்தி அந்த எதிரி யானை மேல் இருந்த வீரனை நோக்கி எரிந்து ஒரே பாய்ச்சலில் அந்த யானை மேல் ஏறினார். கரிகாலனின் இந்தக் கோரத்தாண்டவத்தைப் பூதுகனால் பார்த்து வியக்கமட்டுமே முடிந்தது, பூதுகன் கருநாடனைப் பார்த்து குதிரைப்படையை முன்னேறிச் செல்ல சொல் என்று கூற கருநாடன் கொம்பு ஒன்றை ஊதினான். குதிரைப்படை புழுதியைக் கிளப்பிக்கொண்டு முன்னேறிச் சென்றது. குதிரைப்படையைச் சேர்ந்த ராஷ்டிரகூட வீரர்கள் வித்தியாசமான முனையைக் கொண்ட அம்புகளை எய்தனர். அந்த அம்பு மூன்று கூர்மையான முகங்களைக் கொண்டிருந்தது. இந்த அம்புகளைச் சற்றும் எதிர்பார்க்காத சோழர் படை முன்னேறி வருவதை நிறுத்தியது, யுத்தம் இப்பொழுது பூதுகன் எண்ணியது போல மாறியது. கருநாடன் பின்னாலே ராஷ்டிரகூடர்களின் யானைப்படை வந்தது. யானை மேல் அமர்ந்து பூதுகன் சேனையை வழிநடத்திக் கொண்டிருந்தான். யானை மேலிருந்து அம்புகளை எய்தான் பூதுகன். பொதுவாக யானைமேல் உள்ளவர்கள் எல்லாம் ஈட்டியை விரும்புவர் ஆனால் பூதுகனின் யானைப்படை அம்புகளை எய்தது. பூதுகனின் திட்டம் இன்று குதிரைப் படையை வைத்துச் சோழர்களின் குதிரைப்படையை அழிக்கவேண்டும் என்பது தான், இப்பொழுது சோழர்கள் தரப்பிலிருந்து முரசு கொட்டப்பட்டது.

மூன்று பாம்புகளும் தங்களை விடுவித்துக்கொண்டு வளைந்து செல்லத் தொடங்கிய நொடி பூதுகன் கண்கள் விரிந்தன. வீரசோழன் இந்தப் போரில் தனது குதிரைப் படை வீரர்களை மீண்டும் முன்னேறிச் செல்லுமாறு உத்தரவிட்டார், அந்த குதிரைப்படையிலிருந்து அவரைக் கொல்வதே இன்று பூதுகன் பெரும் முதல் வெற்றி.

வந்தியத்தேவன் இப்பொழுது கழுகின் கழுத்தை இடது பக்கமிருந்து உடைக்க முயற்சி செய்தான். ஆழி மீது அமர்ந்து தனது இடுப்பில் இரண்டு சுருள்வாளை வைத்திருந்தான். இந்த இரண்டையும் உருவி காற்றில் சுழற்றிக்கொண்டே எதிரில் இருந்த வீரர்களை வெட்டி வீசினான். கருநாடன் முன்னேறிச் சென்ற நொடி குதிரைப் படையின் தளபதி வீரசோழனை எதிரில் சந்திக்க நேர்ந்தது. அவர்கள் இருவருக்கும் போர் தொடங்கியது. இருவரும் குதிரை மீது அமர்ந்து வேல் ஏந்தி ஒருவரை ஒருவர் தாக்கிக் கொண்டிருந்தானர். இந்தக் கருநாடன் ஒரு கட்டத்தில் மிகவும் கோபமாக வீரசோழனின் குதிரையின் கால் மீது வேலை எறிந்தான். அந்த வேல் குதிரை மீது பட்ட அந்த நொடி குதிரை கால் ஊனமுடியாமல் கீழே விழுந்தது. அதன் மீதிருந்து வீரசோழனும் கீழே விழுந்தார். கருநாடன் தன்னருகே வாளை நீட்டிக்கொண்டு வருகிறான் என்பது புரிந்து உடனடியாகச் சற்று இடது புறமாக நகர்ந்தார், கருநாடனின் வாள் வீரசோழனின் கழுத்தருகே வந்து சென்றது. கண்ணிமைக்கும் நொடியில் அந்தக் குதிரை மீது இருந்த கருநாடனின் கழுத்தில் இருந்த சங்கிலியைத் தனது இடது கைக்கொண்டு இழுக்க அவன் கீழே விழுந்தான்.

இதைச் சற்றும் எதிர்பார்க்காத கருநாடன் தனது கையில் ஆயுதமின்றி நின்றான். "இதோ இதை எடுத்துக்கொள்" என்று கூறி வீரசோழன் காலருகே இருந்த வாளை எட்டி உதைக்க அது மண்ணை மேலெழுப்பி கருநாடன் காலருகே சென்றது.

இருவருக்குமிடையே கடும் போர் தொடங்கியது. வாளுடன் வாள் மோதி தீப்பொறி பறந்தது. இடது புறம் வளைவது போல சுழன்று வீரசோழன் கருநாடன் கையில் ஒரு பெரிய வெட்டை ஏற்படுத்தினார். வந்தியத்தேவன் இவர்களின் போரைக் கண்டு அவர்களை நெருங்கி வந்துகொண்டிருந்தான். அந்த சமயம் பூதுகனும் தனது யானைமேல் அவர்களை நெருங்கிக் கொண்டிருந்தான். இந்தச் சிறிய இடைவேளையில் கருநாடனைக் கீழே தள்ளி அவன் நெஞ்சில் வாளை சொருகும் நேரத்தில் யாரோ அம்புகளை அவர் மீது எய்தனர். எதிரே பூதுகன் வீரசோழன் மீது அம்புகளை எய்து அருகே நெருங்கி வந்து கொண்டிருந்தான். கருநாடன் அருகே வேல் ஒன்றும் கிடந்தது அதைக் கையில் எடுத்துக் கருநாடன் வந்த குதிரை மீது ஏறி பூதுகனை நெருங்கிக்கொண்டிருந்தார் வீரசோழர். அவரருகே வந்த நொடி பூதுகன் தனது யானையின் சங்கிலியை இழுக்கச் சொல்ல அந்த யானைப்பாகன் சங்கிலியை இழுத்தான். அப்பொழுது யானை பின்னங்கால்களைத் தூக்கி மேலெழும்பியது. யானை அருகே வந்த நொடி குதிரையின் கடிவாளத்தை இழுத்தார் வீரசோழன், பூதுகனின் யானை கீழ்நோக்கி எழும்ப, வீரசோழனின் குதிரை மேல் நோக்கி எழுந்தது. இது தான் சமயம் என்று வீரசோழன் வேலை எரிய அது யானை மீது குத்தியது. இத்தனை நேரம் அம்பு எய்த பூதுகன் இப்பொழுது

ஈட்டியை வீர சோழனை நோக்கி எரிய அது வீரசோழனின் நெஞ்சில் சொருகி நின்றது. பூதுகன் வீரசோழனைத் தனது யானையை வைத்து மேல் எடுத்தான். பின் வீரசோழனை வெட்டி இரண்டு துண்டாக மண்ணில் இட்டான். இந்தச் சமயம் வந்தியத்தேவன் பூதுகன் அருகே வந்திருந்தான், வந்தியத்தேவனைப் பார்த்துச் சிரித்துக்கொண்டே "கோபாலா.. கோபாலா.. உன்னைத் தான் அழைக்கிறேன். கேட்கிறதா! இதே போல் தினமும் ஒருவனைக் கொல்லப்போகிறேன். முடிந்தால் தடுத்துக்கொள்" என்று கூறி வானைப் பார்த்துச் சிரிக்க அவனது சிரிப்பு சத்தமும் யுத்தம் முடிந்ததற்கு கொட்டப்படும் முரசு சத்தமும் ஒரே நேரத்தில் காற்றெங்கும் எதிரொலித்தது.

அத்தியாயம் - 45

காரிருள் சூழத் தொடங்கியது. முதல் நாள் போரிலேயே ஒரு முக்கிய தளபதியைப் பறிகொடுத்துவிட்டோம் என்பது சோழர்களுக்குப் பெரிய இடி போல் இருந்தது, வீரபாண்டியனுடன் நடந்த சேவூர்ப் போரில் மிகப்பெரிய பங்கு வீரசோழனுடையது என்பது நாடறிந்த உண்மை. அனைவரும் வந்தியத்தேவனைக் கேலியாகப் பேசியது அவன் காதுகளில் விழுந்தது, இவனைப் போய் சேனாதிபதியாக தேர்ந்தெடுத்து எப்படி இந்த யுத்தத்தில் வெற்றி பெறப் போகிறோம் என்றெல்லாம் பேசத் தொடங்கிவிட்டனர். ஆதித்த கரிகாலர் இந்த முறையும் மௌனமாகவே நின்றார். செங்கதிரவன் இழப்பு போன்றே இந்த இழப்பும் சோழர் வரலாற்றை மாற்றியமைக்கும் என்று நம்பினார். அவர் அந்த இடத்தில் உடைந்தால் அந்த யுத்தமே வேறு திசையில் சென்றுவிடும். வந்தியத்தேவன் ஆதித்த கரிகாலரிடம் வந்து, "ஐயா! நான் இந்தப் பதவிக்குத் தகுதியில்லாதவன். நீங்கள் தான் சேனையை முன்னிருந்து நடத்தவேண்டும்" என்று கூறினான். கரிகாலர் ஒன்றும் பேசாமல் வந்தியத்தேவனின் தோளில் தட்டிக்கொடுத்துத் தனது கூடாரம் நோக்கிச் சென்றார்.

வந்தியத்தேவன் தீட்டி வைத்திருந்த திட்டம் இன்று குதிரைப்படை வைத்து அவர்களின் குதிரைப்படையை முறியடிப்பது. அந்தத் திட்டத்தையும் வந்தியத்தேவனின் என்ன ஓட்டத்தையும் பூதுகன் எப்படியோ அறிந்துகொண்டான். ஆதித்த கரிகாலர் வந்தியத்தேவனைக் கூடாரத்திற்கு அழைக்கிறார் என்று வீரன் ஒருவன் வந்து கூற ஆதித்த கரிகாலரைக் காண அவன் சென்றான்.

"வா வந்தியதேவா! அங்கே அமர்ந்து நான் கூறுவதைக் கேள்" என்று கம்பீரமாக ஆதித்த கரிகாலர் கூற,

"இல்லை இளவரசே நான் நிற்கிறேன்" என்றான் வந்தியத்தேவன். வந்தியத்தேவனை மேலும் கீழும் பார்த்தார் ஆதித்த கரிகாலர். அடுத்த நொடி வந்தியத்தேவன் அந்த இருக்கையில் அமர்ந்தான்.

"நான் கூறுவதைக் கவனமாகக் கேள் நாளைய போரில் நீ தான் சேனாதிபதி, அவன் உன்னைக் கணிக்கிறான். இதை நான் போர் தொடங்கிய பொழுதே உணர்ந்தேன். அவன் உன்னைக் கணிக்கிறான் என்றால் நீ இன்னும் பூதுகன் நண்பன் கோபாலனாகவே இருக்கிறாய் என்று அர்த்தம்! நான் கூற வருவது புரிகிறதா? விக்ரம பாண்டியன் சிரம்கொண்ட வந்தியத்தேவன் நாளைய போரில் பூதுகனை எதிர்த்தால் இன்று நமது பக்கம் நிகழ்ந்த இழப்பு நாளை அவர்கள் பக்கம் நிகழும் நண்பா!" என்றார் ஆதித்த கரிகாலர்.

"எனக்குப் புரிகிறது இளவரசே! நான் என்னைச் சரி செய்துகொள்கிறேன். நாளைய போரில் அந்தக் கருநாடத்தேவனைக் கொன்று உங்கள் காலடியில் இடுவேன்" என்று கூறி அந்தக் கூடாரத்தை விட்டு வெளியே வந்தான் வந்தியத்தேவன். தனது வாளைத் தீட்டும் பொருட்டு சாணைக் கல்லை எடுத்தார் ஆதித்த கரிகாலர். யாரோ அவர் இருக்கும் கூடாரத்தை நெருங்குவது போலத் தோன்றியது, கூடாரத்தை விட்டு வெளியே வந்தார். சற்று தூரத்தில் குதிரை ஒன்று கனைக்கும் சத்தம் கேட்டது. கரிகாலர் தன்னைப் பின் தொடரவேண்டாம் என்று கூறி கூடாரம் முன் நின்ற வந்தியத்தேவனின் ஆழி மீது ஏறினார்.

ஆழி காற்றைக் கிழித்துப் பாய்ந்தது. ஏற்கனவே களைத்த அந்தக் குதிரை, அருகே இருந்த காட்டிற்குள் சென்று மறைந்தது. அதைப் பின் தொடர்ந்து கரிகாலனின் குதிரை அந்தக் காட்டிற்குள் சென்றது. தன்னைச் சுற்றி ஒரு கூட்டம் இருப்பதைக் காலடி சத்தங்கள் கொண்டு அறிந்துகொண்டார் ஆதித்த கரிகாலர். ஆழியை விட்டுக் கீழே இறங்கினார். அவர் கீழே இறங்கிய நொடி ஆழி மீண்டும் ஏங்கோ ஓடியது.

"உயிர் வாழ வேண்டாம் என்று ஆசை உள்ளவர்கள் யாராக இருந்தாலும் தைரியமாக என்னை நேரில் எதிர்கொள்ளலாம்" என்று கூறிய நொடி, அவருக்குப் பின்னால் இருந்து ஒரு அம்பு வந்தது. இதை உணர்ந்த கரிகாலர் சற்று விலகினார். அப்பொழுது அந்த அம்பு எதிரே இருந்த மரத்தில் சொருகியது. மரத்தின் மீதிருந்து ஒரு கும்பல் கீழே குதித்தது, தனது வாளைச் சுழற்றி ஒரு காலை பின்னால் வைத்து நாலாபுறமும் திரும்பி சண்டையிடும் நிலையில் நின்றார் கரிகாலர். நான்கு புறமிருந்தும் அவரைத் தாக்க வீரர்கள் வர, ஒரே சுழற்சியில் அவர்கள் அனைவரையும் வெட்டினார்.

"இன்னும் சிலர் இந்த இடத்தில் ஒளிந்திருப்பது எனக்கு நன்றாகத் தெரியும், நீங்கள் யார், எதற்கு இங்கே வந்துளீர்கள் என்று எனக்கு நன்றாகத் தெரியும் வெளியே வாருங்கள்" என்று கூற இன்னும் ஏழு பேர் வெவ்வேறு மரத்திற்குப் பின்னால் இருந்து வந்தனர். எங்கிருந்தோ அந்த ஏழு பேர் மீதும் அடுத்தடுத்து அம்புகள் தாக்கின. ஆதித்த கரிகாலர் திரும்பி அம்பு வந்த திசையைப் பார்த்தார், ஆழி மேல் வந்தியத்தேவன் வந்து கொண்டிருந்தான்.

என்ன நடந்தது என்பது கரிகாலருக்குப் புரிந்தது, வந்தியத்தேவனைச் சென்று அழைத்துவரவே இங்கிருந்து ஆழி ஓடியது. தன் காலடியில் விழுந்து கிடந்தவனைப் பரிசோதித்து அவன் கையிலிருந்த மோதிரத்தை எடுத்துச் சென்றார் ஆதித்த கரிகாலர்.

"நீ எதற்கு என் பின்னால் வந்தாய்? ஆபத்து என்று தானே யாரையும் பின் தொடரவேண்டாம் என்றேன்" என்ற கரிகாலரைப் பார்த்துப் புன்னகைத்தான் வந்தியத்தேவன். ஆழியைத் தடவி அதை இழுத்துக்கொண்டு கரிகாலரும் வந்தியத்தேவனும் நடக்கத் தொடங்கினர்.

கரிகாலர் அந்தக் காட்டையே பார்த்துக் கொண்டு வந்தார், "என்ன பார்க்கிறீர்கள்?" என்று வந்தியத்தேவன் கேட்க, "அது ஒன்றுமில்லை ஒரு குதிரையைக் கண்டேன் அதைத் தான் தேடுகிறேன்" என்றார் ஆதித்த கரிகாலர்.

"நாளைய போருக்கு இன்னும் நாம் தயாராகவில்லை இவர்கள் யார் என்று தெரிந்ததா?" என்று வந்தியத்தேவன் கேட்க, அவர் கையிலிருந்த மோதிரத்தை வந்தியத்தேவன் கையில் கொடுத்தார். அதில் பனை மரச் சின்னம் இருந்தது. இருவரும் ஏதும் பேசாமல் கூடாரத்திற்குத் திரும்பினர். வந்தியத்தேவன் அதைப் பற்றி ஏதும் கேட்கவில்லை ஆதித்த கரிகாலரும் ஒன்றும் கூறவில்லை.

325

அத்தியாயம் - 46

அடுத்த நாள் போர் தொடங்குவதற்கான பணிகள் தீவிரமாக நடந்தது. பூதுகனைக் கிருஷ்ணன் அழைத்து இன்றைய போரில் நீ முதல் தாக்குதலை நடத்த வேண்டும் என்று கூறினார். அதற்குச் சரி என்று தலையசைத்து ஒரு யானை மீது ஏறி அமர்ந்தான் பூதுகன். படைகள் களம் நோக்கிப் புறப்பட்டன.

"இன்றைய போரில் நமது முழு கவனமும் வந்தியத்தேவனை நம்மிடம் நெருங்க வைப்பதிலே இருக்க வேண்டும். அவனை நான் அணுவணுவாகக் கொல்ல வேண்டும்" என்று கூறினான் பூதுகன், இதையெல்லாம் நாட்படை தளபதிகளும் உன்னிப்பாகக் கவனித்தனர். களம் நிறைய கழுகுகளும், நரிகளும் சிதறிக் கிடந்த மனித மாமிசங்களை உண்டுகொண்டிருந்தன. இந்தச் சமயத்தில் தான் சோழர்கள் படை அந்த வழியாக களத்திற்குள் வந்தது. அதைப் பார்த்த நரி ஒன்று இந்தப் படை இத்தனை வீரர்களைக் கொண்டு எதிரிகளை இன்று அழித்து நமக்கு விருந்தளிக்கப் போகிறது என்று கூறுவது போல ஊளையிட்டது. வந்தியத்தேவன் நரி ஊளை எதிரிகளின் மரணத்திற்கு அறிகுறி என்றான்.

இருதரப்புச் சேனைகளும் அணிவகுத்து நின்றனர், பூதுகன் தனது வில்லிலிருந்து அம்பை எய்து போரைத் தொடங்கினான். அடுத்த சில நொடிகளில் பூதுகனின் சேனை சூரிய வியூகத்தை வகுத்தனர். இதற்குச் சோழர்கள் வகுத்த வியூகம் பிறை வியூகம். இரண்டும் ஒரே போன்று தோற்றமுடைய வட்ட வியூகம். இதில்

சூரிய வியூகம் சுழலும் கதிர்களைக் கொண்டிருக்கும் ஆனால் நிலவு போல எந்தக் கதிரும் இல்லாமல் இருக்கும் பிறை வியூகம். இருவரும் இன்று ஒரே போன்ற வியூகத்தைத் தான் வகுத்திருந்தனர் என்று பூதுகன் நினைத்த நொடி வந்தியத்தேவன் சேனையை வேகமாக முன்னோக்கிச் செல்லுமாறு உத்தரவிட்டான். சோழர் படை இன்று தொடக்கத்திலே முன்னேறிச் சென்றது அவர்கள் கண்ணில் பட்டவர் அனைவரும் சொர்க்கத்திற்குப் புறப்பட்டனர். சோழப் படையின் கடைநிலை காலாட்படை வீரன் ஒருவன் ராஷ்டிரகூடர்களின் யானைப்படையைத் தனியாக நின்று சர்வநாசம் செய்து கொண்டிருந்தான்.

அவனின் பெயர் முடியன். யானைகள் மீது ஈட்டிகளை எறிந்தான். அவன் எறிந்த ஈட்டி ஒவ்வொன்றும் யானை தலையைப் பிளந்து யானைகள் தங்கள் படையைச் சேர்ந்தவர்களையே தாக்கத் தொடங்கியது. இதைப் பூதுகன் தூரத்திலிருந்து பார்த்துக் கொண்டே நின்றான். அவனுக்குக் கோபம் வந்துவிட்டது, கருநாடனை நோக்கிச் சென்று அவனைக் கொன்று வருமாறு கூறினான். கருநாடன் குதிரைமீது ஏறி அவனை நோக்கி குதிரையில் வருவதைக் கண்டு தன் கையில் ஒரு வாளை மட்டும் ஏந்தி நின்றான் முடியன். கருநாடன் அவன் அருகே வந்த நிமிடம் இடதுபுறமாக நகர்ந்து வாளை நேராக நீட்டிப் பிடித்தான், அந்த வாள் முதலில் குதிரையின் கழுத்தை வெட்டியது பின் கருநாடன் தலையை வெட்டியது. தலையில்லா குதிரையும், தலையில்லா கருநாடனும் சற்று தூரம் சென்று கீழே விழுந்தனர். பூதுகனே நேராக வந்தான். அவனை நோக்கி அந்த நொடி தன் மரணம் தன்னை நெருங்குகிறது என்பது முடியனுக்குப் புரிந்தது. வாளை மேலுயர்த்தி சோழப்

327

பதாகை வாழ்க என்று கூறி நேராக ஓடிச் சென்று பூதுகனின் யானையின் துதிக்கையில் ஏறி பூதுகனை வெட்டச் சென்றான். அப்பொழுது பூதுகன் தனது வாளை வைத்து மேலேறி வந்தவனின் தலையை வெட்டினான் முடியனின் தலையும் உடலும் கீழே விழுந்தது. பூதுகனின் யானை அந்தத் தலை மீது ஏறி நிற்க எலும்புகள் நொறுங்கும் சத்தம் பூதுகனின் காதுகளில் கேட்டது.

ஆதித்த கரிகாலர் யானை மீது இருந்து அம்புகளை எய்து எதிரிகளைக் கொன்று கொண்டிருந்தார். அவர் எய்த அம்புகள் ஒரே நேரத்தில் மூன்று வீரர்களைக் கொன்றது. ஆதித்த கரிகாலர் முன்பு இப்பொழுது ராஷ்டிரகூடர்களின் உபதளபதி ஒருவன் யானை மீது வந்துகொண்டிருந்தான். கரிகாலர் யானையை மிகவும் வேகமாக செலுத்தச் சொன்னார். அப்படிச் செலுத்தப்பட்ட யானை மிகவும் வேகமாகச் சென்று எதிரியின் யானை மீது மோதியது. ஆதித்த கரிகாலரின் யானை அணிந்திருந்த முள் கவசம் அந்த உபதளபதியின் யானை நெற்றியில் சொருகியது. இரு யானைகளும் எழுப்பிய ஒலி அந்தக் களம் முழுதும் எதிரொலிக்க, வந்தியத்தேவன் நேரம் வந்துவிட்டது என்றான், அந்த நொடி பார்த்திபேந்திரன் ரதத்தில் வளைவிற்பொறியைப் பொருத்தினான், சந்திர வியூகம் இப்பொழுது நான்கு முக்கோண வியூகமாக உடைந்து சூரிய வியூகத்தைச் சுற்றி வளைத்தது. வந்தியத்தேவன் நான்கு முக்கோணங்களிலும் நாட்படையும் நிறுத்தியிருந்தான். ஆதித்த கரிகாலனிடம் சிக்கிய அந்தத் தளபதி மிகவும் கொடூரமான முறையில் இறந்துபோனான். இப்பொழுது வளைவிற் பொறிகள் அம்புகளை எய்யத் தொடங்கின. அதற்குச் சற்றும் சமாளிக்க முடியாமல் அந்தச் சூரிய

வியூகம் திண்டாடத் தொடங்கியது. வந்தியத்தேவன் நேருக்கு நேராக பூதுகனை எதிர்க்கும் அந்த வாய்ப்பும் கிடைத்தது. "வா பூதுகா உன்னை இன்றே கொன்றுவிடுகிறேன்" என்று வந்தியத்தேவன் கூறிய நொடி, "யுத்தம் இன்னும் முடியவில்லை கோபாலா" என்று கொம்பெடுத்து ஊதினான் பூதுகன்.

அவன் ஒலி எழுப்பிய பத்து நொடிகளில் சேனை பின்வாங்கியது. பின் அது அதே சூரிய வடிவில் முன்னே வந்தது ஆனால் இம்முறை முதல் வரிசையில் நின்றவர்கள் நாராயணி சேனையைச் சேர்ந்தவர்கள். ஒவ்வொருவரும் ஆறடி உயரத்தில் மிகவும் பலசாலியாக நின்றனர். வளைவிற் பொறியில் இருந்து வரும் ஈட்டிகள் அவர்கள் மேல் பட்டுக் கீழே விழுந்தது. அவர்கள் அணிந்திருந்த கவசம் மிகவும் உறுதியானதாக இருந்தது. வந்தியத்தேவன் மிகவும் குழப்பமடைந்தான், "வா கோபாலா! மோதிப் பார்ப்போம்" என்று அந்த யானை மீதிருந்து கீழே குதிக்க வந்தியத்தேவன் குதிரை மீதிருந்து கீழே இறங்கினான்.

ஆதித்த கரிகாலர் உடலமைப்பும் அந்த நாராயணி சேனா வீரர்களும் பார்க்க ஒரே போல இருந்தனர். கரிகாலர் ஒரு நொடி கண்ணை மூடிவிட்டு வஜ்ரமுனை அம்புகளைப் பயன் படுத்துங்கள் என்று கூறிய நொடி, சோழர் படை முழுவதும் அம்புகளை எய்யத் தொடங்கியது. வைரத்துகள் கொண்டு உருவாக்கப்பட்டு அந்த அம்புகள் வைரம் போன்ற எட்டுக்கோண அமைப்போடு இருக்கும். அந்த அம்பு எதையும் துளைக்கும் வல்லமை கொண்டது. சோழர்களின் அம்புகள் நாராயணி சேனை வீரர்கள் மீது துளைத்தது. பதிலுக்கு அவர்களும் தங்கள் கையிலிருக்கும் சக்கரம் கொண்ட வில்லில் அம்புகளைத்

தொடுத்தனர். இருதரப்பிலும் கடும் போர் நடந்தது. வந்தியத்தேவன் வாளை மண்ணில் தேய்த்துக்கொண்டே பூதுகனை நெருங்கினான். ஆனால் வந்தியத்தேவன் வாளைத் தூக்கி வெட்டும் முன்னே பூதுகன் வந்தியத்தேவனை எட்டி கீழே மிதித்தான்.

"முதுகில் குத்தியது பத்தாதா? மார்பில் குத்த வேண்டுமா கோபாலா?" என்றான் பூதுகன்.

பூதுகன் உதைத்த நொடியில் வந்தியத்தேவன் சற்று தூரத்தில் சென்று விழுந்தான். "நண்பா என் கோபாலா உன்னைக் காணாமல் கோபியர் காத்து நிற்கின்றனர். உன்னை வைகுண்டத்திற்கு அனுப்பி வைக்கிறேன்." என்று கூறி வாளை ஓங்கி நேராக வந்தியத்தேவன் மீது இறக்க முற்படும் பொழுது வந்தியத்தேவன் உருண்டு சென்றான். அந்த வாள் நிலத்தைப் பிளந்து உள்ளே சென்றது.

"நண்பா ஓடாதே வா என் அருகே!" என்று கூறி வான் அதிரச் சிரித்தான் பூதுகன். வந்தியத்தேவன் கோபத்துடன் அவனது வாளை மீண்டும் ஏந்தி வந்தான். பூதுகன், "வாட்சண்டை வேண்டாம் நமக்கு. வேல் வைத்துச் சண்டையிடுவோம்" என்று கூறி அருகே கிடந்த வேலைக் காலால் உதைத்து அதைக் கையில் எடுத்தான். அதன் பின் அந்த வேலை வந்தியத்தேவனை நோக்கி எறிந்தான். அந்த வேல் வந்தியத்தேவனின் கால் அருகே சென்று சொருகியது. பூதுகன் வேறொரு வேலை எடுத்து வந்தியத்தேவனை நெருங்கிய நொடி பூதுகன் கையில் இருந்த வேலை வந்தியத்தேவன் வளைத்துப் பிடித்தான். வந்தியத்தேவனின் கோபமான முகமும் பூதுகனின் சிரித்த முகமும் அருகருகே எதிர் எதிரே நிற்க சூடான

மூச்சுக் காற்று இருவர் மீதும் பட்டது, வந்தியத்தேவன் அந்த வேலை "ஆ...ஆ......" என்ற சத்தத்தோடு இரண்டாக உடைத்தான். கையில் இருந்த வேலின் கூர்மையான மரத்துண்டை பூதுகனின் தோளில் இறக்கினான். பூதுகன் சிரித்துக்கொண்டே, "மரத்துண்டு என்னைக் கொன்றுவிடாது" என்று கையில் இருந்த உடைந்த வேலைத் தூக்கிக் கீழே எரிந்து வந்தியத்தேவனின் கழுத்தைப் பிடித்து மேலே தூக்கினான். வந்தியத்தேவன் காற்றில் ஊசலாடினான்.

இந்த நேரம் சோழ சேனைகள் அந்தச் சூரிய வியூகத்தை உடைத்து உள்ளே நுழைந்திருந்தது. நாராயணி சேனையைக் கரிகாலர் தனியாகச் சமாளித்து கொண்டிருந்தார். அவரின் வாளுக்கு நிகராக வாள் சுழற்ற எதிரிகளால் முடியாமல் அவர் வாளின் பசிக்கு இரையாயினர். ஆதித்த கரிகாலர் வாள், ஒரே வீச்சில் இரண்டு பேரைத் துன்டு துண்டுகளாக வெட்டிய நொடி அந்த ரத்தம் கரிகாலன் உடல் முழுவதும் தெரிந்தது, இன்னும் ரத்தம் வேண்டும் என்று கத்தி எதிரே நின்றவர்களைக் கொன்று குவித்தார் ஆதித்த கரிகாலர். பார்த்திபேந்திரன் ரதத்தை விட்டுக் கீழே இறங்கி எதிரே நின்றவர்களை எல்லாம் தனது அம்புகளால் வீழ்த்திக் கொண்டிருந்தான். கந்தமாறனும் அதே போல எல்லா காலாட்படை வீரர்களையும் அம்புகளைக் கொண்டும் வாட்களைக் கொண்டும் வேலை கொண்டும் கொன்று குவித்துக்கொண்டிருந்தான்.

வந்தியத்தேவன் கண்கள் இருட்டின. பூதுகன் தன்னைக் கொன்று விடப் போகிறான் என்று காற்றில் மிதந்து கொண்டிருந்த காலை மேல் உயர்த்தி பூதுகனின் கையில் பற்றிப் பிடித்து, பின் ஒரு காலால் பூதுகனின் முகத்தில்

எட்டி உதைத்தான். பூதுகன் வந்தியத்தேவனை விட்டான் அந்த நொடி வந்தியத்தேவன் நிலத்தில் பொத்தென்று விழுந்தான். பூதுகன் தன்னை நெருங்கி வருவது தெரிந்தது. மேற்கே சூரியனும் மறைய அந்த நாளின் போர் முடிவுக்கு வந்தது. அந்த நாள் போரின் முடிவில் இரண்டு தரப்பிலும் இழப்புகள் இருந்தன. ஆதித்த கரிகாலன் இன்றைய போரில் எண்ணற்ற வீரர்களைக் கொன்று குவித்தார். அதே போல மீதம் இருந்த சோழ வீரர்கள் அற்புதமாக சண்டையிட்டனர். அந்த இருமுடியன் வீட்டில் இருக்கும் ஒருவருக்கு அரசு பணியை வழங்குமாறும், அதே போல் மாதம் நெல்லும் நான்கு பசுக்களும், வரி இல்லாமல் நிலமும் வழங்குமாறு ஆணையிட்டார் ஆதித்தர். இதை ஒரு நடுகல் எழுப்பி அதில் பொறிக்குமாறு கூறினார். நேற்றைய போரை மறந்து இன்று சோழ வீரர்கள் மிகவும் அற்புதமாகச் சண்டையிட்டனர். இதற்கு வந்தியத்தேவன் வகுத்த அந்த வியூகமும் அவன் யுக்தியும் ஆதித்த கரிகாலனின் வீரமும் காரணம்.

பூதுகன் மிகவும் சோர்வாக மன்னர் கிருஷ்ணன் முன் நின்றான். நாராயணி சேனை வெறும் பாதுகாப்பு அரணாகப் பயன்படுத்தும்படி பூதுகன் பிறப்பித்த ஆணையே இன்றைய போரில் அவர்கள் சரியாகச் சண்டையிடாமல் அரணாக மட்டும் நின்றதன் காரணம், அரசர் கிருஷ்ணர் பூதுகனை நோக்கி, "நாளைய போரில் என்ன திட்டம் வைத்திருக்கிறாய்? நானும் நாளைய போரில் பங்குகொள்கிறேன்" என்றார்.

அத்தியாயம் - 47

பிணம் தின்னிக் கழுகுகள் பிணங்களை உண்டு நடக்க முடியாமல் மயங்கி நின்று கொண்டிருந்தன. பொழுது விடிந்தது, நரிகள் இறந்து கிடந்த குதிரைகளையும், யானைகளையும் தின்றன. இன்றைய போரில் இதை விட அதிகமான மரணங்கள் உண்டாகும் என்பது எழுதப்படாத விதி என்பது அவைகளுக்குத் தெரியும். சூரியன் மேலெழும்பி சில வினாடிப் பொழுதில் யுத்தம் தொடங்கியது. இரண்டாவது நாள் இருதரப்பினரும் அவரவர் எதிர் சேனாதிபதிகளைக் கொல்லவேண்டும் என்ற திட்டத்தில் தான் இன்று போருக்கு வந்துள்ளனர்.

வியூகம் அமைக்க முரசு கொட்டப்பட்டது. சோழர்கள் தரப்பில் குதிரை வியூகம் அமைக்கப்பட்டது. குதிரையின் முகப்பகுதி மொத்தம் யானைப் படைகள் குவிக்கப்பட்டு, உடல் பகுதியில் ரதமும் காலாட்படையும், கால்களில் குதிரைப்படை நிறுத்தி வைக்கப்பட்டிருந்தது. மேலிருந்து பார்த்தால் யானைப் படை முதல் நிலையில், இரண்டாம் நிலையில் ரதமும் காலாட்படையும், மூன்றாம் நிலையில் குதிரைப்படையும் நின்றது போல இருக்கும்.

எதிரிகளின் வியூகத்தைக் கணிக்க முயற்சித்துக் கொண்டிருந்தார் ஆதித்த கரிகாலர். ஏதோ பறவையின் உருவம் போலக் கண்களில் தெரிந்தது. குதிரைப்படையுடன், காலாட்படையும் வேல் தாங்கி நின்றனர். மயூர வியூகம்! என்பதை நொடியில் புரிந்துகொண்டார் ஆதித்தர். இந்த வியூகத்தில் ஒரு நொடி மயில் சிலிர்த்துத் தோகையை விரிக்கும். அப்படி விரிக்கும் அந்த நொடி வீரர்கள் எண்ணற்ற வேலையும்,

அம்பையும் நம்மை நோக்கி எரியக் கூடும் அப்படியென்றால் சில மணிநேரத்திற்குள் நமது படையின் ஒரு பகுதியை இழந்துவிடுவோம். சரி கேடயத்தை வைத்துப் பாதுகாப்பு அரண் அமைத்துக் கொள்வோம் இன்று பூதுகனை நெருங்க ஏதாவது வழியைக் கண்டுபிடிக்க வேண்டும் என்று நினைத்து கொண்டு பார்த்திபேந்திரனைத் தேடினார் கரிகாலர். பார்த்திபேந்திரன் மிகவும் வேகமாகச் சென்று கொண்டிருந்தான். அவனிடம் அந்த வியூகத்தைப் பற்றி எப்படிக் கூறுவது என்று நினைத்துக் கொண்டிருக்கும் பொழுதே மிகவும் வேகமாக நகரும் குதிரை வியூகம் அந்த மயிலிடம் செல்ல மயில் உடனடியாகத் தோகையை விரித்தது. எண்ணற்ற அம்புகளும், வேல்களும் சோழர்கள் மார்பைப் பிளந்தது, சரி இனியும் தாமதித்தால் இந்த யுத்தம் நம் கைவிட்டு போய் விடும் என்று நினைத்து முரசை மிக வேகமாகக் கொட்ட, சிவப்புக் கொடியைக் காட்டினார் ஆதித்த கரிகாலர்.

வந்தியத்தேவன் உடனடியாகக் கூர்ம வியூகத்தை வகுக்க ஆணையிட்டான். ஆமை வியூகம். ஆமை எப்படி ஓட்டிற்குள் சென்று தன்னைப் பாதுகாத்துக் கொள்ளுமோ அதைப் போல் வீரர்கள் தங்களது கேடயத்தை மேலே தூக்கிப் பிடித்துத் தங்களைப் பாதுகாத்துக் கொள்வர். இது ஒரு பாதுகாப்பு வியூகம், இதைத் தான் ஆதித்த கரிகாலர் அமைக்க எண்ணினார். சேனாதிபதியாக வந்தியத்தேவன் அந்த வியூகத்தைச் சரியான சமயத்தில் அமைத்தான். பாதுகாப்பாக சோழவீரர்கள் சண்டையிடத் தொடங்கினர். யானைகள் இன்றைய போரில் மிகவும் ஆக்ரோஷமாக ஓடி தாக்க, குதிரைப்படையும் அதே போல வேகமாகச் செயல்பட்டது.

சோழப் படையின் ஒவ்வொரு வீரனும் தனித்துவம் பெற்று இருந்தனர். இடக்கை வீரனுக்கு வலக்கை பழக்கமும் வலக்கை வீரனுக்கு இடக்கை பழக்கமும் பயிற்சிக்கப் பட்டு எதிரியைக் குழப்பத்தில் ஆழ்த்தித் தாக்கும் யுக்தியும் கற்பிக்கப்பட்டு இருந்தது. குதிரைப் படை வீரன் ஒருவன் தன் இரண்டு கைகளில் நேர்வாளை ஏந்தி காலாட்படை இருக்கும் பெரும் கூட்டத்திற்குள் வேகமாக நுழைந்தான். ஒரு வினாடிக்கு இரண்டு தலைகள் வீதம் கிட்டத்தட்ட ஐம்பது பேர் அவன் ஒருவனால் கொல்லப்பட்டனர். இதையெல்லாம் வேடிக்கை பார்த்த மன்னர் கிருஷ்ணன், இப்பொழுது வந்தியத்தேவனை நெருங்கும் படி கூறினார். இரண்டு வினாடிக்கு ஒரு முறை மயிலில் தோகை விரிந்தது, ராஷ்டிரகூடர் சேனை மிகவும் வேகமாகச் சோழர்கள் சேனையை நெருங்கியது, சேனையைப் பாதுகாப்பது சேனாதிபதியின் கடமை அல்லவா? வந்தியத்தேவன் அதிவேகமாகச் சேனையின் முகப்பை அடைய நினைத்தான். கிருஷ்ணன் பூதுகனைப் பார்த்து, "அவன் நம்மை நோக்கி வருகிறான். விரைந்து செல் அவனைக் கொன்ற பிறகு நீ சங்கை முழங்கு, அதன் பிறகு கரிகாலனை எளிதில் சுற்றி வளைத்துக் கொன்றுவிடலாம்" என்றார்.

வந்தியத்தேவன் மிகவும் வேகமாக வந்து கொண்டிருந்தான். அதே போல பூதுகன் எதிர்த் திசையில் வந்துகொண்டிருந்தான். சேனையை விட்டு பூதுகன் வெளியே வந்துவிட்டான், அவன் வருவதைக் கண்ட சோழ வீரர்கள் வழி விட்டு ஒதுங்கி நின்றனர், ஒரு பெரிய பாதை பூதுகன் கண் எதிரே தோன்றியது. அந்தப் பாதை சென்று முடியுமிடத்தில் வந்தியத்தேவன் தனது சுருள்

வாளுடன் நின்று கொண்டிருந்தான். இந்தப் பாதைக்குள் சென்றால் வந்தியத்தேவன் கிடைப்பான் ஆனால் எனக்கு இதை விட்டு வெளியே வர உயிர் இருக்குமா என்பது தெரியவில்லை. இதற்குள் செல்வது மிகவும் மோசமான விளைவுகளை உண்டாக்கும் என்று அந்த இடத்திலே குதிரையை நிறுத்தினான். மன்னர் கிருஷ்ணனும் அதைத் தான் எதிர்பார்த்தார், இப்பொழுது அந்தப் பாதை அடைபட்டு மீண்டும் பழைய நிலைக்கு வந்தது.

"எங்கே சென்று ஒளிந்து கொண்டாய் வந்தியத்தேவா? உன்னுடன் சண்டையிட காத்துக் கொண்டிருக்கிறேன்" என்று பூதுகன் கூற, மீண்டும் சோழ வீரர்கள் ஒதுங்கி ஒரு பெரிய பாதையை அமைத்தனர். அந்தப் பாதை வழியே வெளிய வந்தார் ஆதித்த கரிகாலர்!

ஆதித்தரின் திட்டம் வெற்றி பெற்றது. "அன்று பராந்தக சோழன் இந்தத் தந்திரத்தை வைத்துத் தான் ராஜசிம்மனை அவனின் சேனையிலிருந்து பிரித்து அவனைத் தனியாக வரவைத்து யுத்தம் புரிந்தார் என்று செங்கதிரவன் வீரபாண்டியனுடன் நடந்த போரில் என்னிடம் கூறினார். இதைத் தான் நாம் நாளைய போரில் பயன்படுத்தப் போகிறோம், அந்தப் பூதுகனை வெளியே கொண்டு வர இது ஒன்று தான் உதவும். அவன் உன்னைக் கொல்ல வருவான், நான் அவனைக் கொல்ல வெளியே வந்து விடுகிறேன்." என்று முந்தைய நாள் நடந்த கூட்டத்தில் ஆதித்த கரிகாலன் கூறியிருந்தார்.

ஆதித்த கரிகாலனின் வருகையை யாரும் எதிர்பார்க்கவில்லை இது வந்தியத்தேவனுக்கு மட்டும் தெரிந்த திட்டம். முன்வைத்த காலை இனி பின் வைக்கப்

போவதில்லை. பல போர்களை முன்னிருந்து நடத்தி அதில் வெற்றி பெற்றவன் அல்லவா? வாளைச் சுழற்றி, "மீண்டும் மீண்டும் சோழ வம்சத்தின் இளம் ரத்தங்கள் என் கையால் இறக்க ஆசைப்படுகிறார்கள்" என்று சிரித்தான் பூதுகன்.

"சென்ற முறை என்னிடம் ஒருவன் இப்படித்தான் பேசினான் ஆனால் இப்படிக் கூறிய சில மணிநேரங்களில் அவன் தலை என் கையில் இருந்தது. ஆனால் உனக்கு அந்த முடிவைத் தரமாட்டேன். நீ இப்படி உடனடியாகச் சாக வேண்டியவன் அல்ல" என்று கரிகாலர் கூறிக்கொண்டே வாளை சுழற்றிக்கொண்டு பூதுகனை நோக்கி ஓடி வந்தார்.

எதிரே நின்ற பூதுகன் தனது வாளை மேல் தூக்கி நின்றான், கரிகாலர் ஓடி வந்த வேகத்தில் குதித்து வாளை நேராகப் பூதுகன் கழுத்துக்குக் குறி வைத்தார். அவன் அதை லாபகரமாகத் தடுத்து, ஆதித்த கரிகாலனைத் தூக்கி எறிந்தான். வாள் ஒன்றோடு ஒன்று மோதியது. தீப்பொறிகள் பறந்தன. பூதுகன் கரிகாலனை மிகவும் ஆக்ரோஷமாகத் தாக்கினான்.
கீழே விழுந்த கரிகாலர் மீண்டும் எழுந்து பூதுகனைத் தாக்க முயற்சிக்காமல் ஒரு இடத்தில் நின்றார். அவரைத் தாக்க பூதுகனே வந்தான். இந்த முறை அவன் அவரைப் பக்கவாட்டிலிருந்து தாக்க முயற்சித்தான். ஆதித்த கரிகாலர் பூதுகனை மிகவும் சாதாரணமாகத் தடுத்துக்கொண்டிருந்தார், பூதுகன் மிகவும் சாமர்த்தியமாக ஆதித்த கரிகாலரை எதிர்கொண்டான். கரிகாலர் எதிர் பார்த்துக்கொண்டிருந்த நொடியும் வந்தது, சோழர்களின் சேனை மிகவும் நேர்த்தியாக போர் புரிந்து கொண்டிருந்தது. ஆதித்த கரிகாலன்

பார்த்திபேந்திரனிடம் கூறியது போல் அவனின் பக்கத்திலிருந்து ராஷ்டிரகூடர்களின் வியூகத்தை உடைத்து உள்ளே நுழைந்து கொண்டிருந்தான். அது பூதுகனின் கட்டுப்பாட்டில் இருந்த இடம். பூதுகனைச் சேனையை விட்டு வெளியே அழைத்து வந்ததன் நோக்கமும் அது தான். அந்த இடத்தில் சேனையை வழிநடத்த யாருமில்லாமல் இருக்க அந்த இடத்தை உடைக்கும்படி ஆணையிட்டார். அப்படியே பார்த்திபேந்திரனும் அந்த இடத்தைச் சரியான சமயத்தில் உடைத்தான். சோழர்படை மிகவும் நேர்த்தியாக செயல்பட்டது. எதிரி வீரர்களை எல்லாம் பார்த்திபேந்திரன் தரப்பில் இருந்த வீரர்கள் வெட்டி வீசிக் கொண்டிருந்தனர்.

பூதுகன் ஆதித்த கரிகாலனின் இந்தத் திட்டத்தை எதிர்பார்க்கவில்லை. அதிர்ச்சியில் நின்றான். "பூதுகா எப்பொழுதும் நான் என்ற அகங்காரம் கொள்ளாதே! உனக்கும் தந்தை என்று ஒருவன் இருப்பான்" என்ற ஆதித்த கரிகாலர் பூதுகனின் நெஞ்சில் ஓங்கி உதைத்தார். அவன் சற்று தூரம் சென்று கீழே விழுந்தான். அவனை நோக்கி ஓடினார் ஆதித்த கரிகாலன், அவன் அருகே சென்றவுடன் துள்ளி குதித்து வாளைப் பிடித்துக்கொண்டு மீண்டும் எழுந்தான் பூதுகன். இம்முறை பூதுகனின் வாள் அவரை வெட்டப் போகும் நொடியில் அவர் சுழன்று வாளை இடது கையில் பிடித்துப் பூதுகனின் வயிற்றில் இறக்கினார் ஆதித்த கரிகாலர்.

பூதுகனின் வாயிலிருந்து ரத்தம் வரத் தொடங்கியது இருந்தாலும் சண்டையிட்டான். பூதுகன் அவனது

வாளை வைத்து ஆதித்த கரிகாலனின் நெஞ்சில் ஒரு பெரிய வெட்டை உண்டாக்கினான்.

பூதுகனின் ஒவ்வொரு அசைவையும் உள்வாங்கிக் கொண்டிருந்தார் கரிகாலர். வாளை அவன் சுழற்றி வரும் ஒவ்வொரு முறையும் அந்த வாள் கரிகாலரின் கழுத்திற்கே வந்துகொண்டிருந்தது.

ஆதித்த கரிகாலர் இனிமேல் தாமதித்தால் இவன் நம்மை வென்றுவிடுவான் என்று நினைத்து வர்மப்புள்ளிகளில் அடிக்கத் தொடங்கினார், பூதுகனின் மணிபந்த வர்மத்தில் தனது வாளின் கைப்பிடியால் அடித்தார். அவனால் அதன் பிறகு கையை உயர்த்தக் கூட முடியவில்லை. பின் பூதுகனைத் தூக்கி நிலத்தில் அடித்து அவனின் கவசத்தைக் கையால் பிளந்து, "எங்கே உனக்கு இதயம் இருக்கிறதா என்று பார்க்கிறேன்" என்று அவன் நெஞ்சில் கைவைத்து அழுத்தினார்.

ஆதித்த கரிகாலனின் நகங்கள் பூதுகனின் நெஞ்சாங்கூட்டை அறுத்து உள்ளே சென்றது. ரத்தம் பூதுகனின் நெஞ்சிலிருந்து வழியத் தொடங்கியது. இங்கே யுத்தம் நடந்துகொண்டிருந்த சமகாலத்தில் கிருஷ்ணன் சோழர்களைக் கொன்று குவித்துக்கொண்டிருந்தார். யானை மீதிருந்து கீழே குதித்துச் சோழப்படைகளை ஒருவராக வெட்டி வீசினார். அவரின் கவனம் முழுவதும் இங்கேயே இருந்துவிட்டதால் பூதுகனைப் பற்றி அவர் நினைக்கவில்லை. கந்தமாறனின் தலைமையில் காலாட்படை ஒரு பெரிய கூட்டத்தைச் சுற்றி வளைத்தது. அவன் மிகவும் வீரத்துடன் செயல்பட்டுக் கொண்டிருந்தான். பார்த்திபேந்திரன் வியூகத்தை

இரண்டாகப் பிளந்து சோழர்கள் உள்ளே வருமாறு வழி செய்துகொண்டிருந்தான். ஆதித்த கரிகாலனை நோக்கிப் பூதுகன் கேலியாகச் சிரித்துக்கொண்டிருந்தான்.

"உனக்கு மரணம் என் கையால் தான் என்னிடமிருந்து நீ தப்பிக்கவே முடியாது" என்று கூறினான் பூதுகன்.

கரிகாலர் சிரித்துக்கொண்டே, "என்னிடமிருந்து உன்னைக் காப்பாற்ற அந்தக் கிருஷ்ணனால் கூட முடியாது என்பதைத் தான் இப்படிக் கூறுகிறாயா!" என்று கூறி ஹாஹா .... என்று சிரிக்கத் தொடங்கினார். மீண்டும் இருவருக்குமிடையே போர் மூண்டது, கரிகாலனின் நெஞ்சிலிருந்து ரத்தம் வந்து கொண்டிருந்தது, பூதுகனின் மூக்கில் ஓங்கி குத்தினார் ஆதித்த கரிகாலர். அவரின் அந்தத் தாக்குதலில் அவனின் மூக்கு உடைந்துவிட்டது. ரத்தம் பெருகத் தொடங்கியது.

பூதுகனின் கையை அவனால் தூக்கவே முடியவில்லை. மூக்கிலும் ரத்தம், அவனால் மூச்சுவிட முடியவில்லை, "உன்னை இப்பொழுதே என்னால் கொல்ல முடியும் ஆனால் அதை நான் செய்யப்போவதில்லை. இனி எந்தப் போரிலும் நீ பங்கு பெறக்கூடாது அது தான் உனக்கு நான் தரும் தண்டனை, காலம் உள்ளவரை விழுப்புண்களுடன் நீ வாழ வேண்டும். உன்னால் போருக்குப் போக முடியவில்லையே என்ற ஏக்கத்தில் நீ சாக வேண்டும்" என்று கூறி பூதுகனின் கையை வெட்டி வீசினார் ஆதித்த கரிகாலர்.

வெட்டப்பட்ட கையிலிருந்து ரத்தம் மிகவும் அதிகமாகச் சென்று கொண்டிருந்தது. "உன்னை இங்கேயே விட்டுச் செல்கிறேன் இப்படியே விட்டுச் செல்கிறேன்" என்று

அவர் கூறி வாளை உறையில் வைத்துச் சோழர்கள் படையை நோக்கி நடக்கத் தொடங்கினார்.

"கரிகாலா! என்னைக் கொன்றுவிடு" என்று ஒரு ஒலி அவரின் காதில் விழ பூதுகனை நோக்கி மீண்டும் நடந்தார், "உன்னை நான் கொன்றால் உனக்கும் எனக்கும் எந்த வித்தியாசமும் இருக்காது. நீ வெறும் அம்பு அதனால் உன்னைக் கொன்றால் எனக்கு எந்தப் பயனுமில்லை ஆனால் உன்னை செயலிழக்க வைத்தால் எனக்கு அதில் எனக்கு நிறைய பயன்கள் உண்டு, இனி காலமுள்ளவரை போருக்குப் போவோம் என்ற எண்ணம் உனக்கு வரக்கூடாது" என்று கூற பூதுகன் அவனின் காலில் மறைத்து வைத்திருந்த குறுவாளை உருவி ஆதித்த கரிகாலனின் வயிற்றில் குத்தினான் அந்த இடத்திலிருந்து ரத்தம் வழியத் தொடங்கியது. பின் அந்தக் குறுவாளை வைத்து அவனின் கழுத்தை அறுத்துக்கொண்டு அந்த இடத்திலே மடிந்துவிட்டான்.

கரிகாலரின் வயிற்றில் ஆழமான காயம். ரத்தம் மிகவும் அதிகமாக வந்துகொண்டிருந்தது. தட்டுத் தடுமாறி சோழர்கள் படையை நோக்கி நடந்து சென்றார். அவரது வரவைக் கண்ட சோழ வீரன் ஒருவன் யானையை எடுத்துக்கொண்டு அவரை நோக்கி ஓடிவந்தான். அவரை யானையில் ஏற்றிய நொடி யுத்தம் முடிவு பெரும் முரசொலி சத்தம் கேட்டது. பூதுகன் எனும் அம்பை அழித்துவிட்டார் ஆதித்த கரிகாலர் என்று சோழர்கள் தரப்பில் கொண்டாட்டங்கள் தொடங்கின. நாளைய போர் தான் மிகவும் முக்கியமான போர். இந்தப் பூதுகன் வெறும் கருவி தான் என்று தனக்குத் தானே ஆதித்த கரிகாலர் கூறினார்.

கிருஷ்ணன் பூதுகனின் சடலம் கிடந்த இடம் நோக்கி ஓடி வந்துகொண்டிருந்தார். பூதுகன் உடலில் இருந்து பெருக்கெடுத்த ரத்ததததை ஒரு தங்கக் கிண்ணத்தில் எடுத்துக் கொண்டிருந்தான் சோழ வீரன் ஒருவன். கிருஷ்ணருக்கு இதைப் பார்த்ததும் கோபம் வந்தது, ஆனாலும் மௌனம் காத்தார். அந்தச் சோழ வீரன் பூதுகனின் ரத்தத்தைக் கிண்ணத்தில் எடுத்துச் சென்ற பிறகு கிருஷ்ணர் பூதுகனின் உடலருகே சென்று, "இரண்டாம் சத்தியவாக்கிய கொங்கணிபன்மர் பெருமானடி பூதுகன் மாண்டுவிட்டான். எண்ணற்ற போர்களில் எனக்குத் துணையாக இருந்த என் மைத்துனன் இறந்துவிட்டான். உனக்கு நாளை என் கையால் தான் மரணம் ஆதித்த கரிகாலா!" என்றார். ஒரு வீரனை அழைத்து அவன் காதில் ஏதோ கூறினார் மன்னர் கிருஷ்ணர்.

காயத்திற்கு மருந்து கூட போடவில்லை. பூதுகனின் ரத்தம் கொண்டு அந்தப் போர்க்களத்தின் எல்லையில் நின்ற காளிக்கு அபிஷேகம் செய்தார் கரிகாலர். பின் அந்த ரத்தத்தை உடல் எல்லாம் பூசிக்கொண்டு கொற்றலை ஆற்றில் முங்கி எழுந்தார் கரிகாலர்.
வந்தியத்தேவன் ஆதித்த கரிகாலரின் அனுமதி பெற்று பூதுகனின் இறுதி சடங்கிற்குச் சென்றான். போகும் வழியெல்லாம் அவன் பூதுகனுடன் சென்ற பயணங்கள் அவன் நினைவில் வந்து போனது. தான் செய்தது தவறா? சரியா? என்ற குழப்பம் அவன் நெஞ்சில் ஏதோ ஒரு வித கனத்தைக் கொடுத்தது. இந்தப் பூதுகனை எதிரியாகப் பார்க்காமல் நண்பனாகப் பார்க்கிறோம் என்று அவன் மனது அவனுக்குப் புத்தி சொல்லியது ஆனாலும் அவன் நெஞ்சில் பூதுகனுக்கு ஒரு சிறிய இடம் இருக்கத் தான் செய்தது.

அத்தியாயம் - 48

சூரியன் அஸ்தமனம் ஆன சில வினாடிகளில் ஏக புஷ்பி இலைச் சாறு ஆதித்த கரிகாலரின் அந்தக் காயம் மேல் ஊற்றப்பட்டது, அவர் நெஞ்சிலிருந்து வழிந்து கொண்டிருந்த ரத்தப்போக்கு அப்படியே குறைந்துவிட்டது. இப்பொழுது பஞ்சவல்கள கஷாயத்தை வைத்து அந்தக் காயத்தைச் சுத்தம் செய்து மஞ்சள் களிம்பு தேய்க்கப்பட்டது, பின் மாதுளை சாறு கொடுக்கப்பட்டது.

ஆதித்த கரிகாலர் கட்டு போட்டுவிட்டு சற்று தூரம் நடக்கலாம் என்று அவரின் பாசறையை விட்டு வெளியே வந்தார், அங்கே யானைகள் தண்ணீர் குடிக்க ஒரு குளம் அமைக்கப்பட்டு அந்தக் குளத்திற்கு நேராகத் தண்ணீர் கொற்றலை ஆற்றிலிருந்து வந்துகொண்டிருந்தது. அங்கே சென்று குளக்கரையில் அமர்ந்தார் ஆதித்த கரிகாலர். அந்த இடத்தில் ஏதோ துர்நாற்றம் வீசியது, கந்தமாறனும் அவரின் பின்னாலே அந்த இடத்திற்கு வந்தான்.

"கரிகாலரே! உள்ளே உள்ள மீன்கள் எல்லாம் செத்து மிதக்கின்றன" என்றான் கந்தமாறன்.

கரிகாலர் உடனடியாகக் குளத்தின் படியில் இறங்கினார், உள்ளே சென்று அவர் கை அறியாது அவரின் கழுத்தில் பட்டு, கழுத்தில் இருந்த ரசமணி குளத்தின் உள்ளே விழுந்தது. அந்த இடத்தில் நீரும் அந்த ரசமணியும் சேர்ந்து அங்கிருந்து நீர்க்குமிழிகள் வரத் தொடங்கின.

"கந்தமாறா! குளத்தில் நஞ்சு கலக்கப்பட்டுள்ளது. யானைகளைச் சென்று உடனடியாகப் பார்" என்ற நொடி கந்தமாறன் மூச்சிரைக்க ஓடினான். யானை தொழுவத்தில் நூற்றுக்கும் மேற்பட்ட யானைகள் மயங்கிக் கிடந்தன. சில யானைகள் வாலை நேராக நிமிர்த்தி பிளிறிக் கொண்டிருந்தன, இன்னும் சில யானைகள் மஞ்சள் நிறத்தில் மலம் கழித்திருந்தன. யானை பராமரிப்பாளன் கரியன், விஷம் கலக்கப்பட்ட நீரினால் தான் யானைகளுக்கு இப்படி நேர்ந்துள்ளது என்பதை உணர்ந்த நொடி விஷவைத்தியனை அவசரமாக அழைத்தார். அவன் வந்து யானையின் மலத்தைப் பார்த்துவிட்டு, "தாவிர விஷம் தான் கலந்திருக்கிறார்கள். இதை முறியடிக்க நமக்கு இச்சாபேதி ரசம் வேண்டிவரும். உடனடியாக அந்த மாத்திரைகளை இவைகளுக்குக் கொடுத்தால் வயிற்றுப்போக்கு ஏற்பட்டு வயறு சுத்தமாகிவிடும். அதனை இப்பொழுதே கொடுத்துவிடுங்கள்" என்று கூறி ஒரு பெரிய பெட்டியைத் திறந்து அந்த மருந்தை யானை பராமரிப்பாளனிடம் கொடுத்தார்.

கந்தமாறன் அப்பொழுதுதான் அங்கு வந்து சேர்ந்தான். "யானைகள் நலமாக உள்ளன ஆனால் கரிகாலரின் யானை மட்டும் கொஞ்சம் மோசமான நிலைமைக்குப் போய்விட்டது, அதைக் காப்பாற்றுவது சற்று கடினம் தான்" என்று கூறிக்கொண்டிருந்தான் அந்த விஷவைத்தியன்.

அவன் கூறி முடிக்கும் முன்னரே கரிகாலர் அங்கே வந்துவிட்டார். "என்ன யானைகளுக்கு ஒன்றும் இல்லையே?" என்று பதட்டத்துடன் அவர் கேட்க, "இல்லை ஐயா! இந்த யானைகள் விரைவில்

குணமடைத்துவிடும் ஆனால்...உங்கள் யானை தான் மிகவும் மோசமான நிலையில் உள்ளது" என்று கூறிய நொடி அவரின் யானை கட்டப்பட்டிருந்த இடத்திற்கு ஓடினார்.

கரிகாலரின் யானை கண்களில் நீர் வடிந்தது, மலை போன்ற உருவம் சரிந்து மண்ணில் குன்று போல இருந்தது. அதன் ஒவ்வொரு மூச்சுக்காற்று வெளியே வரும் பொழுதும் அதன் துதிக்கை அருகே இருந்த மண் பறந்தது, அந்தப் பெரிய உருவத்தைக் கரிகாலர் நெருங்கினார். அவரின் கண்கள் நிறைந்தன, அந்தக் கண்ணீரை மிகவும் சிரமப்பட்டுத் தன் துதிக்கையில் ஏந்தியது அந்த யானை. பின் ஒரு பிளிறலுடன் ஆதித்த கரிகாலனின் தலையை வருடியது, அதன் துதிக்கை கரிகாலரின் கையைப் பிடிக்க கையில் இருந்து ஒழுகி ஓடும் நீர் போல அந்த யானையின் உயிர் அவர் கையிலே பிரிந்தது. வாய் விட்டு "ஐயோ!" என்று முதல் முறையாக கரிகாலர் அலறி அன்று தான் அனைவரும் பார்த்தனர், அந்த யானையை, தான் முதன்முதலில் பார்த்தது, அதனுடன் விளையாடியது, பல யுத்தங்களில் அது அவரைக் காத்தது என்று எல்லாம் அவர் கண்முன்னே வந்து சென்றது.

"இதை நிச்சயம் அந்தக் கிருஷ்ணன் தான் செய்திருப்பான்" என்று கந்தமாறன் கூற, "இல்லை இதைக் கிருஷ்ணன் செய்யவில்லை. இதைச் செய்தவர்களை எனக்கு நன்றாகத் தெரியும். இந்த யுத்தம் முடியட்டும் அவர்களை நானே என் கைகளால் கொன்று விடுகிறேன்" என்றார் ஆதித்த கரிகாலர்.

அவரின் கண்களில் நீர் வடிந்து கொண்டிருந்தது, செங்கதிரவனின் மரணத்திற்குக் கூட அழாதவர், வீரசோழனின் மரணத்திற்கும் அசையாதவர் இதற்கு ஏன் அழுகிறார் என்று தோன்றலாம். அந்த யானை அவரின் வாழ்க்கையில் ஒரு மிகப்பெரிய அங்கம் அது அவரைச் சுமந்தது போல அவரின் தாய் கூட சுமந்திருக்க மாட்டார். அதுவும் ஒரு வகையில் அவருக்குத் தாய் போல தான் அல்லவா? பார்த்திபேந்திரன் அந்த இடத்திற்கு வந்து சேர்ந்தான், பின்னாடியே வந்தியத்தேவனும் வந்தான்.

"நான் பூதுகனின் ஈமக்ரியைகளை முடிக்க அவர்கள் படை வீட்டிற்குச் சென்றேன். அவர்கள் இதை நிச்சயம் செய்யவில்லை" என்றான் வந்தியத்தேவன்.

"நீ கூறிய வார்த்தைகள் உண்மையே இதை அவர்கள் செய்யவில்லை என்று கரிகாலரும் கூறினார்." என்றான் கந்தமாறன்.

"அப்படியென்றால் இதைச் செய்தவர்கள் யார்?" என்று அனைவரும் ஒரே குரலில் கேட்க, "அதை நான் விரைவில் கூறுகிறேன். இப்பொழுது அனைவரும் நாளைய போருக்குத் தயாராகுங்கள்" என்றார் ஆதித்த கரிகாலர்.

சற்று நேரத்திற்கு முன்பு வந்தியத்தேவன் பூதுகனின் இறுதி சடங்கிற்குச் சென்றான், பூதுகனின் வில் அவனின் உடல் மேல் வைக்கப்பட்டிருந்தது. வந்தியத்தேவன் சென்று பூதுகனின் காதில்,

"மயிர்நீப்பின் வாழாக் கவரிமா அன்னார்
உயிர்நீப்பர் மானம் வரின்"

இதை வள்ளுவர் உனக்காகத் தான் எழுதியுள்ளார் என்று நினைக்கிறேன். என்று கூறிய நொடி கிருஷ்ணனின் கண்களில் நீர் பெருகியது. "எதிரியானாலும் வீரம் கொண்டவன் அவனுக்கு ஊனமாக வாழப் பிடிக்காமல் உயிர் விட்டுவிட்டான்" என்று வந்தியத்தேவன் கூறினான்.

"பூதுகா உன் மரணம் எனக்கு மிகப்பெரிய அடி, உன் கையுடன் அந்த கரிகாலன் வெட்டியது என் கையையும் தான், என் சகோதரி கேட்டால் என்ன பதில் சொல்லுவேன். உன் மகன் உன் மகள் இருவருக்கும் அப்பா இனி வரமாட்டார் என்று எப்படிக் கூறுவேன்" என்று கிருஷ்ணர் கூறிய நொடி அனைவரது கண்களிலும் நீர் பெருகியது.

"என்னால் இன்னும் நம்ப முடியவில்லை இத்தனை எளிதில் பூதுகன் இறந்துவிட்டானா? இதை இந்த அகிலம் எப்படி நம்பப் போகிறது? எண்ணற்ற வெற்றிகளை எனக்கு பரிசளித்த என் தளபதியின் மரணத்திற்குக் கிருஷ்ணன் என்ன செய்யப்போகிறான் என்பதைப் பொறுத்திருந்து பார்!" என்று கூறி ஒரு கட்டையில் தீ பற்றவைத்து பூதுகனின் உடல் மேல் வைத்தார் கிருஷ்ணன்.

"இவனின் அஸ்தியை எடுத்து அதைக் கலசத்தில் வையுங்கள். வெற்றிக்குப் பிறகு இந்த அஸ்தியை சோழதேசம் மொத்தம் தூவி நமது வெற்றிக்கு முழு காரணமாக இருந்த பூதுகனை பெருமைப் படுத்துவோம்" என்றார் கிருஷ்ணன்.

இன்ப பிரபஞ்சன்.ஜெ

பூதுகனின் உடல் எரியத் தொடங்கியது. மிகவும் வேகமாக எரிந்தது. அந்த வில்லும் அவனுடன் எரிந்தது. இந்த உலகத்திற்குப் பூதுகன் என்று ஒருவன் இருந்ததைப் பறைசாற்றும் தக்கோலத்துப் போர். ராஜாதித்தரின் பெயர் உள்ளவரை உனது பெயரும் இருக்கும் என்று நினைத்துக்கொண்டு அந்த இடத்தை விட்டுச் சென்றார் கிருஷ்ணர்.

அத்தியாயம் - 49

"நான்காம் நாள் போர் தொடங்கியது. மிகவும் எளிதாக பூதுகனை வென்று விட்டோம் ஆனால் அதைப் போல சுலபம் இல்லை கிருஷ்ணனைப் போரில் எதிர்கொள்வது" என்றான் வந்தியத்தேவன்.

"எதிரியின் பலம் அறிந்து அவனை எதிர்ப்பவர்கள் பலர், தனது பலத்தை நம்பி எதிரியை எதிர்ப்பவர்கள் சிலரே, இம்முறை அவர்கள் இந்தத் தொண்டை மண்டலத்தைப் பிடிக்கும் எண்ணத்தைக் கைவிட வேண்டும்" என்றார் ஆதித்த கரிகாலர்.

"சரி இன்றைய வியூகம் பற்றி நான் கூறியது உங்களுக்கு நினைவிருக்கட்டும். அனைவரும் அவரவர் பங்கைச் சிறப்பாகச் செய்யுங்கள்" என்றான் வந்தியத்தேவன்.

யானை மேல் இருந்த கரிகாலர் இன்று குதிரை மேல் அமர்ந்திருந்தார். இதைக் கண்ட கிருஷ்ணன், "சரியாகப் போனது. இவன் எதற்கு குதிரை மேல் அமர்ந்திருக்கிறான் என்று தெரியவில்லையே, பூதுகனின் மரணம் என்னை வெகுவாகப் பாதித்திருக்கிறது என்பது அவனுக்குத் தெரியும். நானும் அவனை எதிர்க்க இன்று குதிரை மீது செல்வதே அறிவுடைமை" என நினைத்துக்கொண்டவர் யானை மேலிருந்து கீழே குதித்துக் குதிரை மேல் ஏறினார் கிருஷ்ணன்.

ஒரு சதுரங்கத்தில் இப்பொழுது இரண்டு தரப்பு ராஜாக்களும் ஒருவரை ஒருவர் நேருக்கு நேராகச் சந்தித்து நிற்க, அந்த நாளின் யுத்தம் இனிதாகத் தொடங்கியது.

கரிகாலரின் தரப்பில் அவர்கள் அமைத்த வியூகம் வில் வியூகம். வில் அமைப்பில் காலாட்படை வீரர்கள் நிற்க அம்பு இருக்க வேண்டிய இடத்தில் குதிரைப் படை வீரர்கள் இருந்தனர். ஒவ்வொரு முறை முரசு கொட்டும் பொழுதும் ஒரு பெரிய எண்ணிக்கையைக் கொண்ட குதிரைப்படை வில்லில் இருந்து விடு பட்டு, எதிரியை நோக்கிச் செல்லும். அவர்கள் அதைத் தடுக்கும் முன்னர் வேறொரு அம்பு வில்லிலிருந்து புறப்படும். இப்படி ஒவ்வொரு முறை அம்பு புறப்படும் பொழுதும் அந்த வில் வடிவில் நிற்கும் வீரர்கள் தங்களது கைகளில் இருந்து வேலை எறிவர். இப்படி இடமெல்லாம் ஏதாவது தாக்குதல் நடந்துகொண்டே இருந்தது. கிருஷ்ணன் யானைப்படைகளை முன்னிறுத்தனார். இப்பொழுது அவர் பிறை வியூகத்தை அமைத்தார். ஆனால் அவர்கள் வியூகம் அமைக்கும் முன்னரே சோழரின் படைகள் அந்த வியூகத்தைப் பிளந்து உள்ளே நுழைந்தது. சற்று நேரத்திற்கெல்லாம் ராஷ்டிரகூடர்களின் படையைச் சுற்றி வளைத்தது சோழரின் படை. ஆனால் இது கிருஷ்ணனின் திட்டம் என்பது தெரியாமல் மொத்த சோழப்படையும் அந்த வியூகத்திற்குள் மாட்டிக்கொண்டன. நாராயணி சேனை இரண்டாம் முறையாகக் களத்திற்கு வந்தது. இம்முறை போர் புரிய வந்தது. சோழர் படையைச் சுற்றி வளைத்த நாராயணி சேனையின் வீரர்கள் ஒவ்வொருவரும் பார்க்க ஆறரை அடி உயரத்தில் மிகவும் பலம் வாய்ந்த் புஜத்தோடு வலிமையான உடலமைப்போடு இருந்தனர். நாராயணி சேனையின் தளபதி ஒருவன் பார்க்கவே மிகவும் பயங்கரமாக முகத்தில் ஒரு பெரிய வெட்டுக்காயத்தோடு இருந்தான். சோழப்படை வீரர்கள் தாக்குதலைத் தொடங்கினர். நாராயணி சேனையைச் சேர்ந்த வீரன் ஒருவன், சோழ வீரன் ஒருவனை மடியில்

தூக்கி வைத்து வெறும் கையால் அவனின் உடலை இரண்டாகக் கிழித்தான்.

வந்தியத்தேவனுக்கு இதைப் பற்றி ஒரு முறை பூதுகன் கூறியது நினைவிற்கு வந்தது. அவன் அன்று இதை நமது வேளக்கார படையோடு ஒப்பிட்டுக் கூறியது நினைவிற்கு வந்தது. அப்படியென்றால் கிருஷ்ணன் மடியவேண்டும் அப்படி அவர் மடிந்தால் தான் இவர்கள் தங்களைத் தாங்களே அழித்துக் கொள்வர். அவரின் மரணம் மட்டுமே இந்தப் போரில் நமக்கு வெற்றியைத் தரும் என்று அவனுக்குப் புரிந்த நொடி, ஆதித்த கரிகாலனை நோக்கி வேகமாகச் சென்றான்.

அங்கே என்ன நடக்கிறது என்பது அப்பொழுது தான் அவருக்குப் புரிந்தது. சரி பார்த்திபேந்திரனிடம் ஒரு ரதத்தை ஏற்பாடு செய்யும் படி கூறினார். அவனும் சரி என்று தலையசைத்துவிட்டு முன்னேறிச் சென்றான்.

நாராயணி சேனை மிகவும் வலிமையான வீரர்களைக் கொண்டிருந்தது. ஒவ்வொரு வீரனும் பத்து சோழ வீரர்களுக்குச் சமம், இப்பொழுது அவர்கள் சோழப்படையை நாசம் செய்து கொண்டிருந்தனர். நாராயணி சேனையைத் தடுக்க வந்தியத்தேவனை அனுப்பி, தான் கிருஷ்ணனைப் பார்க்கப் போவதாக கூறினார் ஆதித்த கரிகாலர். வந்தியத்தேவன் ஒரு பெரிய படையோடு நாராயணி சேனையின் தளபதி எதிரே சென்றான். இம்முறையும் வந்தியத்தேவன் சுருள்வாளைத் தான் தனது ஆயுதமாகத் தேர்ந்தெடுத்தான். நாராயணி சேனையின் தளபதியைப் பார்த்து, "இத்தனை உயரமாக இருக்கிறாய்! உனக்குச் சோறு போட உன் மன்னன் பல தேசத்தைச்

சூறையாடவேண்டும் போலிருக்கிறதே" என்று கூறி சுருள் வாளைச் சுற்றினான்.

அந்தச் சுருள்வாளை அந்தத் தளபதி கையால் பிடித்து, அதை மரப்பட்டை உரிப்பது போல இரண்டாக உரித்துவிட்டான். வந்தியத்தேவன் இப்பொழுது தான் அந்தச் சூழ்நிலையை உணர்ந்தான். தான் மிகவும் ஆபத்தான ஒரு சேனைத் தளபதியோடு சண்டையிடுகிறோம் என்பது புரிந்தது. இந்தப் போரில் என்ன வேண்டுமானாலும் நடக்கலாம்.

வந்தியத்தேவன், அருகே இருந்த ரதம் மீது தாவி உந்தி அந்தத் தளபதியைத் தாக்கினான், அந்தத் தாக்குதலுக்குத் தக்க தாக்குதலாக அந்தத் தளபதி வந்தியத்தேவனைத் தூக்கி எறிந்தான். பின் தன் காலால் வந்தியத்தேவனின் நெஞ்சில் மிதித்தான், அந்த வேகத்தில் வந்தியத்தேவனின் கவசம் நசுங்கியது.

ஆதித்த கரிகாலன் எங்கே என்று கிருஷ்ணன் தேடிக்கொண்டிருக்க அவரின் கண்முன்னே ஒரு கருநிற புரவி மேல் வந்துகொண்டிருந்தார் ஆதித்த கரிகாலர்.

"வா கரிகாலா! வா! உன்னிடம் முதல் முறையாகப் பேசும் வாய்ப்பு கிடைக்கிறது" என்றார் கிருஷ்ணர்.

"ஆம் ஆம்! உங்களைப் பற்றியும் உங்கள் தந்திரம் பற்றியும் நான் கேட்டுள்ளேன். இப்பொழுது கண் முன்னே பார்க்கிறேன். புகழ் என்ற போதையும் ஆசை எனும் அரக்கனும் உங்கள் கண்களை மறைக்கின்றன என்பது நன்றாகத் தெரியும். இந்தப் போரை இன்றே முடித்தாக வேண்டும். வாருங்கள் நீங்களா நானா என்று

பார்த்துவிடுவோம்" என்று அறைகூவல் விடுத்தார் ஆதித்த கரிகாலர்.

"இந்த அத்தியாயம் இங்கேயே முடியவேண்டும் என்பது பரமாத்மாவின் எண்ணம் அதனால் வா சண்டையிடலாம்" என்று கிருஷ்ணன் கூறி வாளை உருவினார். கரிகாலன் வாளைச் சுழற்றிக்கொண்டு ஓடிவந்து கிருஷ்ணனை நெருங்க அதற்கு முன்னே கிருஷ்ணனின் வாள் கரிகாலனின் கையில் காயத்தை ஏற்படுத்தியது. மிகவும் வேகமான அந்தத் தாக்குதலை ஆதித்தர் சற்றும் எதிர்பார்க்கவில்லை.

"நன்றாக இருக்கிறது! உங்களில் அதி வேகமான தாக்குதல். இந்த உலகில் எனக்கு நிகராக வாள் வீசுபவர் இருவரே என்று நினைத்தேன். ஒன்று பார்த்திபேந்திரன் இன்னொன்று என் தம்பி அருள்மொழி. உங்களின் வாள் வீச்சும் அருமையாக இருக்கிறது" என்று கூறிக்கொண்டே கிருஷ்ணனை நோக்கி ஓடினார் கரிகாலர். கரிகாலர் கிருஷ்ணன் அருகே வந்த உடன், பாயும் புலிபோல ஒரே பாய்ச்சலில் கிருஷ்ணனைக் கீழே தள்ளினார். பின் கிருஷ்ணனின் நெஞ்சில் காலை வைத்து அவரைக் கொல்ல வாளை ஓங்கினார், கரிகாலனின் காலைப் பிடித்து இடது புறமாகக் கிருஷ்ணன் திருக கரிகாலன் காற்றில் மேலெழும்பி சுழன்று கீழே விழுந்தார். ஆதித்த கரிகாலர் வாளை ஊன்றி மீண்டும் எழுந்து நின்றார். கரிகாலனுக்குச் சற்றும் சளைத்தவராகக் கிருஷ்ணன் தெரியவில்லை, கரிகாலன் வாளை நிலத்தில் தேய்த்து கிருஷ்ணனை நெருங்கினார். அதற்குள் கிருஷ்ணன் காற்றில் பாய்ந்து கரிகாலன் மேல் விழுவது போல வர கரிகாலர் தன்னை நிதானப்படுத்திக் கொண்டார். கரிகாலர் தன் தாக்குதலை முன் எடுக்கும் பொழுது

எல்லாம் கிருஷ்ணன் அவரைத் தாக்கினார். இந்த முறை கரிகாலருக்குச் சரியான வாய்ப்பு கிடைத்தது. கிருஷ்ணன் தனது கழுத்துக்குக் குறிவைப்பது தெரிந்து வாள் அவ்ருகே வந்த நொடி கீழே குனிந்து கிருஷ்ணன் நெஞ்சில் தனது வாளை வைத்து இரண்டு இடத்தில் கரிகாலர் வெட்டினார். பின் கிருஷ்ணர் ஆதித்த கரிகாலர் மீது தாவினார், ஆதித்த கரிகாலர் கிருஷ்ணனைத் தூக்கி எறிந்தார். கீழே விழுந்த கிருஷ்ணர் மீண்டும் மேலே எழுந்தார்.

"உன்னுடைய வேகமும் அதற்கு ஏற்றார் போல உனது சிந்தனையும் என்னை சந்தோசப்படுத்தியது. இதுவரை என்னை நெருங்கியவர்கள் இல்லை கரிகாலா" என்று கூறிக்கொண்டே வாளை இடது கையில் மாற்றிவிட்டு வலது கையில் சுருள்வாளைத் தனது இடுப்பிலிருந்து உருவினார் கிருஷ்ணன்.

பார்த்திபேந்திரன் நாராயணி சேனையை அழிக்க ஒரு யுக்தியைப் பிரயோகித்தான். அது தான் வளரியை வைத்து அவர்கள் கழுத்தில் தாக்குவது. அப்படித் தாக்கினால் அந்த வீரர்களை நெருங்காமலே அவர்களை வெல்லமுடியும். காற்றைக் கிழித்துக்கொண்டு நிறைய வளரிகள் இங்குமங்குமாகப் பாய்ந்தன. அப்படிப் பாய்ந்த வளரிகள் நாராயணி சேனை வீரர்களை நிலத்தில் சாய்த்தன. இன்றழியன் என்றோ கண்டுபிடித்த நீள்வாள் வளரி இந்த வேலையை எளிமையாகச் செய்தது. வந்தியத்தேவன் இப்பொழுது அந்த தளபதியின் இறுக்கமான பிடியில் சிக்கித் தவித்தான். அந்தத் தளபதி வந்தியத்தேவனின் கழுத்தைப் பிடித்துக் கொண்டிருந்தான். உடனடியாக அந்தத் தளபதியின் காலில் ஓங்கி மிதித்து இடுப்பில் சொருகியிருந்த

குறுவாளை உருவி அந்தத் தளபதியின் உடலில் மின்னல் வேகத்தில் இருபது இடத்தில் குத்தினான். அந்தத் தளபதி உடலிலிருந்து ரத்தம் அருவியாக வழிந்தது.

கரிகாலர் தன் காலருகே இறந்து கிடந்தவன் வீரனின் கேடயத்தைத் தனது காலால் மிதித்தார். அதன் உள்புறம் மேல் நோக்கிக் கிடந்தது. கரிகாலர் அதை மிதித்த நொடி அது காற்றில் மேலெழும்பியது அதைத் தனது கையில் பிடித்து, "வா!" என்பது போலத் தலையசைத்தார். கிருஷ்ணன் சுருள்வாள் வைத்துக் கரிகாலனைத் தாக்க முற்படும் பொழுது கரிகாலன் அவரின் கேடயம் வைத்துக் கிருஷ்ணனின் தாக்குதலைத் தற்காத்துத் தனது வாளை வைத்து கிருஷ்ணனின் இடது தோள்பட்டை மீது ஒரு காயத்தை ஏற்படுத்தினார்.

கரிகாலர் வாள் சுழற்றிய வேகத்திற்குக் காற்று கூட அவரருகே நெருங்க பயந்தது. "கிருஷ்ணா! வா" என்று கூறி ஓடிச் சென்று கொண்டிருக்கும் பொழுது அவரின் கையிலிருந்த கேடயத்தைக் கிருஷ்ணன் மீது எரிய, அந்தக் கேடயம் தன்னைத் தாக்காமல் இருக்க கிருஷ்ணன் தனது வாளை நேராக நீட்டிப் பிடித்தார் கரிகாலன் எறிந்த வேகத்தில் அந்தக் கேடயத்தை கிருஷ்ணன் வாள் இரண்டாக உடைத்தது.

கிருஷ்ணன் சுருள்வாளைக் கரிகாலனின் கழுத்தில் சுருளும் படி எறிந்தார். அது சரியாகக் கரிகாலனின் கழுத்தில் சுற்றியது கிருஷ்ணன் அந்த வாளைத் தன்பக்கம் இழுக்க, கரிகாலர் கழுத்தில் அந்த வாள் ஒரு சிறிய காயத்தை ஏற்படுத்தியது. மாறாக அந்த ஒரு யுக்தி கைகொடுத்தது கரிகாலருக்கே, கிருஷ்ணர் தனது கையிலிருந்த சுருள்வாளை இழுத்த பொழுது கரிகாலர்

சுழன்று கிருஷ்ணன் அருகே வந்தார். கண்ணிமைக்கும் நொடியில் கரிகாலரின் வாள் கிருஷ்ணனின் வயிற்றைக் கிழித்தது. கிருஷ்ணனின் வாயிலிருந்து ரத்தம் வரத் தொடங்கியது. கரிகாலர் தன் கையிலிருந்த அபாய ஒலி எழுப்பும் சங்கை ஊதினார். மருத்துவ உதவிக் குழு அங்கே வந்த பிறகு இந்த மனிதரை அழைத்துச் சென்று நல்ல சிகிச்சை வழங்குங்கள் என்றார் கரிகாலர். வரலாற்றில் எந்த ஒரு அரசனும் செய்திடாத ஒரு செயலை ஆதித்த கரிகாலன் அன்று செய்தார். யுத்தம் முடிந்தது என்பதைப் பறைசாற்ற சங்கு ஊதப்பட்டது. நாராயணி சேனை எண்ணற்ற சோழ வீரர்களைக் கொன்றாலும் இப்பொழுது அவர்கள் அனைவரும் ஆதித்த கரிகாலன் முன்னே மண்டியிட்டுத் தனது வலது கையை நெஞ்சில் வைத்தனர். வீரர்கள் ஆதித்தருக்குக் கொடுத்த மரியாதை அது.

"ராஷ்டிரகூட குல காலன் ஆதித்த கரிகாலன் வாழ்க!" என்ற கோஷம் அந்த யுத்தக்களம் எங்கும் எதிரொலித்தது. வந்தியத்தேவன், பார்த்திபேந்திரன், கந்தமாறன் மூவரும் ஓடிவந்து ஆதித்த கரிகாலனைக் கட்டிப்பிடித்தனர்.
மிகவும் கஷ்டப்பட்டு எண்ணற்ற வீரர்களின் தியாகத்தில் இந்தத் தொண்டை மண்டலத்தை ஆதித்த கரிகாலர் மீட்டார். இப்பொழுது கிருஷ்ணனுக்குச் சிகிச்சை அளித்துக் கொண்டிருந்த அந்தக் கூடாரத்திற்குச் சென்றார் ஆதித்த கரிகாலர்.

"உங்களை ஏன் கொல்லவில்லை என்று யோசிக்கிறீர்களா? உங்களைக் கொன்று உங்களின் தேசத்தை என்னால் ஆள முடியும். ஆனால் உங்களைப் போன்ற ஒரு வீரனை நான் எனது வாழ்நாளில் பார்த்தது

இல்லை. யாரும் என்னிடம் இத்தனை நேரம் தாக்குப்பிடித்ததும் இல்லை. என் உடலில் இப்படிப் பல இடங்களில் குருதி பெறுகத் தாக்கியதுமில்லை. நீங்கள் ஒரு மாவீரன் அதேப் போல் நீங்கள் ஒரு நல்ல அரசன் என்று நான் கேள்விப்பட்டேன். வந்தியத்தேவன் என்னிடம் கூறினான். உங்களின் பேராசையை விட்டுவிடுங்கள். இனி இந்தத் தொண்டை மண்டலம் பக்கம் வராதீர்கள். உங்களை என்னால் மன்னிக்கவே முடியவில்லை. நீங்கள் கொன்றது ஒரு மாவீரனை ஆனாலும் உங்களைக் கொல்லவும் எனக்குத் தோன்றவில்லை. இப்பொழுது எனது தேசத்து மருத்துவர்கள் வந்து உங்களை அழைத்துச் செல்வார்கள். இனி தொண்டை மண்டலம் சோழர்களுடையது! இனியொரு முறை இந்தப் பக்கம் உங்களின் ஆட்களோ நீங்களோ வந்தால் சோழதேசம் மானியகேடம் மீது ஒரு மாபெரும் போரைத் தொடுக்கும், அப்படி அந்தப் போரில் பங்குபெற நான் இல்லையென்றாலும் என் வம்சாவளிகள் இங்கே இந்தத் தொண்டை மண்டலத்தைப் பாதுகாத்து நிற்பர்! இந்த அரசை எந்த சோழ அரசன் வேண்டுமானாலும் ஆளலாம் ஆனால் அவர்கள் ஆட்சி புரிவது சோழ தேசம். அதைப் பாதுகாக்க நிச்சயம் எல்லையில் சோழ இளவரசன் ஒருவன் இருப்பான்" என்றார் ஆதித்த கரிகாலர்.

அத்தியாயம் - 50

யுத்தம் முடிந்தது. சில நாட்களுக்குப் பிறகு, ஆதித்த கரிகாலனின் மனதில் இப்பொழுது வேறு பல சிந்தனைகள். எண்ணற்ற எண்ண ஓட்டம் அவரின் மனதில். குதிரை மீது ஏறி ஆதித்த கரிகாலர், வந்தியத்தேவன் இருவரும் சென்று கொண்டிருந்தனர். அன்று ஆதித்த கரிகாலரைத் தாக்க வந்தவன் அணிந்திருந்த மோதிரத்தை இப்பொழுது கரிகாலர் அணிந்திருந்தார்.

"வந்தியத்தேவா இந்த மோதிரத்தைப் பார். பனைமரச் சின்னம். இது பழுவேட்டரையர்களின் குலச்சின்னம். என் மனதில் பல சந்தேகங்கள் இருக்கின்றன. உனக்கு நான் ஒரு பணியைக் கொடுகிறேன். நான் கொடுக்கும் ஓலைகளை நீ என் சகோதரி குந்தவைக்கும் பின் என் தந்தை சுந்தர சோழருக்கும் கொண்டுபோய் கொடுக்கவேண்டும்."

"இளவரசே ஓலைகளைக் கொடுக்க நான் ஏன் செல்ல வேண்டும் பார்த்திபேந்திரனையோ அல்லது கந்தமாறனையோ அனுப்புங்களேன். நான் உங்களுடனே இருக்கிறேன். ஏற்கனவே நீண்ட நாட்கள் உங்களைப் பிரிந்து இருந்துவிட்டேன்." என்றான் வந்தியத்தேவன்.

மெல்லிதாய் சிரித்த கரிகாலர், "காரணமிருக்கிறது. நீதான் இப்பணியைச் செய்ய வேண்டும்" என்றார். கட்டளையாக அவர் குரல் ஒலித்தது. வந்தியத்தேவனால் அதற்கு மேல் அவரது பேச்சை மீற முடியவில்லை.

"வந்தியத்தேவா! நீ சுத்த வீரன் என்பதை நன்கு அறிவேன். அத்துடன் நீ நல்ல அறிவாளி என்று நம்பி இந்த மாபெரும் பொறுப்பை உன்னிடம் ஒப்புவிக்கிறேன். நான் கொடுத்த இரு ஓலைகளில் ஒன்றை என் தந்தை மகாராஜாவிடமும் இன்னொன்றை என் சகோதரி இளையபிராட்டியிடமும் ஒப்புவிக்க வேண்டும். தஞ்சையில் இராஜ்யத்தின் பெரிய பெரிய அதிகாரிகளைப் பற்றிக் கூட ஏதேதோ கேள்விப்படுகிறேன். ஆகையால் நான் அனுப்பும் செய்தி யாருக்கும் தெரியக் கூடாது. எவ்வளவு முக்கியமானவராயிருந்தாலும் நீ என்னிடமிருந்து ஓலை கொண்டு போவது தெரியக்கூடாது. வழியில் யாருடனும் சண்டை பிடிக்கக் கூடாது. நீயாக வலுச் சண்டைக்குப் போகாமலிருந்தால் மட்டும் போதாது. மற்றவர்கள் வலுச் சண்டைக்கு இழுத்தாலும் நீ அகப்பட்டுக் கொள்ளக் கூடாது. உன்னுடைய வீரத்தை நான் நன்கறிவேன். எத்தனையோ தடவை நிரூபித்திருக்கிறாய், ஆகையால் வலிய வரும் சண்டையிலிருந்து விலகிக் கொண்டாலும் கௌரவக் குறைவு ஒன்றும் உனக்கு ஏற்பட்டு விடாது. முக்கியமாக, பழுவேட்டரையர்களிடமும் என் சிறிய தந்தை மதுராந்தகரிடமும் நீ மிக்க ஜாக்கிரதையாக நடந்து கொள்ள வேண்டும். அவர்களுக்கு நீ இன்னான் என்று கூடத் தெரியக் கூடாது! நீ எதற்காகப் போகிறாய் என்று அவர்களுக்குக் கண்டிப்பாய்த் தெரியக் கூடாது!" இப்படி கூறி, அன்று கரிகாலர் கொடுத்த ஓலையைக் கையில் எடுத்துக்கொண்டு ஆடித்திங்கள் பதினெட்டாம் நாள் வந்தியத்தேவன் வீரநாராயண ஏரிக்கரையில் வந்துகொண்டிருந்தான்.

359

ஆடிப் பதினெட்டாம் பெருக்கன்று சோழநாட்டு நதிகளிலெல்லாம் வெள்ளம் இருகரையும்தொட்டுக் கொண்டு ஓடுவது வழக்கம். அந்த நதிகளிலிருந்து தண்ணீர் பெறும் ஏரிகளும் பூரணமாக நிரம்பிக் கரையின் உச்சியைத் தொட்டுக் கொண்டு அலைமோதிக் கொண்டிருப்பது வழக்கம். வட காவேரி என்று பக்தர்களாலும் கொள்ளிடம் என்று பொது மக்களாலும் வழங்கப்பட்ட நதியிலிருந்து வடவாற்றின் வழியாகத் தண்ணீர் வந்து வீர நாராயண ஏரியில் பாய்ந்து அதை ஒரு பொங்கும் கடலாக ஆக்கியிருந்தது. அந்த ஏரியின் எழுபத்து நான்கு கணவாய்களின் வழியாகவும் தண்ணீர் குமுகுமுவென்று பாய்ந்து சுற்றுப் பக்கத்தில் நெடுந்தூரத்துக்கு நீர்வளத்தை அளித்துக் கொண்டிருந்தது. அந்த ஏரித் தண்ணீரைக் கொண்டு கண்ணுக்கெட்டிய தூரம் கழனிகளில் உழவும் விரை தெளியும் நடவும் நடந்து கொண்டிருந்தன. உழுது கொண்டிருந்த குடியானவர்களும் நடவு நட்டுக் கொண்டிருந்த குடியானப் பெண்களும் இனிய இசைகளில் குதூகலமாக அங்கங்கே பாடிக் கொண்டிருந்தார்கள். இதையெல்லாம் கேட்டுக் கொண்டு வந்தியத்தேவன் களைத்திருந்த குதிரையை விரட்டாமல் மெதுவாகவே போய்க் கொண்டிருந்தான். ஏரிக்கரை மீது ஏறியதிலிருந்து அந்த ஏரிக்கு எழுபத்துநாலு கணவாய்கள் உண்டு என்று சொல்லப்படுவது உண்மைதானா என்று அறிந்து கொள்ளும் நோக்கத்துடன் அவன் கணவாய்களை எண்ணிக் கொண்டே வந்தான். ஏறக்குறைய ஒன்றரைக் காத தூரம் அவன் அந்த மாபெரும் ஏரிக்கரையோடு வந்த பிறகு எழுபது கணவாய்களை எண்ணியிருந்தான்.

ஆகா! இது எவ்வளவு பிரம்மாண்டமான ஏரி? எத்தனை நீளம்? எத்தனை அகலம்? தொண்டை நாட்டில் பல்லவப் பேரரசர்களின் காலத்தில் அமைத்த ஏரிகளையெல்லாம் இந்த ஏரிக்கு முன்னால் சிறிய குளங்குட்டைகள் என்றே சொல்லத் தோன்றும் அல்லவா? வட காவேரியில் வீணாகச் சென்று கடலில் விழும் தண்ணீரைப் பயன்படுத்துவதற்காக மதுரை கொண்ட பராந்தகரின் புதல்வர் இளவரசர் இராஜாதித்தர் இந்தக் கடல் போன்ற ஏரியை அமைக்க வேண்டுமென்று எண்ணினாரே? எண்ணி அதைச் செயலிலும் நிறைவேற்றினாரே? அவர் எப்பேர்ப்பட்ட அறிவாளியாயிருந்திருக்க வேண்டும்? வீர பௌருஷத்திலேத்தான் அவருக்கு இணை வேறு யார்? தக்கோலத்தில் நடந்த போரில் தாமே முன்னணியில் யானை மீது ஏறிச் சென்று போராடினார் அல்லவா? போராடிப் பகைவர்களின் வேலை மார்பிலே தாங்கிக் கொண்டு உயிர்நீத்தார் அல்லவா? அதனால் 'யானை மேல் துஞ்சியத் தேவர்' எனப் பெயர்பெற்று வீர சொர்க்கம் அடைந்தார் அல்லவா?

இந்தச் சோழ குலத்து மன்னர்களே அதிசயமானவர்கள்தான்! அவர்கள் வீரத்தில் எப்படியோ, அப்படியே அறத்திலும் மிக்கவர்கள். அறத்தில் எப்படியோ அப்படியே தெய்வபக்தியில் சிறந்தவர்கள். அத்தகைய சோழ குல மன்னர்களுடன் நட்புரிமை கொள்ளும் பேறு தனக்குக் கிடைத்திருப்பது பற்றி நினைக்க நினைக்க வந்தியத்தேவனுடைய தோள்கள் பூரித்தன. மேற்குத் திசையிலிருந்து விர்ரென்று அடித்த காற்றினால் வீர நாராயண ஏரித் தண்ணீர் அலைமோதிக் கொண்டு கரையைத் தாக்கியதுபோல் அவனுடைய உள்ளமும் பெருமிதத்தினால் பொங்கித் ததும்பிற்று.

இப்படியெல்லாம் எண்ணிக் கொண்டு வீர நாராயண ஏரிக் கரையின் தென்கோடிக்கு வந்தியத்தேவன் வந்து

சேர்ந்தான். அங்கே வட காவேரியிலிருந்து பிரிந்து வந்த வடவாறு, ஏரியில் வந்து சேரும் காட்சியைக் கண்டான். ஏரிக்கரையிலிருந்து சிறிது தூரம் வரையில் ஏரியின் உட்புறம் படுகையாக அமைந்திருந்தது. வெள்ளம் வந்து மோதும்போது கரைக்குச் சேதம் உண்டாகாமலிருக்கும் பொருட்டு அந்தப் படுகையில் கருவேல மரங்களையும் விளாமரங்களையும் நட்டு வளர்த்திருந்தார்கள். கரையோரமாக நாணல் அடர்த்தியாக வளர்ந்திருந்தது. தென்மேற்குத் திசையிலிருந்து இருபுறமும் மர வரிசையுடன் வடவாற்றின் வெள்ளம் வந்து ஏரியில் கலக்கும் காட்சி சற்றுத் தூரத்திலிருந்து பார்க்கும்போது அழகிய வர்ணக் கோலம் போட்டது போல் காணப்பட்டது.

இந்த மனோகரமான தோற்றத்தின் இனிமையையும் குதூகலத்தையும் அதிகப்படுத்தும்படியான இன்னும் சில காட்சிகளை வந்தியத்தேவன் அங்கே கண்டான்.

வேறு சிலர் சோழ குல மன்னர்களின் வீரப் புகழைக் கூறும் பாடல்களைப் பாடினார்கள். முப்பத்திரண்டு போர்களில் ஈடுபட்டு, உடம்பில் தொண்ணூற்றாறு காயங்களை ஆபரணங்களாகப் பூண்டிருந்த விஜயாலய சோழனின் வீரத்தைச் சில பெண்கள் பாடினார்கள். அவனுடைய மகன் ஆதித்த சோழனுடைய வீரத்தைப் போற்றி, அவன் காவேரி நதி உற்பத்தியாகுமிடத்திலிருந்து கடலில் சேரும் இடம் வரையில் அறுபத்து நாலு சிவாலயங்கள் எடுப்பித்ததை ஒரு பெண் அழகிய பாட்டாகப் பாடினாள்.

ஆதித்தனுடைய மகன் பராந்தக சோழ மகாராஜன் பாண்டியர்களையும் பல்லவர்களையும் சேரர்களையும் வென்று, ஈழத்துக்குப் படை அனுப்பி வெற்றிக் கொடி நாட்டிய மெய்க் கீர்த்தியை இன்னொரு பெண் உற்சாகம்

ததும்பப் பாடினாள். ஒவ்வொருத்தியும் பாடியபோது அவளைச் சுற்றிலும் பலர் நின்று கேட்டார்கள். அவ்வப்போது "ஆ! ஆ!" என்று கோஷித்துத் தங்கள் மகிழ்ச்சியைத் தெரிவித்துக் கொண்டார்கள்.

குதிரை மீது இருந்தபடியே அவர்களுடைய பாடல்களைக் கேட்டுக் கொண்டிருந்த வந்தியத்தேவனை ஒரு மூதாட்டி கவனித்தாள். "தம்பி! வெகு தூரம் வந்தாய் போலிருக்கிறது. களைத்திருக்கிறாய்! குதிரை மீதிருந்து இறங்கி வந்து கொஞ்சம் கூட்டாஞ்சோறு சாப்பிடு!" என்றாள்.

அதன் பிறகு அவன் காதுகளில்

"இனியபுனல் அருவிதவழ் இன்பமலைச் சாரலிலே
கனிகுலவும் மரநிழலில் கரம்பிடித்து உகந்ததெல்லாம்
கனவுதானோடி-சகியே நினைவுதானோடி
புன்னைமரச் சோலையிலே பொன்னொளிரும் மாலையிலே
என்னைவரச் சொல்லி அவர் கன்னல் மொழி பகர்ந்ததெல்லாம்
சொப்பனந்தானோடி – அந்த அற்புதம் பொய்யோடி!
கட்டுக்காவல் தான் கடந்து கள்ளரைப்போல் மெள்ளவந்து
மட்டில்லாத காதலுடன் கட்டி முத்தம் ஈந்ததெல்லாம்
நிகழ்ந்ததுண்டோடி – நாங்கள் மகிழ்ந்ததுண்டோடி!"

திடீரென்டு வந்தியத்தேவனை யாரோ அழைப்பது போல சத்தம் கேட்டது. யாழ் ஒன்றை மீட்டிக்கொண்டு இதையெல்லாம் நினைத்துப் பார்த்துக்கொண்டிருந்த வந்தியத்தேவனை அழைத்தது மாமன்னர் ராஜராஜ

சோழர். குழந்தை மதுராந்தகனுக்குக் கதை சொல்லி தனது அறைக்கு வந்து பின் என்னவெல்லாம் நடந்தது என்று தனக்குத் தானே நினைவுபடுத்திப் பார்த்துக்கொண்டிருந்த வந்தியத்தேவனை அரசர் அழைத்தார்.

"நண்பரே உங்களிடம் சற்று தனியாகப் பேசவேண்டும் வாருங்கள்" என்று அழைத்தார் ராஜராஜர்.

அத்தியாயம் - 51

மேகம் கறுத்து திரண்டு இருந்தது. மழை பெய்யப்போகிறது என்பது அனைவரும் நன்கு அறிந்து அதற்கு முன்னெச்சரிக்கை நடவடிக்கைகளை எடுத்தனர். அப்பொழுது தான் ராஜராஜ சோழனின் அறையில் வந்தியத்தேவன் பார்த்திபேந்திரன், குந்தவை அனைவரும் கூடினர்.

"வீரன் ஒருவன் வந்திருந்தான் அவன் மிக முக்கியமான செய்தியைக் கொண்டுவந்தான். நமது சோழ தேசத்து ஒற்றர்கள் அவர்களின் பணியைச் சிறப்பாக செய்துள்ளனர், அண்ணனைக் கொன்றவர்கள் பற்றிய தகவல்கள் முழுவதுமாக கிடைத்துவிட்டது, இனி அவர்களை முழுமையாக அழிக்கவேண்டும்" என்றார் ராஜராஜ சோழர்.

வந்தியத்தேவன் அமைதியாகத் தன் இருக்கையிலிருந்து எழுந்து ஜன்னல் ஓரமாகச் சென்று அங்கே ஒளிர்கின்ற நிலவைப் பார்த்தான். கருமேகங்கள் அந்த நிலவைச் சூழ்ந்த போதும் அது நன்றாக ஒளிர்ந்தது, "நாம் இத்தனை வருடம் தவம் கிடந்ததன் பயன் கிடைக்கப் போகிறது. உடனடியாக நான் கோடியக்கரை செல்கிறேன். அங்கே இருக்கும் துறைமுகத்தில் கப்பல் கட்டும் பணியை மிகவும் தீவிரமாக, வேகமாகச் செய்ய உத்தரவிடுகிறேன்" என்றார்.

"அதைத் தான் நானும் கூற வந்தேன். முதலில் ஒருமுறை அவர்களை நாம் எச்சரித்துவிட்டோம் இன்று அவர்களை வளரவிட்டால் நாளை சோழ தேசத்திற்கே மிகப்பெரிய ஆபத்து" என்றான் பார்த்திபேந்திரன்.

"உத்தம சோழரின் ஆட்சி முடிந்து, இப்போது நடப்பது ராஜ ராஜ சோழனின் ஆட்சி என்பதை அவர்கள் புரிந்துகொள்ள வேண்டும். இந்த ஆண்டோடு ஆதித்த கரிகாலர் இறந்து பதினெட்டு வருடங்கள் ஆகின்றன" என்றான் வந்தியத்தேவன்.

"இந்த இழப்புக்குக் காரணம் யார் என்பதை அறிந்துகொள்ளவே நமக்கு இத்தனை வருடங்கள் ஆகிவிட்டது. சரி நீங்கள் இருவரும் உடனடியாக கோடியக்கரைக்குச் செல்லுங்கள்" என்றார் ராஜ ராஜ சோழர்.

அந்தச் சபை கலைந்தது...

"ஆதித்த கரிகாலரின் மரணம் இன்னும் தீர்க்கப்படாத ஒரு மர்மம். இதை யார் செய்தார்கள் எதற்குச் செய்தார்கள் என்று யாருக்கும் தெரியவில்லை. அதை இப்பொழுது தான் நமது அரசர் ராஜராஜ சோழர் கண்டுபிடித்துள்ளார். அவர்களுக்கு என்ன தண்டனை வழங்கப்படும் என்பதை அறிய நான் மிகவும் ஆவலோடு உள்ளேன்" என்றான் சோழ வீரன் ஒருவன்.

"ராஜராஜ சோழர் ஆட்சிக்கு வந்து ஆண்டு இரண்டு. இன்று சோழ மக்கள் மிகவும் அமைதியான வாழ்க்கையை வாழ்கின்றனர். உத்தமசோழன் ஆட்சியில் அருள்மொழிவர்மர் காடு மேடு எல்லாம் திரிந்து இந்த உண்மைகளைச் சேர்த்துள்ளார். அவரின் இத்தனை ஆண்டு கோபம் வெளிப்பட்டால் என்ன நடக்கும் என்பதைப் பொறுத்திருந்து பார்ப்போம்!"

"ஸ்வஸ்தி ஶ்ரீ ராஜகேசரி பண்மருக்கு யாண்டு இரண்டு"……………

ஆதித்த கரிகாலன் இரண்டாம் பாகம் முற்றும்…
மூன்றாம் பாகத்தில் சந்திப்போம்!

பின்னுரை

இந்த புத்தகத்தில் குறிப்பிடப்பட்ட வரலாறு அதக்கூர் கல்வெட்டின் அடிப்படையில் கதையாக ஒரு வரலாற்று புனைவாக எழுதப்பட்டுள்ளது.

அதக்கூர் நடுகல்

தக்கோல போர் சோழ வரலாற்றில் நடந்த ஓர் மிக முக்கியமான போர். தக்கோல போர் பற்றிய குறிப்புகளை பற்றி நாம் கல்வெட்டு முலம் சோழர் செப்பேடுகள் முலம் அறியமுடிகிறது. ராஷ்ட்ரகூடர் கங்கர் வரலாற்றில் தக்கோல போர் பற்றிய குறிப்புகளை தாங்கிய ஆவணமாக திகழ்கிறது அதக்கூர் நடுகல்.

மைசூர் மாவட்டத்தில் மாண்டியா என்ற ஊருக்கு அருகே அதக்கூர் கிராமத்தில் முதன் முதலாக இந்நடுகல் கிடைத்தது அதன் பிறகு ஆங்கிலேயர் ஆட்சியில் கிபி 1898 ஆம் ஆண்டில் அதக்கூர் நடுகல் E. Hultzsch என்ற ஆங்கிலேயர் அதிகாரியின் முயற்சியில் நடுகல் முறையாக கல்வெட்டு படி எடுக்கப்பட்டு பெங்களூர் அருங்காட்சியத்திற்கு கொண்டுவரப்பட்டது.

அதக்கூர் நடுகல் தக்கோல போர் உடன் நெருங்கிய தொடர்பு உடையது.

தக்கோலம் போரில் ராஷ்ட்ரகூட அரசன் கன்னர தேவன் மற்றும் இரண்டாம் பூதுகன் தலைமையில் ராஷ்ட்ரகூட படை சோழ அரசர் ராஜாதித்தயனை வெல்கிறது. இப்போரில் ராஜாதித்தயன் வீரமரணம் அடைகிறார்.

இரண்டாம் பூதுகனின் சேவகன் அல்லது படை தளபதி மணலேரா என்பவன் தக்கோலம் போரில் மணலேரா வீரத்துடன் போரிட்டு பூதுகனின் வெற்றிக்கு உதவிய காரணத்தால் இரண்டாம் பூதுகன் மணலேராவிற்கு பரிசளிக்க விரும்புகிறார். மணலேரா பூதுகன் வளர்த்து வந்த காளி என்னும் பெயர் கொண்ட வேட்டை நாயை கேட்டு பெற்றுக்கொள்கிறார்.

கேலே நாட்டில் பெல்த்துர் என்ற மலை தொடரில் மணலேரா வேட்டைக்கு சென்ற போது காளி ஓர் காட்டுப்பன்றியுடன் எதிரித்து சண்டையிட்டு காளி மரணம் அடைய. காளியின் வீரத்தின் நினைவாக மணலேரா அதக்கூர் செல்லேஸ்வரா கோவிலன் முன் இந்த நடுகல் எழுப்பியுள்ளார். நடுகல்லுக்கு நில தானமும் மற்றும் தினசரி பூஜைக்கு நெல் நிவந்தம் வழங்கியுள்ளார்.

இந்த நிலநிவந்தங்களை அழிப்பவர் .நடுகல் வழிப்பாட்டை தடை செய்தவர் யாராக இருந்தாலும் அவர்கள் காளியை கொன்ற பாவத்தை சுமப்பர் என்கிறது இக்கல்வெட்டு.

இன்ப பிரபஞ்சன்.ஜெ

அதக்கூர் நடுகல்லில் உள்ள சில வரலாற்று குறிப்புகள்.

1. மூன்றாம் கிருஷ்ணன் என்ற கன்னரதேவன் அமோகவர்ஷன் என குறிக்கப்படுகிறார்.
2. தக்கோலா என்ற பெயர் தக்கோலம் என்ற ஊரை குறிக்கும்.
3. ராஜாத்தியா முவடி சோழ என்ற என்ற பட்டப்பெயர் உடன் சிறப்பிக்கப்படுகிறார்.
4. குவாலாபுரம் (கோலார்) நந்தகிரி (நந்தி மலை)
5. தக்கோல போரில் வெற்றிப்பெற்றதன் பரிசாக இரண்டாம் பூதுகன்க்கு கன்னர தேவன் பானாவாசி 12,000 பேலவோளா 300 புரிகிரி 300 கிசுகாடு 70 பாகிநாடு 70 போன்ற நாடுகளை வழங்குகிறார்.
6. பூதுகன் மணலேராவிற்கு அதக்கூர் 12,000 கடியூர் என்ற கிராமத்தை வழங்குகிறார்.

அதக்கூர் நடுகல் பற்றி விவரமாக அறிந்துகொள்ள *Epigraphica Indica Volume 6 page 49* காணலாம்

ஆதித்த கரிகாலன் இரண்டாம் பாகம் வாசித்த பெரும்பாலான அன்பர்களுக்கு ஒரு மனக்குறை இருந்திருக்கும். அது நம் ஆதித்த கரிகாலர் ஏன் பூதுகனையும், அரசர் கிருஷ்ணனையும் கொல்லவில்லை என்பதே. கதையின் சுவாரசியத்தைக் கூட்டவும், கரிகாலரின் வீரத்தை ஏற்றிக்கூறவும் பூதுகனையும் கிருஷ்ணனையும் கரிகாலர் கொல்வதாய் வைத்திருக்கலாம். ஆனால் அது வரலாற்றை மாற்றியெழுதி செய்யும் பெரும் பிழையாகிவிடும். உண்மையில் அரசர் கிருஷ்ணனும் பூதுகனும் எவ்வாறு இறந்தனர் என்பதற்கான சான்றுகள் இல்லை. அதேப்போல கரிகாலர்தான் போரில் அவர்களைக் கொன்றார் என்பதற்கும் தகுந்த சான்றுகள் இப்போதுவரை இல்லை. வரலாற்றை முழுமையாய்த் திரிபின்றி தருவதே என் நோக்கம். அதனால்தான் கரிகாலர் அவ்விருவரையும் கொல்வதாய் நான் புனைந்து எழுத விரும்பவில்லை. வாசகர்கள் இதைப் புரிந்துகொண்டு உண்மை வரலாற்றை இதன்வழி அறிதல் சாலச்சிறந்தது.

படைகள் பற்றியும் யானைகள் பற்றியும் உள்ள குறிப்புகள் தமிழ்நாடு படைகலங்கள் என்ற புத்தகத்தில் குறிப்பிடப்பட்டுள்ளது.

மேலும் கூறப்படும் தகவல்கள் எல்லாம் வலைதளங்கள் ,செய்திதாள்கள் ,வலையோலிகள் போன்றவைகளின் உதவி கொண்டு கதைக்கு தேவைப்படும் இடங்களில் தூவப்படுள்ளது

இன்ப பிரபஞ்சன்.ஜெ

இந்த புத்தகம் ஒரு நல்ல வாசிப்பு அனுபவத்தை கொடுத்திருக்கும் என்று நம்புகிறேன்
நன்றி

இப்படிக்கு
இன்ப பிரபஞ்சன் ஜெ